ഗ്രീൻ ബുക്സ്
ഇരട്ടമുഖമുള്ള നഗരം
ബെന്യാമിൻ

കേരളത്തിലും ഇന്ത്യയിലും പ്രസാധനരംഗത്ത്
ചലനം സൃഷ്ടിച്ച ആടുജീവിതത്തിന്റെ കഥാകാരൻ.
പത്തനംതിട്ട ജില്ലയിലെ കുളനട സ്വദേശി.
ദീർഘകാലം ബഹറിനിലായിരുന്നു.

കെ.എ. കൊടുങ്ങല്ലൂർ അവാർഡ് (2008),
അബുദാബി ശക്തി അവാർഡ് (2008), കേരള സാഹിത്യ
അക്കാദമി അവാർഡ് (2009), നോർക്ക റൂട്ട്സ് പ്രവാസി
അവാർഡ് (2010), കേന്ദ്ര പ്രവാസകാര്യവകുപ്പിന്റെ
പ്രത്യേക പുരസ്കാരം (2011), കണ്ണൂർ മലയാള
പാഠശാലയുടെ പ്രവാസി സംസ്കൃതി പുരസ്കാരം (2011),
ദുബായ് പ്രവാസി ബുക്ക് ട്രസ്റ്റ് അവാർഡ് (2011),
കുവൈറ്റ് യൂത്ത് ഇന്ത്യ അവാർഡ് (2011), ഒമാൻ കേരള
സാഹിത്യ പുരസ്കാരം (2011), മസ്ക്കറ്റ് ഇന്ത്യൻ സോഷ്യൽ
സെന്റർ പ്രത്യേക സാഹിത്യ പുരസ്കാരം (2011).
കഴിഞ്ഞ ദശകത്തിലെ ഏറ്റവും നല്ല എഴുത്തുകാരനുള്ള
പട്ടത്തുവിള കരുണാകരൻ ബഹുമതി, ഓവർസീസ്
ഇന്ത്യൻ അഫയേഴ്സ് വകുപ്പിന്റെ പ്രശംസാപത്രം,
Long Listed for Man Asian Literary Prize 2012,
Short Listed for DSC Prize 2014 എന്നിങ്ങനെ
നിരവധി പുരസ്കാരങ്ങൾ ലഭിച്ചിട്ടുണ്ട്.
'ആടുജീവിതം', 'ഒറ്റമരത്തണൽ' എന്നീ കൃതികൾ
ഗ്രീൻ ബുക്സ് പ്രസിദ്ധീകരിച്ചു.
നോവൽ, കഥ, അനുഭവം തുടങ്ങിയ എഴുത്തിന്റെ
വിവിധ മേഖലകളിൽ ബെന്യാമിൻ വ്യാപൃതനാണ്.

ഇ-മെയിൽ: benyamin39812111@gmail.com

യാത്ര

ഇരട്ടമുഖമുള്ള നഗരം

കറാച്ചി സാഹിത്യോത്സവത്തിൽനിന്നുള്ള
കുറിപ്പുകൾ

ബെന്യാമിൻ

ഗ്രീൻ ബുക്സ്

green books private limited
little road, ayyanthole, thrissur- 680 003
ph: 0487-2361038
website: www.greenbooksindia.com
e-mail: info@greenbooksindia.com

(malayalam)
irattamukhamulla nagaram
(travelogue)
by
benyamin

first published august 2015
reprinted september 2016
copyright reserved

back cover photo &
cover design : rajesh chalode
inner page layout : anoop antony

branches:
thrissur 0487-2422515
palakkad 0491-2546162
kannur 0497-2763038
Thiruvananthapuram 9846670899

isbn : 978-81-8423-423-7

---

no part of this publication may be reproduced, or transmitted in any form or by any means, without prior written permission of the publisher

GBPL/670/2015

മുഖക്കുറിപ്പ്

പാകിസ്ഥാൻ മതതീവ്രവാദികൾ നിറഞ്ഞ രാജ്യം എന്നത് അബദ്ധവിചാരമാണെന്ന് ബെന്യാമിൻ. കേരളത്തിൽ കണ്ടു വരുന്ന പർദ്ദവൽക്കരണംപോലും അവിടെയില്ല. നൂറിൽ രണ്ടോ മൂന്നോ പേർ മാത്രമാണ് പർദ്ദ ധരിച്ചെത്തുന്നത്. ഹിജാബ് ധരിക്കുന്നവരാകട്ടെ നൂറിൽ ഇരുപത് പേർ. സ്കൂൾകുട്ടികൾ ജീൻസും ഷർച്ചും ധരിക്കുന്നു. ആരും മതചിഹ്നങ്ങളെ വലിയ കാര്യമായി എടുത്തിട്ടില്ല. എഴുത്തുകാർക്ക് ഇന്ത്യയിലുള്ളതിനേക്കാൾ ആവിഷ്ക്കാരസ്വാതന്ത്ര്യമുണ്ട്. ഭയം കൂടാതെ അവർ മതതീവ്രവാദത്തിനെതിരെയും അനീതിക്കെതിരെയും വ്യവസ്ഥിതിയുടെ ജീർണ്ണതയ്ക്കെതിരെയും വിമർശനങ്ങൾ തൊടുത്തുവിടുന്നു.

കൃത്രിമമായ വിഭജനത്തിലൂടെ അന്യമാക്കപ്പെട്ട ഒരു നഗരത്തിന്റെ ഹൃദയവും താളവും ശബ്ദവും മുഴക്കവും അതിസൂക്ഷ്മതയോടെ രേഖപ്പെടുത്തുകയാണ് എഴുത്തുകാരനായ ബെന്യാമിൻ. ചോര ചിന്തുന്ന സ്ഫോടനങ്ങൾ, കൊടികുത്തി വാഴുന്ന അധോലോകം, മുഷിഞ്ഞ തെരുവുകൾ, പാവപ്പെട്ട മനുഷ്യർ - മതവും രാഷ്ട്രീയവും പട്ടാളവാഴ്ചയും ചേർന്ന് ഒരു മദ്ധ്യകാലത്തേക്ക് ആനയിക്കപ്പെടുന്ന നഗരം. പക്ഷേ, പ്രതീക്ഷ കൈവിടാതെ ഒരു പുതിയ കാലത്തിലേക്ക് പ്രതിരോധവുമായി ഈ നഗരം കൺതുറക്കുകയാണ്.

അങ്ങനെയൊരു പ്രതിരോധത്തിന്റെ പ്രകാശരേഖയാണ് അഞ്ചാറു വർഷമായി മുടങ്ങാതെ ഒരുക്കപ്പെടുന്ന കറാച്ചി സാഹിത്യോത്സവം. ആടുജീവിതം എന്ന അനിതരസാധാരണമായ സാഹിത്യകൃതി കൈവരിച്ച അന്താരാഷ്ട്ര പ്രശസ്തിയാണ് ഇത്തവണ ബെന്യാമിനെ കറാച്ചി ഫെസ്റ്റിവലിലേക്ക് കൊണ്ടുവരുന്നത്. അവിടെ അഞ്ചു ദിവസത്തോളം നടന്ന പ്രഭാഷണങ്ങളും പ്രസംഗങ്ങളും ചർച്ചകളും സംവാദങ്ങളും പുറംകാഴ്ചകളും കേഴുന്ന ഒരു നഗരഹൃദയത്തെ അവതരിപ്പിക്കുന്നു. ഒരിക്കലും വേർപെടുത്താനാവാത്ത ഇന്ത്യൻ മണ്ണിനോടുള്ള

തന്റെ വിധേയത്വം കറാച്ചിക്ക് ഒളിച്ചുവെയ്ക്കാനാകില്ല. സൽമാൻ റുഷ്ദി, തസ്ലീമ നസ്രീൻ, പെരുമാൾ മുരുകൻ, ആർ.എസ്.എസ്., ജമാത് ഇസ്ലാമി, കമ്യൂണിസം, താലിബാനിസം തുടങ്ങിയ പേരുകളും പ്രസ്ഥാനങ്ങളും ഫെസ്റ്റിവലിന്റെ അകത്തളങ്ങളിൽ മുഴങ്ങി കേൾക്കുന്നു. പർദ്ദയെ കുറിച്ചുള്ള ചർച്ചയിൽ "വഹാബിസത്തിനും സൗദിക്കും പണമുള്ളതിനാൽ കേരളീയ മുസ്ലീങ്ങൾ പർദ്ദയുടെ വക്താക്കളായി മാറിയിരിക്കുന്നു. ഒരുപക്ഷേ ഇറാനായിരുന്നുവെങ്കിൽ പർദ്ദയ്ക്കു പകരം ഇറാൻ വേഷമാകുമായിരുന്നു" എന്ന് കേരളീയരുടെ ആഴമില്ലാത്ത വംശീയ സ്വത്വബോധത്തെക്കുറിച്ച് ഈ ഫെസ്റ്റിവലിൽ പരിഹാസ്യങ്ങൾ ഉയരുന്നത് ശ്രദ്ധേയമായിരിക്കുന്നു. "നിങ്ങൾ കേരളത്തിലെ ഇടതുപക്ഷക്കാരോടു പറയൂ ഇപ്പോൾ നിങ്ങൾ പ്രതികരിക്കുന്നില്ലെങ്കിൽ ഇന്ത്യ മറ്റൊരു പാക്കിസ്ഥാനായി മാറുമെന്ന" ഡോ. സാക്കിയ സർവാറിന്റെ രൂക്ഷമായ വിമർശനവും ഈ പുസ്തകത്തിന്റെ മുഖരേഖയായി മാറ്റുന്നുണ്ട്. പാക്കിസ്ഥാനിലെ മുജാഹിദുകൾ പോലെ, അന്യതയോടെ ജീവിക്കപ്പെടുന്ന ചായമക്കാനികളൊരുക്കുന്ന മലയാളിയും ഈ പുസ്തകത്തിൽ ഒരു നിഴൽചിത്രമായി നഷ്ടബോധമായി പ്രത്യക്ഷപ്പെടുന്നു. മഹാകവികളായ ഇഖ്ബാലും ഫയ്സ് അഹമ്മദ് ഫയസ്സുമെല്ലാം ഒരു സാന്ത്വനമായി ഈ പുസ്തകത്താളുകളിൽ ഇടം പിടിക്കുന്നു. ചുരുക്കത്തിൽ കറാച്ചി നഗരത്തിന്റെ ഹൃദയരേഖകളെ തിരയുന്ന ഹൃദ്യമായ ഒരു പുസ്തകമാണിത്. അഞ്ചു ദിവസംകൊണ്ട് ഒരു യുഗത്തിന്റെ പ്രതീതി ജനിപ്പിക്കാൻ ബെന്യാമിന് കഴിഞ്ഞിരിക്കുന്നു.

കൃഷ്ണദാസ്
മാനേജിങ് എഡിറ്റർ

മർകസെ യഖീൻ ഷാദ് ബാദ്
(Blessed be the citadel of faith)

(പാക് ദേശീയഗാനത്തിലെ ഒരു വരി)

Living in this ctiy, you developed a certain relationship with violence and news of violence: you expected it, dreaded it, and then when it happened, you worked hard to look away from it, because there was nothing you could do about it - not even grieve, because you knew that it would happen again and maybe in a way that was worse than before. Grieving is possible only when you know you have come to an end, when there is nothing more to follow. This ctiy was full of bottled-up grief.

- **Bilal Tanweer**,
The Scatter Here is too Great

ഉള്ളടക്കം

13 ആമുഖം
   ബെന്യാമിൻ

ഇരട്ടമുഖമുള്ള നഗരം

17 കാത്തിരിപ്പ്
21 പുറപ്പാട്
25 പാക്കിസ്ഥാൻ ക്രിക്കറ്റും ഇന്ത്യൻ സിനിമയും
29 ജിന്ന അന്തർദ്ദേശീയ വിമാനത്താവളം
33 നഗരക്കാഴ്ചകൾ
37 പിടികിട്ടാപ്പുള്ളി
43 പാകിസ്ഥാനിലെ ബിയർ
47 പ്രകാശങ്ങളുടെ നഗരം
53 ഉമർ സമാൻ
57 പൊലീസ് സ്റ്റേഷൻ
63 ഗൗരവമുള്ള ചില ചോദ്യങ്ങൾ
67 ഐ ആം കറാച്ചി
71 രാത്രിവിരുന്ന്
75 നജാം സേഥി
81 കറാച്ചിയിലേക്കുള്ള പാത

87 ബഷീറിനെക്കുറിച്ച് ഒരു ചോദ്യം
93 ഒരു അമേരിക്കൻ രാത്രി
97 കറാച്ചിയിലെ ജീവിതം
101 എച്ച്.എം. നഖ്‌വിയും പാണ്ഡവപുരവും
105 ബിഗ് സല്യൂട്ട്
109 സാക്കിയ സർവാർ
115 പാകിസ്ഥാനിലെ പുരോഗമനപ്രസ്ഥാനം
121 രാഷ്ട്രീയം, ഭരണം, മരണം
127 കറാച്ചിയിൽ എത്ര മാപ്പിളമാരുണ്ട്...?
131 പൊലീസ്‌സ്റ്റേഷനിൽ ഒരു റോമിയോ
135 അജ്മൽ കമാൽ എന്ന റിബൽ
139 മുഹാജിർ
145 കുടിയേറ്റം, പ്രവാസം, നിഷ്കാസനം
149 നഷ്ടപ്പെട്ടുപോയ സ്വപ്നഭൂമി
153 മടക്കയാത്ര
155 മർകസെ യഖീൻ ഷാദ് ബാദ്

പിൻകുറിപ്പ്
157 പുഴയും കടവും,
പാകിസ്ഥാനി ജീവിതത്തിലെ രൂപകങ്ങളും
വി. മുസഫർ അഹമ്മദ്

ആമുഖം

എഴുത്തുമുറിയിലെ ഏകാന്തമായ ഇരിപ്പുകൾ എന്നപോലെ യാത്രകളും എന്റെ സ്വപ്നങ്ങളാണ്. ഒറ്റയ്ക്കിരിക്കാനും ഒറ്റയ്ക്കാ വാനും ഒറ്റയ്ക്ക് സ്വപ്നസഞ്ചാരങ്ങൾ നടത്താനും ഇഷ്ടപ്പെടുന്നതു പോലെ ഇതുവരെ കണ്ടിട്ടില്ലാത്ത ദേശങ്ങളിലേക്ക് പുറപ്പെട്ടു പോകാനും എനിക്കിഷ്ടമാണ്. ഇരുധ്രുവങ്ങളിൽ നില്ക്കുന്ന ഇഷ്ട ങ്ങളാണവ. ഓരോ യാത്രകളും മറ്റൊരു സംസ്കാരത്തിലേക്കുള്ള പറന്നിറങ്ങലുകൾ ആണ് എന്നതുകൊണ്ടാവാം ഞാനവ ഇഷ്ട പ്പെടുന്നത്. അചിന്തനീയമായ വിധത്തിലാണ് അത് നമ്മുടെ ബോധ്യങ്ങളെ മാറ്റിപ്പണിയുന്നത്. നമ്മുടെ ധാരണകളെ ഇളക്കി പ്രതിഷ്ഠിക്കുന്നത്. ആഫ്രിക്കയും ലാറ്റിനമേരിക്കയും നമ്മുടെ വടക്കുകിഴക്കൻ സംസ്ഥാനങ്ങളുമാണ് ഞാൻ കാണാനാഗ്രഹിച്ചി രിക്കുന്ന ദേശങ്ങൾ. അടുത്തിടെ എഴുതിയ 'മുല്ലപ്പൂ നിറമുള്ള പകലുകൾ' എന്ന നോവലിലെ പ്രധാനകഥാപാത്രങ്ങൾ അത്രയും പാകിസ്ഥാനികൾ ആയിട്ടുപോലും നമ്മുടെ ആ അയൽരാജ്യം എന്റെ വിദൂരസ്വപ്നങ്ങളിൽ പോലും ഒരിക്കലും ഉണ്ടായിരുന്നില്ല എന്നതാണ് സത്യം. ചന്ദ്രനിലോ ചൊവ്വയിലോ പോകാനാഗ്രഹി ക്കുന്നതുപോലെ ഒരു ദുരാഗ്രഹം ആവും എന്നതുകൊണ്ടാവാം അതെന്റെ ചിന്തയിലേക്കുപോലും കടന്നു വരാതിരുന്നത്. എന്നാൽ ചില നിയോഗങ്ങളിലേക്ക് നാം അറിയാതെ ക്ഷണിക്കപ്പെടുക യാണല്ലോ. ആറുമാസങ്ങൾക്കു മുൻപ്, തികച്ചും അവിചാരിതമായി, കറാച്ചി അന്തർദേശീയ സാഹിത്യോത്സവത്തിൽ പങ്കെടുക്കാനുള്ള ഔദ്യോഗികമായ ക്ഷണം ലഭിക്കുമ്പോൾ പോലും നൂറായിരം നൂലാമാലകൾ താണ്ടി അത് സാധ്യമാകും എന്ന് ഞാൻ വിചാരിച്ചിരു ന്നില്ല. എന്നാൽ എത്തേണ്ടിടത്ത് നാം എത്തിയേ മതിയാവൂ എന്നുണ്ടല്ലോ. അതിനുള്ള വഴികൾ എല്ലാം തനിയെ തുറക്കപ്പെടും. നാം വെറുതെ നിന്നുകൊടുത്താൽ മാത്രം മതി.

ഹ്രസ്വമെങ്കിലും വളരെ സാർത്ഥകമായ ഒന്ന് എന്നാണ് പാകി സ്ഥാൻ യാത്രയെ ഞാൻ സ്വയം വിലയിരുത്തുന്നത്. അതുകൊണ്ടു തന്നെയാണ് അതേക്കുറിച്ച് എഴുതണം എന്നൊരു തോന്നൽ

ഉണ്ടായതും. അപ്പോൾപോലും ഇതൊരു യാത്രാപ്പുസ്തകമല്ല. കാഴ്ചകൾകൊണ്ട് ഇത് സമ്പന്നവുമല്ല. അതിലുപരി ഇത് നമ്മുടെ മതിലിനപ്പുറത്ത് മറഞ്ഞിരിക്കുന്ന ഒരു സംസ്കാരത്തിലേക്കുള്ള എത്തിനോട്ടമാണ്. മഞ്ഞുമലയുടെ മുകളറ്റം കണ്ടിട്ട് അതിന്റെ സമഗ്രതയെ വിസ്തരിക്കാൻ ശ്രമിക്കുന്നത് അന്ധൻ ആനയെ കണ്ടതുപോലെ എന്നറിയാതെയല്ല. എന്നാൽ കടലിന്റെ രുചി അറിയാൻ ഒരു തുള്ളി വെള്ളം മതിയെന്ന ബോധ്യത്തിലാണ് ഇങ്ങനെ ഒരു സാഹസത്തിന് മുതിരുന്നത്.

ഈ യാത്രയ്ക്കിടയിൽ ആ രാജ്യത്തെ നിരവധി എഴുത്തു കാരെയും സാമൂഹിക പ്രവർത്തകരെയും സാധാരണക്കാരെയും ഞാൻ കണ്ടുമുട്ടുകയും അവരോട് ആശയവിനിമയം നടത്താൻ ശ്രമിക്കുകയും ചെയ്തിട്ടുണ്ട്. ഭിന്നാഭിരുചികളും ഭിന്നാഭിപ്രായങ്ങളും ഭിന്നതാത്പര്യങ്ങളും ഉള്ളവർ. ഈ വിവരണത്തിന്റെ പല ഘട്ടങ്ങളിലും ഞാൻ അവരുടെ വാക്കുകൾ എടുത്തുദ്ധരിക്കാൻ ശ്രമിക്കുന്നുണ്ട്. അവയൊക്കെ അവരുടെ മാത്രം അഭിപ്രായങ്ങളാണ്. അവ ഒരുപക്ഷേ എന്റേയോ നിങ്ങളുടെയോ വിശ്വാസങ്ങളുമായോ ബോധ്യങ്ങളുമായോ ചിന്താപദ്ധതികളുമായോ സമരസപ്പെട്ടു എന്നു വരില്ല. എന്നാലും അവരുടെ വാക്കുകളിൽ മായം ചേർക്കാൻ ഞാനാഗ്രഹിക്കുന്നില്ല. അവരുടെ ചില അഭിപ്രായങ്ങളോടുള്ള എന്റെ അനിഷ്ടവും വിയോജിപ്പും സൂക്ഷിച്ചുകൊണ്ടുതന്നെ ഞാനത് അതേപടി പകർത്താൻ ശ്രമിച്ചിട്ടുണ്ട്. അവരാരും എന്റെ അഭിപ്രായങ്ങൾ പറയാൻ വേണ്ടി സൃഷ്ടിക്കപ്പെട്ട കഥാപാത്രങ്ങൾ അല്ല. അങ്ങനെ ചിന്തിക്കാൻ ഇടയാവരുത് എന്നത് ഒരു മുന്നറി യിപ്പാണ്. അതിലുപരി ഒരു ജാമ്യമെടുപ്പാണ്. നമ്മുടെ ഇഷ്ടങ്ങൾക്കനു സരിച്ച് ലോകം ചിന്തിക്കണം എന്നില്ലല്ലോ..

ബെന്യാമിൻ

■

ഇരട്ടമുഖമുള്ള നഗരം

കറാച്ചി സാഹിത്യോത്സവത്തിൽനിന്നുള്ള കുറിപ്പുകൾ

കാത്തിരിപ്പ്

പത്തനംതിട്ട ജില്ലാ ആശുപത്രിയിലെ സിവിൽ സർജൻ, കൊലക്കയറിനു മുന്നിൽ നില്ക്കുന്ന ഒരു മഹാപാപിയെ ആദ്യമായി നേരിൽ കണ്ട ആശ്ചര്യത്തോടെ മുഖമുയർത്തി എന്നെയൊന്നു നോക്കി ഇത്തിരി നേരം മിഴിച്ചിരുന്നു. പിന്നെ ഒരു മരണ വാറന്റിൽ ഒപ്പിടുന്ന സങ്കടത്തോടെ അതിലേറെ സഹതാപത്തോടെ എന്റെ ട്രാവൽ സർട്ടിഫിക്കിൽ ഒപ്പിട്ടു തന്നു.

ഇന്ത്യയിൽ നിന്ന് അഫ്ഗാനിസ്ഥാൻ, പാകിസ്ഥാൻ, നൈജീരിയ, എത്യോപ്യ, കെനിയ, സൊമാലിയ, സിറിയ എന്നിങ്ങനെ ഏഴ് രാജ്യങ്ങളിലേക്ക് സഞ്ചരിക്കണമെങ്കിൽ പൾസ് പോളിയോ വാക്സിൻ എടുത്ത് സർട്ടിഫിക്കറ്റ് കരസ്ഥമാക്കിയിരിക്കണം എന്നൊരു പുതിയ എമിഗ്രേഷൻ നിയമം ഉണ്ടെന്നറിഞ്ഞ് അതെടുക്കാൻ ചെന്ന സന്ദർഭമായിരുന്നു അത്. എവിടെ പോകാനാണ് യാത്രാ സർട്ടിഫിക്കറ്റ് എന്ന വളരെ സ്വഭാവികമായ ചോദ്യത്തിനുള്ള ഉത്തരം കേട്ടപ്പോഴാണ് സിവിൽ സർജനിൽ നിന്ന് അത്തരമൊരു പ്രതികരണം ഉണ്ടാവുന്നത്.

ഒറ്റപ്പെട്ട സംഭവം ആയിരുന്നില്ല അത്. കറാച്ചി സാഹിത്യോത്സവത്തിൽ പങ്കെടുക്കാൻ ക്ഷണം ലഭിച്ചിരിക്കുന്നു എന്ന കേട്ടപ്പോൾ വീട്ടുകാരി മുതൽ കൂട്ടുകാർ വരെ വിവിധ ആളുകളുടെ പ്രതികരണം ഏതാണ്ട് ഇതിനു സമാനമായിരുന്നു.

ഇത്തരത്തിൽ അപകടം പിടിച്ച ഒരു രാജ്യത്തേക്ക് പോകേണ്ടതുണ്ടോ എന്ന് സ്നേഹബുദ്ധ്യാ പലരും ചോദിച്ചു. ഹോട്ടൽ വിട്ട് പുറത്തു പോകരുത്, സെക്യൂരിറ്റിയില്ലാതെ വാഹനത്തിൽ യാത്ര ചെയ്യരുത്, വെള്ളിയാഴ്ചകളിൽ മസ്ജിദിനു അടുത്തേക്കു ചെല്ലരുത് എന്നിങ്ങനെ നിരവധി സാരോപദേശങ്ങളും കൂടെ ലഭിച്ചു. ഭീകരവാദികളുടെ കൈയിൽ നിന്നും ഒരു തോക്കു കൊണ്ടുവരണേ, മെഹർ തരാറിനെ കണ്ടാൽ എന്റെ വക ഒരു ഹായ് പറഞ്ഞേക്കണേ എന്നൊക്കെ ചിലർ കളി പറഞ്ഞു. അപൂർവ്വം ചിലർ മാത്രം ഇതൊരു ദുർലഭമായ അവസരമാണ് എന്തു വന്നാലും നഷ്ടപ്പെടുത്തരുത് എന്ന് നിർദ്ദേശിച്ചു.

സത്യത്തിൽ എനിക്കങ്ങനെ മരണഭീതിയൊന്നും ഉണ്ടായിരുന്നില്ല. അവിടെയും മനുഷ്യർ ജീവിക്കുന്നില്ലേ...? മരിക്കാനാണ് വിധിയെങ്കിൽ അത് അതിന്റെ സമയത്ത് എവിടെ വച്ചും സംഭവിക്കാമല്ലോ. വീട്ടുമുറ്റത്തു കൂടി നടക്കുമ്പോൾ തേങ്ങ വീണ് ചാവുന്നതിനേക്കാൾ എനിക്കിഷ്ടം കറാച്ചി യിൽ ചെന്ന് ബോംബുസ്ഫോടനത്തിൽ മരിക്കുന്നതു തന്നെ. എന്നിങ്ങനെ ഞാൻ ആ യാത്രയെ സ്വയം ന്യായീകരിച്ചുകൊണ്ടിരുന്നു.

എന്നാൽ അപ്പോഴൊന്നും യാത്രയെ സംബന്ധിച്ച് ഒരുറപ്പും ഉണ്ടായി രുന്നില്ല. സ്പോൺസറുടെ ക്ഷണക്കത്ത് മാത്രം പോരാ, ആഭ്യന്തര വകുപ്പിന്റെ അനുമതിക്കത്തും വേണം എന്നു പറഞ്ഞുകൊണ്ട് വിസ യ്ക്കുള്ള അപേക്ഷ സമർപ്പിക്കാൻ പോലും ദില്ലിയിലെ പാകിസ്ഥാൻ എംബസി അനുവദിച്ചിരുന്നില്ല. അന്നുമുതൽ ആ അനുമതിക്കുവേണ്ടി യുള്ള കാത്തിരിപ്പും നിരന്തരമായ മെയിൽ ഇടപാടുകളും ആയിരുന്നു. എന്നാൽ അത് ലഭിക്കാനുള്ള ഒരു സൂചനയുമില്ലാതെ കാത്തിരിപ്പ് അനന്ത മായി നീണ്ടു. ഈ യാത്ര എനിക്ക് നഷ്ടമായി എന്നും അടുത്ത വർഷം കുറേക്കൂടി നേരത്തെ തന്നെ ശ്രമിച്ചു തുടങ്ങാം എന്നുമുള്ള തീരുമാന ത്തിൽ എത്തിയപ്പോഴാണ് പെട്ടെന്നൊരു ദിവസം ആഭ്യന്തരവകുപ്പിന്റെ അനുമതി ലഭിക്കുന്നത്. യാത്രയ്ക്ക് വെറും ഒരാഴ്ച മാത്രം സമയമേ ബാക്കിയുണ്ടായിരുന്നുള്ളൂ. അപ്പോഴും വിസയ്ക്കുള്ള അപേക്ഷപോലും സ്വീകരിക്കപ്പെട്ടിരുന്നില്ല. സാരമില്ല നമുക്ക് ശ്രമിക്കാം എന്ന് കെ.എൽ.എഫ് (കറാച്ചി ലിറ്ററേച്ചർ ഫെസ്റ്റിവൽ) പ്രതിനിധികൾ എന്നെ ധൈര്യപ്പെടുത്തി. ആ ബലത്തിൽ ദില്ലിയിലുള്ള അൽ ഹിന്ദ് ട്രാവൽ ഏജൻസി എന്റെ അപേക്ഷയുമായി പിന്നെയും പാക് എംബസിയെ സമീപിക്കുന്നു. കോൺഫറൻസ് വിസ അപേക്ഷയല്ല, ബിസിനസ് വിസ അപേക്ഷയാണ് സമർപ്പിക്കേണ്ടത്, അപേക്ഷകൻ നേരിട്ട് ഹാജരാകണം എന്നിങ്ങനെ ഏതൊരു സർക്കാർ സ്ഥാപനത്തിന്റെയും ചിട്ടപ്പടി മുട്ടാത്തർക്കങ്ങൾ നിരത്തി പിന്നെയും അപേക്ഷ സ്വീകരിക്കാൻ അവർ മടിച്ചു. എന്നാൽ ആഭ്യന്തര മന്ത്രാലയത്തിന്റെ അനുമതി ലഭിച്ച സ്ഥിതിക്ക് എന്നെ എങ്ങനെയും കറാച്ചിയിൽ എത്തിക്കുക എന്നത് കെ.എൽ.എഫ് ഒരു അഭിമാനപ്രശ്നമായി എടുത്തുകഴിഞ്ഞിരുന്നു. ഞാൻ എത്തുന്ന തീയതി

ആരാഞ്ഞുകൊണ്ട് ബി.ബി.സി ഉൾപ്പെടെയുള്ള ചില പ്രധാന മാധ്യമങ്ങളിൽ നിന്നും (അതിന്റെ രഹസ്യം പിന്നാലെ പറയാം) ചില പ്രമുഖ എഴുത്തുകാരിൽ നിന്നും വിളി ചെന്നതിന്റെ പ്രതിഫലനമായിരുന്നു അത്. ഞാൻ ദില്ലിക്കു ചെന്ന്, എംബസിയിൽ നേരിട്ട് ഹാജരായി അപേക്ഷ സമർപ്പിക്കാം എന്ന നിർദ്ദേശത്തെ നിരസിച്ചുകൊണ്ട് അവർ അവരുടേതായ രീതിയിൽ നീക്കങ്ങൾ നടത്തുകയും ഒടുവിൽ വല്ലവിധേനയും അപേക്ഷ സ്വീകരിക്കപ്പെടുകയും ചെയ്തു. ലോകത്തിലെ ഏതു രാജ്യത്തിലെ ഏത് എംബസിയുടെയും പ്രധാന ജോലി ആർക്കൊക്കെ വിസ നല്കാം എന്നതല്ല, ആർക്കൊക്കെ അത് നിഷേധിക്കാം എന്നതാണ് എന്ന് പലപ്പോഴും അനുഭവങ്ങൾ മുൻനിറുത്തി എനിക്കു തോന്നിയിട്ടുണ്ട്. പാക് എംബസിയും വ്യത്യസ്തമാകാൻ തരമില്ലല്ലോ. പിന്നെയും താമസങ്ങൾ, തടസ്സങ്ങൾ, തട്ടാമുട്ടു ന്യായവാദങ്ങൾ. പിന്നെയും വിളികൾ മെയിലുകൾ. അനിശ്ചിതത്വത്തിലായ യാത്ര. ബാഗ് ഒരുക്കണോ വേണ്ടയോ എന്ന സന്ദേഹം. കറാച്ചി എന്ന കെട്ടിപ്പെരുക്കിയ സ്വപ്നം കാശി എന്നാക്കി ചുരുക്കേണ്ടി വരുമോ എന്ന ജാള്യത. എന്നാൽ സന്ദേഹങ്ങളുടെ കാർമേഘങ്ങളെ നീക്കിക്കൊണ്ട് നിശ്ചയിച്ച യാത്രാദിവസത്തിന്റെ തലേന്ന് വൈകുന്നേരം 5 മണിക്ക് വിസ സ്റ്റാമ്പ് ചെയ്ത പാസ്പോർട്ട് ദില്ലിയിൽ കിട്ടി. ട്രാവൽ എജൻസിയുടെ ശുഷ്കാന്തിയോടെയുള്ള പ്രവർത്തന ഫലമായി അത് പിറ്റേന്നു രാവിലെ എയർ കാർഗോയുടെ എമർജൻസി സർവ്വീസ് വഴി കൊച്ചിയിൽ എത്തുന്നു. അന്നത്തെ തന്നെ എയർ ലങ്ക വിമാനത്തിൽ കൊളംബോ വഴി ഞാൻ കറാച്ചിയിലേക്ക് പറക്കുന്നു. ■

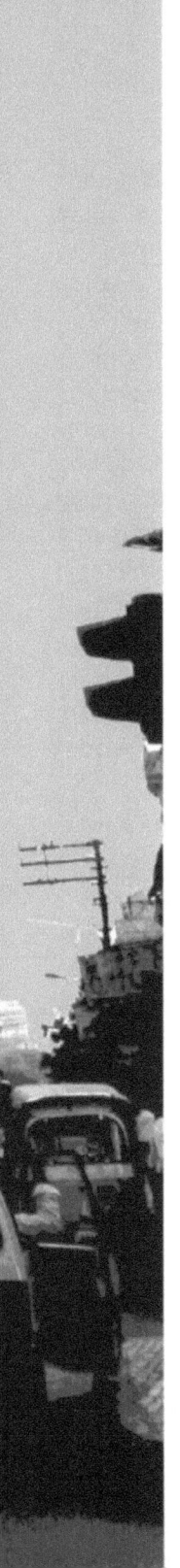

പുറപ്പാട്

ഒരു എഴുത്തുകാരൻ ആയിരിക്കുക, നിർണ്ണായക ഘട്ടത്തിൽ അത് തിരിച്ചറിയപ്പെടുക അതുകൊണ്ടു മാത്രം ചില സൗജന്യങ്ങൾ അനുവദിക്കപ്പെടുകയോ ചില തടസ്സങ്ങൾ നീങ്ങിപ്പോവുകയോ ചെയ്യുക. ജീവിതത്തിൽ അപൂർവ്വ നിമിഷങ്ങളിൽ മാത്രമാണ് അങ്ങനെ ചിലത് സംഭവിക്കുന്നത്. ഒരിക്കൽ ബഹ്റൈനിൽ ഒരു ജയിൽ സന്ദർശനത്തിനു ചെന്നപ്പോൾ പ്രവേശനം അനുവദിക്കപ്പെട്ടതും രോഗിയായി യാത്ര ചെയ്യേണ്ടി വന്ന ഒരു അത്യാവശ്യഘട്ടത്തിൽ അടിയന്തിരമായി വിമാന ടിക്കറ്റ് അനുവദിക്കപ്പെട്ടതും അങ്ങനെ എഴുത്തുകാരൻ എന്ന പേരിൽ കിട്ടിയ പരിഗണനകൾ ഓർത്തുവയ്ക്കേണ്ട നിമിഷങ്ങളാണ്. ഈ യാത്രയുടെ തുടക്കത്തിലും അങ്ങനെ ഒന്ന് സംഭവിച്ചു. നെടുമ്പാശ്ശേരി അന്തർദേശീയ വിമാനത്താവളത്തിൽ നിന്നായിരുന്നു എനിക്ക് എമിഗ്രേഷൻ എന്ന കടമ്പ കടക്കേണ്ടിയിരുന്നത്. എവിടേക്ക് എന്ന ഓഫീസറുടെ പതിവു ചോദ്യത്തിന് പാകിസ്ഥാൻ എന്നുത്തരം പറഞ്ഞതും എന്തോ ഭീതിദമായ ഒരു

വാർത്ത കേട്ടതുപോലെ അദ്ദേഹം കസേരയിൽ നിന്ന് ചാടി എഴുന്നേറ്റു. കൊച്ചിയിൽ നിന്ന് യാതൊരു കാരണവശാലും പാകിസ്ഥാനിലേക്ക് പോകാൻ കഴിയില്ലെന്നും അതിനു മുംബൈ ദില്ലി ചെന്നൈ വിമാനത്താവളങ്ങളെ ആശ്രയിക്കേണ്ടി വരുമെന്നും പിന്നെ അദ്ദേഹം തറപ്പിച്ചു പറഞ്ഞു. അപ്പോഴാണ് ഞാനെന്റെ എഴുത്തുകാരൻ എന്ന ഐഡന്റിറ്റി വെളിപ്പെടുത്തുന്നത്. മറ്റനേകം മലയാളികളെപ്പോലെ അദ്ദേഹവും ആടുജീവിതം പ്രിയപ്പെട്ട പുസ്തകമായി കരുതുന്ന ഒരു വായനക്കാരൻ ആയിരുന്നു. അതിന്റെ രചയിതാവാണ് മുന്നിൽ വന്നു നിന്ന് പാകിസ്ഥാനിൽ പോകണം എന്ന് പറയുന്നത് എന്നു കേട്ടപ്പോൾ അദ്ദേഹത്തിന്റെ സ്വരം അയഞ്ഞു. ഉടൻ തന്നെ അടുത്തുണ്ടായിരുന്ന ഉദ്യോഗസ്ഥനുമായി അതിനുള്ള സാധ്യതകൾ ആരാഞ്ഞു. അവരുടെ കൂടിയാലോചനയിൽ ഉരുത്തിരിഞ്ഞ ആശയപ്രകാരം മുതിർന്ന ഓഫിസറെ പോയിക്കാണുകയും എനിക്കുള്ള യാത്രാനുമതി സമ്പാദിച്ചുകൊണ്ടു വരുകയും ചെയ്തു. യാത്ര വീണ്ടും മുടങ്ങുകയാണോ എന്ന ഇത്തിരി നേരത്തെ ആശങ്ക അവസാനിപ്പിച്ചു കൊണ്ട് അദ്ദേഹം എന്റെ പാസ്പോർട്ടിൽ എക്സിറ്റ് സ്റ്റാമ്പ് കുത്തി. പിന്നെ സ്നേഹപൂർവം യാത്രാമംഗളങ്ങൾ നേരുകയും സെക്യൂരിറ്റി ചെക്കിംഗിനു വേണ്ടി അകത്തേക്ക് കടത്തി വിടുകയും ചെയ്തു. എഴുത്തുകാരൻ ആയതിന്റെ സൗജന്യം.

വിമാനത്തിൽ കയറുന്നതിനു മുൻപ് എന്നെ തടഞ്ഞുവയ്ക്കാൻ വീണ്ടും എമിഗ്രേഷനിൽ നിന്നും അറിയിപ്പ് വന്നു. കൊച്ചി വഴി പോകരുത് എന്ന് മേൽ ഓഫീസിൽ നിന്നും വല്ല വിളിയും വന്നോ എന്നായി എന്റെ സംശയം. തടസ്സങ്ങൾ നീങ്ങുന്നതേയില്ലല്ലോ എന്നാശങ്കപ്പെട്ട് കാത്തിരിക്കുമ്പോൾ എമിഗ്രേഷൻ ഓഫീസിൽ നിന്നും ഒരാൾ വന്നു. പോളിയോ വാക്സിൻ എടുത്ത് സർട്ടിഫിക്കറ്റ് കൈയിലുണ്ടോ എന്നുറപ്പാക്കാനായിരുന്നു അത്. സമാധാനം. ആ വാറണ്ട് ഞാൻ നേരത്തെ കരസ്ഥമാക്കിയിരുന്നല്ലോ. അവർ ബോർഡിംഗ് പാസ് മുറിച്ച് എന്നെ അകത്തേക്ക് കടത്തി വിട്ടു. ആശ്വാസത്തോടെ വിമാനത്തിലേക്ക്. എന്റെ കറാച്ചി നിന്നെയൊന്ന് കാണണമെങ്കിൽ എന്തെല്ലാം കടമ്പകൾ കടക്കണം..

കൊളംബോയിലെ അന്താരാഷ്ട്ര വിമാനത്താവളത്തിൽ ട്രാൻസിറ്റിനു രണ്ടു മണിക്കൂർ താമസമേ ഉണ്ടായിരുന്നുള്ളൂ. അതിൽത്തന്നെ ഏറിയ സമയവും സുരക്ഷാപരിശോധനകൾക്കായി ചിലവിടേണ്ടി വന്നു. യുദ്ധം ഒഴിഞ്ഞെങ്കിലും ആ രാജ്യത്തിന്റെ ഭീതി ഇനിയും ഒഴിഞ്ഞിട്ടില്ലെന്നു തോന്നുന്നു. ഏതുസമയത്തും ഒരു ആക്രമണം ഉണ്ടായേക്കാം എന്ന് അവർ ആശങ്കപ്പെടുന്നുണ്ടാവാം. അല്ലെങ്കിൽത്തന്നെ ഇന്ന് ഏതു രാജ്യത്തിനാണ്

ആ ഭീതിയില്ലാത്തത്. അതിനോടൊപ്പമാണ് വിമാനറാഞ്ചൽ ഭീഷണി കളും നിലനില്ക്കുന്നത്. സുരക്ഷാ പരിശോധന മൂലം നിങ്ങൾക്കു ണ്ടായ അസൗകര്യത്തിൽ ക്ഷമ ചോദിക്കുന്നു, അത് പക്ഷേ, നിങ്ങളുടെ സുരക്ഷിതത്വത്തിനു വേണ്ടിയാണെന്ന് ഓർമ്മിക്കുക എന്ന ഇംഗ്ലീഷ് സിംഹള തമിഴ് ഭാഷകളിലുള്ള ബോർഡ് ഒരുപക്ഷേ ഷൂസ് ഊരിയും ബെൽട്ട് അഴിച്ചുമുള്ള കർശന പരിശോധനയിൽ നമുക്കുള്ള അസഹിഷ്ണുതയേയും എന്നെപ്പോലൊരു കേമൻ ഇതിനൊക്കെ നിന്നു കൊടുക്കേണ്ടതുണ്ടോ എന്ന അഹന്തയെയും അല്പം ശമിപ്പിച്ചേക്കാം. താൻ യാത്ര ചെയ്യുന്ന വിമാനം റാഞ്ചപ്പെടാൻ ആരും ആഗ്രഹിക്കു ന്നില്ലല്ലോ. ∎

Jawani Diwani
DEWANAND
HARE RAMA HARE KRISHNA
with English Subtitles
झनक झनक पायल बाजे
Johny Mera Naam
STARRING
Jeetendra
Rajshree
Rajshri Productions (P) Ltd.'s
GEET GAATA CHA
PRITHVIRAJ
NARGIS
RAJ KAPOOR
Rastey Pyar Ke
और नवाब

പാക്കിസ്ഥാൻ ക്രിക്കറ്റും ഇന്ത്യൻ സിനിമയും

ശ്രീലങ്കയിൽ നിന്ന് ആര് കറാച്ചിയിലേക്ക് യാത്ര ചെയ്യാൻ...? വിമാനം കാലി ആയിരിക്കും എന്ന എന്റെ അതുവരെയുണ്ടായിരുന്ന വിഡ്ഢിത്തം നിറഞ്ഞ വിചാരം യാത്ര തുടങ്ങിയപ്പോൾ അവസാനിച്ചു. ഒരു സീറ്റുപോലും ഒഴിവില്ലാതെ വിമാനം നിറഞ്ഞിരുന്നു. ഭൂരിപക്ഷവും ശ്രീലങ്കയിൽ വിനോദസഞ്ചാരം കഴിഞ്ഞു മടങ്ങുന്നവർ. കുറച്ച് അന്യദേശങ്ങളിൽ നിന്നെത്തിയിട്ടുള്ള ട്രാൻസിറ്റ് യാത്രക്കാർ. പാകിസ്ഥാനിലേക്കുള്ള സഞ്ചാരി എന്ന നിലയിൽ അക്കൂട്ടത്തിൽ ഞാൻ ഒരാൾ മാത്രമേ കാണാൻ സാധ്യതയുള്ളൂ. പാകിസ്ഥാനികളുടെ സ്വർണ്ണശോഭയാർന്ന ഗോതമ്പ് മുഖങ്ങൾക്കിടയിൽ എന്റെ ദക്ഷിണേന്ത്യൻ മുഖത്തിനെ ആർക്കും വേഗം തിരിച്ചറിയാൻ കഴിയുമായിരുന്നു. ഈ തമിഴൻ ഇതെവിടെ പോകുന്നു എന്ന് അവരിൽ ചിലരെങ്കിലും അദ്ഭുതപ്പെട്ടു കാണണം.

ഇത്തിരി കഴിഞ്ഞപ്പോൾ എയർഹോസ്റ്റസ് ബിയറുമായി എത്തി. അടുത്ത കാലത്തായി ഗൾഫിലേക്ക് പറക്കുന്ന വിമാനങ്ങൾ ഓർമ്മയിൽ ഉള്ളതുകൊണ്ട് ഒരു ഇസ്ലാമിക രാജ്യത്തിലേക്ക് പറക്കുന്ന ഈ വിമാനത്തിലും അത്തരം സൽക്കാരങ്ങൾ ഒന്നും കാണില്ല എന്നാണ് ഞാൻ കരുതിയിരുന്നത്. എന്നിട്ടും എന്നെ ഒരാശങ്ക പിടി കൂടി. എമിഗ്രേഷനിൽ വല്ല 'ഊതിക്കൽ' പരിപാടിയും കാണുമോ. ചെല്ലുന്ന പടി

തന്നെ പിടി വീഴുമോ..? എന്നാൽ തൊട്ടടുത്തിരുന്ന പാകിസ്ഥാനി യുവാവ് ഒരെണ്ണം കഴിക്കൂ എന്ന് പ്രോത്സാഹിപ്പിച്ചു.

അങ്ങനെ ആഹാരത്തിന്റെയും ബിയറിന്റെയും ബലത്തിലാണ് ഞാൻ ആ യുവാവുമായി സംസാരം തുടങ്ങുന്നത്. അക്രം എന്നായിരുന്നു അവന്റെ പേര്. നിങ്ങളുടെ ഫാസ്റ്റ് ബൗളർ വാസിം അക്രമാണ് എന്റെ എക്കാലത്തെയും ഇഷ്ടപ്പെട്ട ക്രിക്കറ്റ് താരം എന്ന് പറഞ്ഞത് അവന് നന്നേ ഇഷ്ടമായി. ഇമ്രാൻ ഖാൻ, വാസിം അക്രം, വഖാർ യൂനിസ് എന്നിവർക്കു ശേഷം പാകിസ്ഥാനിൽ നിന്ന് മികച്ച ബൗളേഴ്സ് ഉണ്ടായിട്ടില്ലെന്നും റാവൽപിണ്ടി എക്സ്പ്രസ് ഒക്കെ വെറും കൂണുകൾ ആയിരുന്നു എന്നും അവൻ ഖേദിച്ചു. ശ്രീലങ്കയിലെ പുതിയ കാസിനോകളിൽ ചൂതുകളിക്കാൻ പോയിട്ടുവരുന്ന പണക്കാരൻ പയ്യൻ എന്നാണ് ഞാൻ അക്രത്തെക്കുറിച്ച് വിചാരിച്ചത്. എന്നൽ അങ്ങനെ ആയിരുന്നില്ല. അവൻ ചൈനയിൽ കയറ്റുമതി ബിസിനസ് നടത്തുന്നു. ഇന്ത്യയും യൂറോപ്യൻ രാജ്യങ്ങളുമാണ് പ്രധാന മാർക്കറ്റ്. വർഷത്തിൽ ഏറിയ പങ്കും ചൈനയിൽ തന്നെ ആയിരിക്കും. വല്ലപ്പോഴും മാത്രം സ്വന്തം നഗരമായ കറാച്ചിയിൽ ഒന്നു വന്നുപോകും. ജീവിക്കാൻ കൊള്ളാത്ത രാജ്യം എന്നാണ് അക്രത്തിനു സ്വന്തം രാജ്യത്തെക്കുറിച്ചുള്ള വിലയിരുത്തൽ.

ഒരു ഇന്ത്യൻ എഴുത്തുകാരൻ ആണ് ഞാനെന്നും (അതെ. ഇന്ത്യൻ എഴുത്തുകാരൻ..! ആ വിമാനത്തിൽ വച്ച് ഞാൻ മലയാളി എഴുത്തുകാരൻ എന്ന ഐഡന്റിറ്റിയിൽ നിന്നും ഇന്ത്യൻ എഴുത്തുകാരൻ എന്നതിലേക്ക് സ്വയം സ്ഥാനക്കയറ്റം നല്കി..) പ്രത്യേക ക്ഷണപ്രകാരം കറാച്ചി അന്തർ ദേശീയ സാഹിത്യോത്സവത്തിൽ പങ്കെടുക്കാൻ പോകുകയാണെന്നും അറിഞ്ഞപ്പോൾ അക്രത്തിന്റെ ബഹുമാനം ഇത്തിരി കൂടി. പക്ഷേ കറാച്ചിയിൽ അങ്ങനെ ഒരു സാഹിത്യ പരിപാടി നടക്കുന്നുണ്ടോ എന്നു മാത്രമായിരുന്നു അവന്റെ സംശയം.

അക്രം ആഹാരവും ബിയറും അവസാനിപ്പിച്ച് ടി വി യിലേക്ക് കടന്നു. ടു സ്റ്റേറ്റ്സ് എന്ന ഹിന്ദി ചിത്രമാണ് അവൻ കാണാനായി തിരഞ്ഞെടുത്തത്. അതിനിടെ ഞാൻ വിമാനത്തിൽ നടന്ന് വീക്ഷിച്ചു. ഒട്ടുമുക്കാലും ആളുകൾ നമ്മുടെ ഷാറുഖ് ഖാൻ സിനിമകൾക്ക് മുന്നിലാണ്. അത്ര കടുത്ത ഇന്ത്യൻ വിരോധികളോടൊപ്പമൊന്നുമല്ല യാത്ര എന്നത് എന്നെ തെല്ല് ആശ്വസിപ്പിച്ചു.

വീട്ടിലായാലും യാത്രയിൽ ആയാലും ടി വി എനിക്ക് അത്ര പഥ്യമല്ലാത്തതിനാൽ ഞാൻ കൈയിൽ കരുതിയിരുന്ന പെരുമാൾ മുരുകന്റെ 'One Part Woman' എന്ന പുസ്തകത്തിലേക്ക് കടന്നു. മതമൗലികവാദികളെ ചൊടിപ്പിക്കാനും അതുവഴി സ്വന്തം മരണം പ്രഖ്യാപിച്ചുകൊണ്ട് എഴുത്ത് ഉപേക്ഷിക്കാനും തക്കവണ്ണം എന്ത് പാതകമാണ് അദ്ദേഹം എഴുതിക്കൂട്ടിയിരിക്കുന്നതെന്ന് അറിയണമല്ലോ. ഇന്ത്യയിൽ ജീവിക്കാൻ

ആഗ്രഹിക്കുന്ന ഒരെഴുത്തുകാരൻ എന്ന നിലയിൽ അത് അറിഞ്ഞിരിക്കേണ്ടത് അത്യാവശ്യമാണെന്ന് തോന്നി. വരും കാലത്ത് മതമൗലിക വാദം കൂടുതൽ ശക്തിപ്പെടാനാണ് സാധ്യത എന്നതുകൊണ്ട് പ്രത്യേകിച്ചും.

കറാച്ചി, ജിന്ന അന്തർദേശീയ വിമാനത്താവളത്തിൽ നാം ഇറങ്ങാൻ പോകുന്നു എന്ന അറിയിപ്പു കേട്ടപ്പോഴാണ് പിന്നെ ഞാൻ വായനയിൽ നിന്നും ഉണരുന്നത്. ഗൾഫ് രാജ്യങ്ങളുടെ ആകാശക്കാഴ്ചകൾക്ക് സമാനമായ കുറ്റിച്ചെടികൾ നിറഞ്ഞ് വരണ്ട ഭൂപ്രദേശമാണ് വിമാനത്തിന്റെ ജാലകത്തിലൂടെ ദൃശ്യപ്പെട്ടത്. മുറിച്ചുവച്ച കേക്കിൻ കഷണങ്ങൾ പോലെ ചതുരവടിവിൽ ദേശാതിർത്തികൾ തീർക്കുന്ന നീളൻ പാതകൾ. അതും കൃത്രിമ നഗരങ്ങളായ ഗൾഫ് രാജ്യങ്ങളെ ഓർമ്മിപ്പിച്ചു. ഇന്ത്യയിലെ ഒരു നഗരത്തിന്റെ ആകാശക്കാഴ്ചയ്ക്കും അങ്ങനെ ഒരു ചതുര വടിവു കാണില്ല. സ്വാഭാവിക രീതിയിൽ വളഞ്ഞുപുളഞ്ഞു പോകുന്ന പാതകളും ഇടതൂർന്ന പച്ചക്കാടുകൾക്കിടയിലെ നീല ജലാശയങ്ങളും ക്രമരഹിതമായ ഭൂവിഭാഗങ്ങളുമാണ് നമ്മുടെ കാഴ്ച.

അതുവരെയുള്ള ആശങ്കകൾക്ക് എരിവു പകരും വിധം, അപകടം പിടിച്ച നഗരമാണ് സൂക്ഷിക്കണം എന്ന് മുന്നറിയിപ്പ് തന്നുകൊണ്ടാണ് അക്രം, വിമാനത്തിൽ വച്ച് കൈ തന്ന് പിരിയുന്നത്.

അപ്പോൾ സമയം വൈകുന്നേരം 4.30 ആയിരുന്നു. ∎

to Jinnah Internatio
Breeze
Breeze Mobile Banking

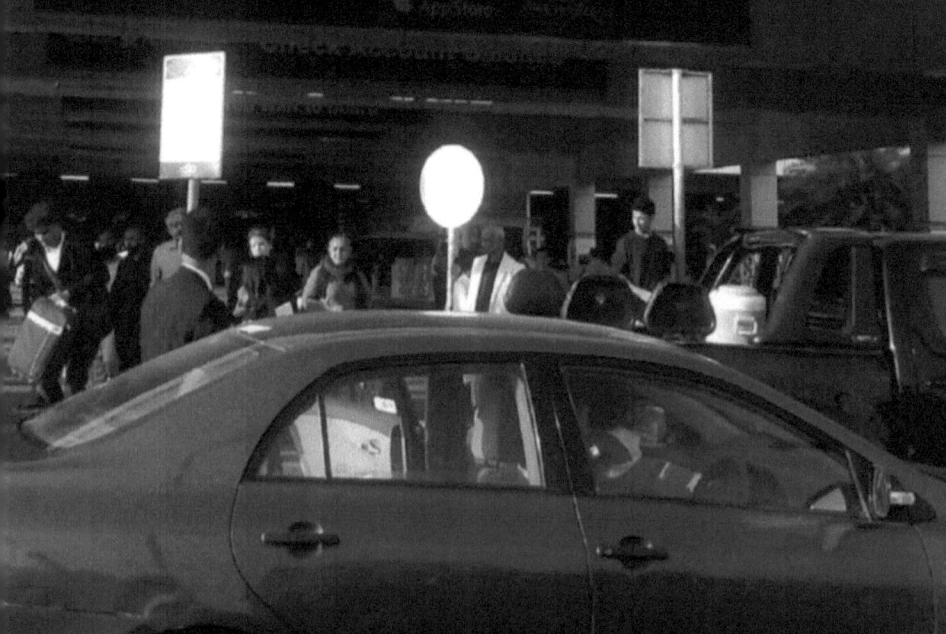

ജിന്ന അന്തർദ്ദേശീയ വിമാനത്താവളം

എന്നെ സംബന്ധിച്ചിടത്തോളം 4.30 ഒരു ചരിത്ര മുഹൂർത്തമാണ്. പണ്ട് പണ്ടൊരു നാളിൽ ഞാൻ ഗൾഫിൽ ചെന്നിറങ്ങിയ സമയമാണത്. പിന്നെ ആടുജീവിതത്തിൽ നജീബ് ചെന്നിറങ്ങിയതായി സങ്കല്പിക്കപ്പെട്ട സമയം. വിധിയുടെ കൈയിലകപ്പെട്ട് നജീബിനെ കടത്തിക്കൊണ്ടു പോകാൻ അറബി എത്തിയതുപോലെ എന്നെ തട്ടിക്കൊണ്ടു പോകാൻ ആരെങ്കിലും കറാച്ചിയിൽ കാത്തു നില്ക്കുന്നുണ്ടാവുമോ..? എളുപ്പമുള്ള ഒരപകട സാധ്യതയാണതെന്ന് അടുത്തിടെ ഒരു സുഹൃത്ത് ഓർമ്മിപ്പിച്ചു. അപരിചിതമായ ഒരു നഗരത്തിൽ നാം ചെന്നിറങ്ങുന്നു എന്നറിഞ്ഞ് ഏതെങ്കിലും ഒരു ഹോട്ടലിന്റെ പ്ലക്കാർഡുമായി ഒരാൾ കാത്തു നിന്നാൽ മാത്രം മതി. ഒരു ബലം പിടുത്തവുമില്ലാതെ നാം അവർക്കൊപ്പം വണ്ടിയിൽ കയറിപ്പോകും. ഏറെദൂരം ചെന്നതിനു ശേഷമാവും അകപ്പെട്ടിരിക്കുന്ന കെണിയെപ്പറ്റി അറിയുക തന്നെ. അങ്ങനെ ആരെങ്കിലും ഒരാൾ..? മലയാള സാഹിത്യത്തെ അഗാധമായി സ്നേഹിക്കുന്ന ഏതെങ്കിലും ഒരു ആതംഗവാദി..? ഇവനെക്കൊണ്ടുള്ള ശല്യം തീർത്തേക്കാം എന്ന് വിചാരിക്കുന്നവൻ..?

സത്യമായും ഉള്ളിലൊരു ആളൽ ഉണ്ടായിരുന്നു. അതോർത്തല്ല, എമിഗ്രേഷൻ വകുപ്പ് ശത്രു രാജ്യത്തു നിന്നെത്തിയ ഈ പുള്ളിയെ എങ്ങനെ കൈകാര്യം ചെയ്യും എന്നോർത്ത്. സ്വന്തം രാജ്യത്തിലെ പോലെ

ആടുജീവിതത്തിന്റെ ഒരു ആരാധകൻ അവിടെ കാണുമെന്ന് ആഗ്രഹിക്കുക വയ്യല്ലോ. എന്നുമാത്രമല്ല പണ്ടൊരിക്കൽ ഇസ്രായേൽ സന്ദർശിച്ച വേളയിൽ അവരുടെ എമിഗ്രേഷനിൽ നിന്നുണ്ടായ കഠിനമായ ചോദ്യം ചെയ്യൽ പ്രക്രിയ എന്റെ ഓർമ്മയിൽ ഉണ്ടായിരുന്നു താനും. ചോദിക്കാനിടയുള്ള ചോദ്യങ്ങളും അതിനുള്ള ഉത്തരങ്ങളും മനസ്സിൽ പറഞ്ഞുറപ്പിച്ചുകൊണ്ടാണ് എമിഗ്രേഷനിലേക്ക് നടന്നത്.

ജിന്ന വിമാനത്താവളം ഇത്തിരി പഴയതാണ്. അടുത്ത കാലത്തെങ്ങും പുതുക്കിപ്പണി നടന്നതിന്റെ ലക്ഷണങ്ങൾ ഒന്നുമില്ല. തിരുവനന്തപുരം വിമാനത്താവളത്തിന്റെ പഴയ ടെർമിനലിൽ ചെന്ന പ്രതീതി.. എമിഗ്രേഷനു മുൻപേ എന്റെ പേരുപതിച്ച ഒരു പ്ലക്കാർഡ് കണ്ടു. ഭാഗ്യം. പിടിച്ചിരിക്കുന്നത് ഒരു പെൺകുട്ടിയാണ്. തട്ടിക്കൊണ്ടു പോയാലും സമാധാനമുണ്ട്. ഏതെങ്കിലും ട്രാവൽ ഏജൻസികളുടെ സ്റ്റാഫ് ആയിരിക്കണം. ഇത്തരം സാഹിത്യോത്സവങ്ങൾക്കെല്ലാം ചെല്ലുമ്പോൾ അതിഥികളെ ഹോട്ടലിന്റെ വാഹനത്തിൽ കയറ്റി വിടുന്നതു വരെയുള്ള സ്വീകരണച്ചുമതല ഇതുപോലെ ഏതെങ്കിലും ഒരു ഏജൻസിക്കായിരിക്കും. അപരിചിതനഗരത്തിൽ എത്തുമ്പോൾ നമ്മെ കാത്ത് ആരെങ്കിലും ഒരാൾ ഉണ്ടെന്ന അറിവ് ഇത്തിരി ആശ്വാസമാണ്. അമേരിക്കൻ മലയാളികളുടെ ഒരു പരിപാടിക്ക് പോയപ്പോൾ മാത്രമാണ് ആതിഥേയനേയും നോക്കി മണിക്കൂറുകളോളം എയർപോർട്ടിൽ വിഷണ്ണനായി കാത്തു നില്ക്കേണ്ടി വന്നത്.

എമിഗ്രേഷനിൽ ഒട്ടും തിരക്കുണ്ടായിരുന്നില്ല. ഒട്ടും എന്നാൽ ഒട്ടും എന്നു തന്നെയാണ്. ദുബായിലെയും മുംബൈയിലെയും ദില്ലിയിലെയും എന്തിന് നമ്മുടെ നെടുമ്പാശ്ശേരിയിലെയും ആളും ബഹളവും തിരക്കും കണ്ട് ശീലമുള്ളവർക്ക് നാം എത്തപ്പെട്ടിരിക്കുന്നത് ഒരു മെട്രോനഗരത്തിലെ അന്തർദേശീയ വിമാനത്താവളത്തിൽ ആണെന്ന് വിശ്വസിക്കാനേ ആവില്ല. ഏതോ കുഗ്രാമത്തിലെ ഒരു പ്രൈവറ്റ് എയർപോർട്ടിൽ എത്തിയ പ്രതീതി. കൊളംബോയിൽ നിന്നും ധാക്കയിൽ നിന്നും മുംബൈയിൽ നിന്നും ഓരോ വിമാനങ്ങളാണ് ആകെ അവിടെ അപ്പോൾ എത്തിയിട്ടുള്ളത്. എല്ലാത്തിലും കൂടി മുന്നൂറിനും നാന്നൂറിനും ഇടയിൽ യാത്രക്കാർ കാണും. അത്രതന്നെ. ആ തിരക്കില്ലായ്മയെക്കുറിച്ച് കൂടെ നടക്കുന്ന ചുറുചുറുക്കുകാരി പെൺകുട്ടിയോട് അദ്ഭുതം പങ്കുവച്ചപ്പോൾ കറാച്ചിയിൽ ആരും തീർത്ഥാടനത്തിനും വിനോദസഞ്ചാരത്തിനും വരുന്നില്ലല്ലോ എന്നായിരുന്നു അവളുടെ കൗതുകമുള്ള മറുപടി.

പ്രതീക്ഷിച്ചതിൽ നിന്നും തീർത്തും വ്യത്യസ്തമായിരുന്നു എമിഗ്രേഷൻ ഓഫീസറുടെ പെരുമാറ്റം. അതും ഒരു സ്ത്രീ ആയിരുന്നു. യാതൊരു വിധ ചോദ്യം ചെയ്യലുകളും ഉണ്ടായില്ല. ഇരുപത്തിനാലു മണിക്കൂറുകൾക്കുള്ളിൽ അടുത്ത പൊലീസ് സ്റ്റേഷനിൽ റിപ്പോർട്ട് ചെയ്യണം എന്നുമാത്രം പറഞ്ഞു. അതിനുള്ള ഫോം അവർ തന്നെ പൂരിപ്പിച്ചു തന്നു. പേടിക്കാനൊന്നുമില്ലെന്നും അത് സ്വാഭാവികമായ ഒരു നടപടി ക്രമം മാത്രമാണെന്നും ഞങ്ങളുടെ ആളുകൾ ഇന്ത്യയിൽ

വരുമ്പോൾ ഇതേപോലെ പൊലീസ് സ്റ്റേഷനിൽ പോകേണ്ടതുള്ളതു കൊണ്ട് ഞങ്ങളും തിരിച്ച് പറയുന്നു അത്രയേയുള്ളൂ എന്നും അവർ പുഞ്ചിരിയോടെ സമാധാനിപ്പിച്ചു. എന്നെ അദ്ഭുതപ്പെടുത്തിയ ഒരു പ്രതികരണം ആയിരുന്നു അത്.

ധാക്കയിൽ നിന്നുള്ള വിമാനത്തിൽ കവയത്രിയും ഹേ ഫെസ്റ്റിവൽ ധാക്കയുടെ സ്ഥാപകയുമായ സദഫ് സാസ് സിദ്ദിഖി, നാടകപ്രവർത്ത കനായ ജമീൽ അഹമ്മദ് എന്നിവരും മുംബൈയിൽ നിന്നുള്ള വിമാന ത്തിൽ മുതിർന്ന ഇന്ത്യൻ എഴുത്തുകാരി നയൻതാര സൈഗൾ, പത്മശ്രീ ജേതാവ് റിതു മേനോൻ, ഹാർപർ കോളിൻസിന്റെ എഡിറ്റർ കാർത്തിക, ബാംഗ്ലൂരിൽ നിന്നുള്ള നിരൂപക ആർഷിയ സത്താർ, അവരുടെ ഭർത്താവ് നാടകനടനും കോളമിസ്റ്റുമായ സൻജയ് അയ്യർ, ഹൈദ്രബാദിൽ നിന്നുള്ള കവയത്രി ശ്രിദല സ്വാമി, കർണ്ണാടകയിൽ നിന്നുള്ള നോവലിസ്റ്റ് കാവേരി നമ്പീശൻ, ഇന്ത്യൻ ഇംഗ്ലീഷ് എഴുത്തുകാരി രേഷ്മ കൃഷ്ണൻ, പ്രശസ്ത പത്രപ്രവർത്തകനും കോളമിസ്റ്റുമായ ആകാർ പട്ടേൽ എന്നിവരും എത്തിയിട്ടുണ്ടായിരുന്നു. അവർക്കുവേണ്ടി എനിക്കിത്തിരി നേരം എയർപോർട്ടിൽ കാത്തിരിക്കേണ്ടി വന്നു. അല്പം കഴിഞ്ഞപ്പോൾ സദഫ് സാസും, ജമീൽ അഹമ്മദും എനിക്കൊപ്പം വന്നുകൂടി. ബംഗ്ലാദേശികൾ ഏഴുദിവസത്തിൽ അധികം തങ്ങുന്നുണ്ടെങ്കിൽ മാത്രം പോലീസിൽ റിപ്പോർട്ട് ചെയ്താൽ മതി. ഇന്ത്യക്കാർക്ക് അത് ഇരുപത്തിനാല് മണിക്കൂർ ആണ്. എന്നാൽ അറുപത് വയസ്സിനു മേൽ പ്രായമുള്ളവർക്ക് ഇളവുണ്ട്.

ആർഷിയയും ഞാനും മുൻ പരിചയക്കാരാണ്. എന്നെ കണ്ടതും അവർ ഓടിവന്ന് കെട്ടിപ്പിടിച്ചു. ഭർത്താവ് സൻജയ് അയ്യരെ പരിചയ പ്പെടുത്തി. പിന്നെ, ഇത്തരം ഫെസ്റ്റിവലുകൾക്ക് എപ്പോഴും പോകുന്നത് നോർത്ത് ഇന്ത്യൻ ലോബി ആയിരിക്കും. ഒരിക്കലും സൗത്ത് ഇന്ത്യക്കാരെ അവർ പരിഗണിക്കുക പോലുമില്ല. എന്നാൽ എന്തോ ഭാഗ്യം ഇവിടെ നമ്മൾ 'സൗത്ത് ഇന്ത്യൻ ലോബി'യുടെ ഒരു ഭൂരിപക്ഷം കാണാനുണ്ട് എന്ന് അവർ തമാശ പറഞ്ഞു. തമാശയാണെങ്കിലും അതിലൊരു സത്യ മുണ്ടായിരുന്നു.

ലണ്ടനിൽ ജനിച്ചു വളരുകയും ഇപ്പോൾ ധാക്കയിൽ താമസ മാക്കുകയും ചെയ്തിരിക്കുന്ന സദഫ് പാശ്ചാത്യരീതിയിലുള്ള വേഷ മായിരുന്നു ധരിച്ചിരുന്നത്. നല്ല നീളൻ മുടിയുടെ അഴക് അത്രയും കാണ ത്തക്കവിധത്തിൽ അവരത് വിടർത്തിയിട്ടിരിക്കുന്നു. പരിചയപ്പെടലു കൾക്കും കുശലാന്വേഷണങ്ങൾക്കും ഇടയിൽ ഒരു ഇസ്ലാമിക രാജ്യമെന്ന നിലയിൽ പാകിസ്ഥാനിൽ ശിരോവസ്ത്രം ധരിക്കേണ്ടത് ഒരു നിർബന്ധ മല്ലേ എന്ന് ഞാൻ സദഫിനോട് ചോദിച്ചു. വസ്ത്രധാരണത്തിൽ അറബ് രാജ്യങ്ങളുടെ (സൗദി ആവാം ഉദ്ദേശിക്കപ്പെട്ടത്) കാർക്കശ്യമൊന്നും പാകിസ്ഥാനിൽ ഇല്ലെന്നും അതൊക്കെ സ്വന്തം ഇഷ്ടം മാത്രമാണെന്നും അവർ മറുപടി തന്നു. അവിടെ പാകിസ്ഥാനെ സംബന്ധിച്ച് എന്റെ മറ്റൊരു ധാരണ കൂടി പൊളിയുകയായിരുന്നു. ■

FALAKNAZ HEIGHTS
پاکستان مسلم لیگ فنکشنل
PIA
PIA
شاهد سومرو ایڈووکیٹ صدر لیبر ونگ کراچی ڈویژن
MUHAMMADI

നഗരക്കാഴ്ചകൾ

ആകാർ പട്ടേലും സദഫ് സാസും ഞാനും ഒരു കാറിലാണ് ഹോട്ടലിലേക്കു പുറപ്പെട്ടത്. അത്രയും ചെറിയ നേരംകൊണ്ട് എന്നോ മുതലേ അറിയാവുന്നവർ എന്ന നിലയ്ക്ക് ഞങ്ങൾ തമ്മിൽ പരിചയക്കാർ ആയിക്കഴിഞ്ഞിരുന്നു. അക്ഷരങ്ങളുടെ ശക്തി. അല്ലാതെന്താ.. പാകിസ്ഥാനിലെ വിവിധ പത്രങ്ങളിൽ സ്ഥിരമായി കോളമെഴുതുന്ന ഒരാളെന്ന നിലയിൽ ആകാർ അതിനു മുൻപ് നിരവധി തവണ കറാച്ചിയിലും പാകിസ്ഥാനിലെ ഇതരനഗരങ്ങളിലും വന്നുപോയിട്ടുണ്ട്. ഈ നഗരങ്ങളിലെല്ലാം അദ്ദേഹത്തിനു നിരവധി സുഹൃത്തുക്കളും ഉണ്ട്. സദഫിനും ഇത് ആദ്യത്തെ കറാച്ചി യാത്രയല്ല. അതുകൊണ്ടുതന്നെ അവർക്കിരുവർക്കും എന്റെയത്ര ആകാംക്ഷയും കൗതുകവും ഇല്ല. അവർ തമ്മിൽ സാഹിത്യവും ധാക്ക ഹേ ഫെസ്റ്റിവലും കോളമെഴുത്തും കവിതയും പ്രസിദ്ധീകരണവും ഒക്കെ സംസാരിച്ചുകൊണ്ടിരുന്നപ്പോൾ ഞാൻ ഒരു പാകിസ്ഥാൻ നഗരത്തിലാണുള്ളത് എന്ന് സ്വയം വിശ്വസിക്കാനാവാതെ കറാച്ചി എന്ന നഗരം കണ്ണുതുറന്ന് കാണുകയായിരുന്നു.

എയർപോർട്ടിനു വെളിയിൽ നഗരം കൂടുതൽ നരച്ചതും പഴകിയതും ആയി കാണപ്പെട്ടു. നഗരപാതയിൽ പ്രതീക്ഷിച്ചപോലെ തിരക്കൊന്നും ഉണ്ടായിരുന്നില്ല. ഒരു ഇരുപത് വർഷം പിന്നിലുള്ള ഒരു നഗരത്തിൽ എത്തിപ്പെട്ട പ്രതീതി. ദില്ലിയിലോ മുംബൈയിലോ ചെന്നാൽ ഒറ്റനിമിഷം കൊണ്ട് ഇന്ത്യ മാറിയത്, നിമിഷംപ്രതി മാറുന്നത് നമുക്ക് കാണാൻ കഴിയും. ഇതുപക്ഷേ റോഡിനിരുവശവും മുഷിഞ്ഞ കെട്ടിടങ്ങൾ. പഴയ ടാക്സികൾ. വളരെ പരിതാപകരമായ അവസ്ഥയിലുള്ള ഓട്ടോ റിക്ഷകൾ. അതിലും പരിതാപകരമായ അവസ്ഥയിലുള്ള ബസ്സുകൾ. അതിന്റെ മുകളിൽ വരെ കയറിയിരുന്ന് യാത്രചെയ്യുന്നവർ. ചീറിപ്പായുന്ന ബൈക്കുകൾ. പിക്കപ്പിന്റെ പിന്നിലിരുന്ന് യാത്ര ചെയ്യുന്ന ദരിദ്രരായ

സ്ത്രീകൾ. നമ്മുടെ ഒമിനിയുടെയും മാരുതി 800ന്റെയും മുകളിലുള്ള പുതിയ മോഡൽ സ്വകാര്യ വാഹനങ്ങൾ പോലും റോഡിൽ അപൂർവ്വം. എങ്കിൽ പോലും ഏതോ ഒരു നോർത്തിന്ത്യൻ സിറ്റിയിൽ എത്തിപ്പെട്ടതു പോലെ ഒരടുപ്പം ആ നഗരത്തോട് തോന്നുകയും ചെയ്തു. പഴകിയ നഗരക്കാഴ്ചകളുടെ സമാനത മാത്രമല്ല അതിനു കാരണം. ആഗോള വത്കരണം ഇപ്പോൾ എല്ലാ വഴിയോരക്കാഴ്ചകളെയും ഏതാണ്ട് സമാന മാക്കിത്തീർത്തിട്ടുണ്ട്. എല്ലായിടത്തും മാക്ഡോണാൾഡ്, എല്ലായിടത്തും കെ.എഫ്.സി. എല്ലായിടത്തും വിദേശബാങ്കുകളുടെ പുതിയ ബോർഡുകൾ എല്ലായിടത്തും ഒരേതരം എയർലൈൻസ് ഓഫീസുകൾ. എല്ലായിടത്തും ഒരേതരം സിനിമാപോസ്റ്ററുകൾ. എല്ലായിടത്തും ലെയ്സിന്റെയും പെയ്ന്റിന്റെയും സോപ്പുപൊടിയുടെയും ഡയറി മിൽക്കിന്റെയും ഒരേതരം പരസ്യങ്ങൾ. ഒരു നിമിഷം നാം കറാച്ചിയിൽ അല്ല മുംബൈ നഗര ത്തിലൂടെയാണ് സഞ്ചരിക്കുന്നതെന്ന് തോന്നിപ്പോയാൽ ഒട്ടും അദ്ഭുത പ്പെടാനില്ല. ചില പരസ്യങ്ങളിലെ ചില മുഖങ്ങൾ മാറുന്നുണ്ട് എന്നു മാത്രം. പെപ്സിയുടെ പരസ്യത്തിൽ ധോണിക്കു പകരം അവിടെ ഷാഹിദ് അഫ്രീദി. ഹർബജനു പകരം സെയ്ദ് അജ്മൽ.

അതിനിടെ ചില വഴിയോരദൃശ്യങ്ങൾ കാമറയിൽ പകർത്താൻ ശ്രമിച്ച പ്പോൾ ദയവായി അത് ഉള്ളിൽ വയ്ക്കൂ എന്ന് ഞങ്ങളുടെ കാർ ഡ്രൈവർ ഫർഹാൻ പറഞ്ഞു. ഫർഹാന്റെ കുടുംബം വിഭജനകാലത്ത് രാജ സ്ഥാനിൽ നിന്ന് വന്നിട്ടുള്ളവരാണ്. അതുകൊണ്ടുതന്നെ ഇന്ത്യക്കാരായ യാത്രക്കാരോട് അവന് വല്ലാത്തൊരു ഗൃഹാതുരത്വം നിറഞ്ഞ മമത ഉണ്ടായിരുന്നു. ആ മമത പിന്നെ പലവട്ടം എനിക്ക് ആ നഗരത്തിൽ പലരിൽ നിന്നും അനുഭവിക്കാൻ യോഗമുണ്ടായി. ഏതു മെട്രോ പോലെയും കറാച്ചിയും കുടിയേറ്റക്കാരുടെ ഒരു നഗരമാണ്. അതിൽ ഇന്ത്യയിൽ വേരു ള്ളവരുടേതാവട്ടെ വളരെയേറെയാണു താനും. പ്രത്യേകിച്ച് ഗുജറാത്തി മുസ്ലീമുകൾ. അവർ അവിടെ ഒരു നിർണ്ണായക ശക്തി തന്നെയാണ്.

വിദേശികൾ നഗരത്തിന്റെ ചിത്രങ്ങൾ പകർത്തിക്കൂടാ എന്ന് നിയമം ഉണ്ടെന്നാണ് ഫർഹാന്റെ നിർദ്ദേശം കേട്ടപ്പോൾ ഞാൻ കരുതിയത്. എന്നാൽ അതങ്ങനെയല്ലെന്നും പാകിസ്ഥാനിലെ സാധാരണക്കാർക്ക് ഇന്നും സ്മാർട്ട് ഫോണുകൾ ഒരു അപൂർവ്വ വസ്തു ആണെന്നും അതുകൊണ്ടുതന്നെ മുന്തിയതരം ക്യാമറയോ ഫോണോ കണ്ടാൽ വണ്ടി തടഞ്ഞു നിറുത്തി തോക്കു ചൂണ്ടി അത് കവർന്നുകൊണ്ടു പോകുന്ന തെമ്മാടിക്കൂട്ടങ്ങൾ നഗരത്തിൽ ധാരാളമായി ഉണ്ടെന്നും പിന്നീട് ആകാർ പട്ടേൽ എനിക്ക് പറഞ്ഞു തന്നു. അത് ശരിയാണ്, ഞങ്ങൾ മിക്കപ്പോഴും രണ്ടു മൊബൈലുമായാണ് കാറുകളിൽ സഞ്ചരിക്കുന്നത്. ഒന്ന് അക്രമി കൾക്ക് കൊടുക്കാനും മറ്റേത് സംസാരിക്കാനും എന്ന് പിന്നീട് ഒരു പാകിസ്ഥാനി സുഹൃത്തും സാക്ഷ്യപ്പെടുത്തുകയുണ്ടായി.

എഴുപതുകളിലും എൺപതുകളിലും കരിം ലാല, ഹാജി മസ്താൻ, വരദരാജൻ മുതലിയാർ തുടങ്ങി ഛോട്ടാരാജനും അബു സലിമും ദാവൂദ്

ഇബ്രാഹിമിന്റെ ഡി കമ്പനിയും ഒക്കെച്ചേർന്ന ഭീകരമായ ഒരു അധോ ലോകം അടക്കിവാണ ഒരു ബോംബെ നഗരത്തിന്റെ ഓർമ്മ നമുക്കുണ്ട്. എന്നാൽ സർക്കാരിന്റെയും പോലീസിന്റെയും ധീരമായ ഇടപെടൽ മൂലം ആ ഭീഷണിയെ ഒട്ടൊക്കെ അടിച്ചമർത്താൻ നമുക്ക് കഴിഞ്ഞു. എന്നാൽ പലകാര്യത്തിലും മുംബൈയോട് താരതമ്യം ചെയ്യാവുന്ന നഗരമായ കറാച്ചിയിൽ ഇപ്പോഴും ഒരു വലിയ ഭീഷണിയായി അധോലോക സംഘ ങ്ങൾ വാഴുന്നുണ്ട്. എന്നുമാത്രമല്ല ഇവരിൽ പ്രധാനിയായ ദാവൂദ് ഇബ്രാഹിം ഇപ്പോൾ കറാച്ചിയിലുണ്ട് എന്നത് പരസ്യമായ ഒരു രഹസ്യ വുമാണല്ലോ. അയാളവിടെച്ചെന്ന് എലിവാണം വിട്ടു കളിക്കുകയൊന്നും ആയിരിക്കില്ലല്ലോ... പണി ഇതൊക്കെ തന്നെ ആവില്ലേ..? എന്നിട്ടും ഒളിച്ചും പാത്തും ഞാൻ ചില ദൃശ്യങ്ങൾ പകർത്തിക്കൊണ്ടിരുന്നു. നമുക്കുണ്ടോ ദാവൂദ് ഇബ്രാഹിമിനെയും അയാളുടെ ഡി കമ്പിനിയെയും പേടി.. വിരണ്ടുവരുന്ന ആനയുടെ മുന്നിൽ ചെന്നു നിന്ന് വീഡിയോ എടുത്ത് ഫേസ്ബുക്കിലിടുന്ന മലയാളി പാരമ്പര്യത്തിൽ നിന്നല്ലേ ഞാനും ചെല്ലുന്നത്. അതിനിടയിൽ എപ്പോഴോ ഒരു ടിപ്പു സുൽത്താൻ റോഡ് കണ്ണിൽ പെട്ടു. ങേ.. ഈ വിദ്വാൻ ഇവിടെയും എത്തിയോ എന്നാലോചിച്ച് ക്യാമറ കൈയിലെടുത്തപ്പോഴേക്കും കാർ ആ വഴി കടന്നുപോയിരുന്നു.

നേറ്റീവ് ജെട്ടി പാലത്തിനും മൗലവി തമീസുദ്ദിൻ ഖാൻ റോഡിനും ഇടയിലുള്ള മനോഹരമായ ചിർമ ക്രീക്കിനോട് ചേർന്നുകിടക്കുന്ന ലാലാസാർ പ്രദേശത്ത് സ്ഥിതി ചെയ്യുന്ന ബീച്ച് ലക്ഷ്വറി ഹോട്ടലിലാണ് ഞങ്ങളുടെ താമസം ഏർപ്പാട് ചെയ്തിരുന്നത്. അവിടെ തന്നെയായിരുന്നു കറാച്ചി സാഹിത്യോത്സവത്തിന്റെ വേദിയും. പാർസി വംശജരായ അവാരി കുടുംബത്തിന്റേതാണ് 1948ൽ സ്ഥാപിതമായ ആ ഹോട്ടൽ. ഇന്നും അത് വളരെ വൃത്തിയോടെയും വെടിപ്പോടെയും സൂക്ഷിച്ചിരിക്കുന്നു. കാല പ്പഴക്കത്തിന്റെ ജീർണ്ണിച്ച അടയാളങ്ങൾ എവിടെയും കാണാനില്ല. ഹോട്ടലിനോട് ചേർന്ന ഒരു ബംഗ്ലാവിലാണ് ഹോട്ടലിന്റെ ഇപ്പോഴത്തെ ഉടമയായ ദിൻഷാ അവാരിയും കുടുംബവും താമസിക്കുന്നത്. അതീവ സാഹിത്യതത്പരനായ ദിൻഷാ അവാരി അതിഥികളെ സ്വീകരിക്കുന്ന തിന്റെയും മറ്റ് സൗകര്യങ്ങൾ ഒരുക്കുന്നതിന്റെയും വലിയ തിരക്കുകൾ ക്കിടയിലും പല വേദികളിലെയും സാഹിത്യ ചർച്ചകൾ സഗൗരവം കേട്ടിരിക്കുന്നത് പിന്നീടുള്ള ദിവസങ്ങളിൽ ഞാൻ ശ്രദ്ധിച്ചിരുന്നു. പിന്നെ നേരിട്ട് കാണുമ്പോഴൊക്കെ അദ്ദേഹം ഓടി വന്ന് കുശലാന്വേഷണം നടത്തുകയും ഹോട്ടലിലെ സൗകര്യങ്ങളെക്കുറിച്ച് അന്വേഷിക്കുകയും ചെയ്തുകൊണ്ടിരുന്നു. എന്നുമാത്രമല്ല പരിപാടികൾ അവസാനിക്കു ന്നതിനു മുൻപ് ഒരു ദിവസം 'goat days'ന്റെ ഒരു കോപ്പിയുമായി എന്നെ വന്നു കാണുകയും അവാരി കുടുംബത്തിനുവേണ്ടി അതിൽ എന്റെ കയ്യൊപ്പ് ചാർത്തി വാങ്ങുകയും ചെയ്തു. ബിസിനസ് എങ്ങനെ നടത്തണ മെന്ന് പാർസികളെ ആരും പഠിപ്പിക്കേണ്ടതില്ലല്ലോ. ഇന്ത്യയിൽ ആയാലും അങ്ങ് പാകിസ്ഥാനിൽ ആയാലും.. ■

പിടികിട്ടാപ്പുള്ളി

ഒരു ഇന്ത്യക്കാരന് ഇത്തിരി അലോസരമുണ്ടാക്കുന്ന ഒരു ദിവസമാണ് ഞാൻ പാകിസ്ഥാനിൽ ചെന്നിറങ്ങുന്നത്. ഫെബ്രുവരി 5. അന്ന് പാകിസ്ഥാനിൽ പൊതു അവധിയാണ്. അതല്ല അതിന്റെ കാരണമാണ് നമുക്ക് അലോസരമുണ്ടാക്കുന്നത്. അന്ന് അവർ, കാശ്മീർ ഐക്യദാർഢ്യ ദിനമായി കൊണ്ടാടുന്നു. ഇന്ത്യൻ അധിനിവേശ കാശ്മീരിലെ സഹോദരങ്ങളുടെ സ്വാതന്ത്ര്യപോരാട്ടങ്ങൾക്ക് ഐക്യദാർഢ്യം പ്രഖ്യാപിക്കുന്നതിനും അതിനിടയിൽ കൊല്ലപ്പെട്ട രക്തസാക്ഷികളോടുള്ള ആദരസൂചകമായിട്ടുമാണ് അവധി പ്രഖ്യാപിച്ചിട്ടുള്ളത്. അതിന്റെ ഭാഗമായി നഗരത്തിന്റെ വിവിധ ഭാഗങ്ങളിൽ വിവിധ രാഷ്ട്രീയ കക്ഷികളുടെ നേതൃത്വത്തിൽ വലിയ റാലികളും സമ്മേളനങ്ങളും സംഘടിപ്പിച്ചിട്ടുണ്ടായിരുന്നു. അതിന്റെ ചിത്രങ്ങളും ഇന്ത്യയേയും ഇന്ത്യൻ ഭരണകൂടത്തെയും പട്ടാളത്തെയും ക്രൂരമായി ഭർത്സിച്ചുകൊണ്ടുള്ള രാഷ്ട്രീയ നേതാക്കളുടെ പ്രസംഗവും പ്രസ്താവനകളും ഒക്കെ പിറ്റേന്നത്തെ എല്ലാ പത്രങ്ങളുടെയും വലിയ തലക്കെട്ടുകൾ ആയിരുന്നു. അതിൽ ഏറ്റവും പ്രധാനപ്പെട്ടതായി തോന്നിയത് ഹിസ്ബുൾ മുജാഹുദ്ദിന്റെ സുപ്രിം

OXFORD
UNIVERSITY PRESS
6TH
KARACHI
کراچی
LITERATURE
FESTIVAL
www.karachiliteraturefestival.org

കമാണ്ടർ സയ്യദ് സലാഹുദ്ദിൻ ഒരു പൊതുറാലിയെ അഭിസംബോധന ചെയ്യുന്ന ചിത്രമായിരുന്നു. ഇന്ത്യ പിടികിട്ടാപ്പുള്ളിയായി പ്രഖ്യാപിക്കുകയും വിട്ടുകിട്ടണമെന്ന് ഏറെക്കാലമായി പാകിസ്ഥാനോട് ആവശ്യപ്പെടുന്ന വ്യക്തിയുമാണ് സയ്യദ് സലാഹുദ്ദിൻ. ഇന്ത്യ, രാഷ്ട്രീയ കുറ്റവാളികളായും തീവ്രവാദികളായും കരുതുന്നവർ എത്ര സ്വാതന്ത്ര്യത്തോടെ പാകിസ്ഥാനിൽ വിഹരിക്കുന്നു എന്നതിന്റെ ഉത്തമോദാഹരണമായിരുന്നു അത്.

ഇന്ത്യ ഉള്ളതുകൊണ്ടാണ് പാകിസ്ഥാനിലെ രാഷ്ട്രീയ കക്ഷികളും പട്ടാളവും കഞ്ഞി കുടിച്ചു പോകുന്നത് എന്ന വിരുദ്ധോക്തി നിറഞ്ഞ തമാശയെ സാധൂകരിക്കുന്നതായിരുന്നു അന്നത്തെ പത്ര പ്രസ്താവനകൾ അത്രയും. നമ്മുടെ ഭാഗത്തു നിന്നു നോക്കിയാൽ ശുദ്ധ അസംബന്ധം. അവരുടെ ഭാഗത്തു നിന്നു നോക്കിയാൽ തികഞ്ഞ ആവശ്യം. തങ്ങളുടെ രാജ്യത്തെ കൊന്നുതിന്നാൻ കാത്തിരിക്കുന്ന ഇന്ത്യ എന്ന ഭീകരനെ കാണിച്ചാണ് പാകിസ്ഥാൻ പട്ടാളവും രാഷ്ട്രീയവും പാവം ജനങ്ങളെ പറ്റിക്കുന്നത്. അഴിമതി മുതൽ സ്വജന പക്ഷപാതം വരെയുള്ള സർവ്വ തെമ്മാടിത്തരങ്ങളും മറച്ചുപിടിക്കാനുള്ള ആയുധമാണ് അവർക്ക് ഇന്ത്യയും കാശ്മീരും. അതുകൊണ്ടുതന്നെ ആ പ്രശ്നം എന്നെങ്കിലും പരിഹരിക്കാൻ ഇന്ത്യയിലെ പോലെ പാകിസ്ഥാനിലെയും ഒരു രാഷ്ട്രീയ കക്ഷിയും ആത്മാർത്ഥമായി ആഗ്രഹിക്കുന്നില്ല.

പിറ്റേ ദിവസമേ സാഹിത്യോത്സവം ആരംഭിക്കൂ എന്നതിനാലും പുറത്തുപോകാൻ വഴികൾ ഒന്നുമില്ലാത്തതിനാലും അന്നു ബാൽക്കണി യിലിരുന്ന് വിദൂരനഗരക്കാഴ്ചകൾ കണ്ടും പുസ്തകം വായിച്ചും ഞാൻ സമയം നീക്കി. ക്രീക്കിലെ തെങ്ങുകളും അകലെയുള്ള പച്ചിലപ്പൊന്തകളും മനോഹരമായ ഒരു ആലപ്പുഴക്കാഴ്ചയാണ് ഓർമ്മയിൽ എത്തിച്ചത്. നേറ്റീവ് ജെട്ടി പാലവും അതിനു മുകളിൽ വട്ടമിട്ടു പറക്കുന്ന ആയിര ക്കണക്കിനു കൊറ്റികളും ഓർഹൻ പാമുകിന്റെ നോവലുകളിൽ സ്ഥിരമായി കടന്നുവരുന്ന ഇസ്താംബൂളിലെ ബോണിഫസ് പാലത്തെ ഓർമ്മയിൽ കൊണ്ടുവന്നു. അതിനുമപ്പുറം അങ്ങകലെ വളരെ അവ്യക്തമായി കറാച്ചി തുറമുഖവും അവിടെ നങ്കൂരമിട്ടിരിക്കുന്ന കപ്പലുകളും അവിടുത്തെ പടുകൂറ്റൻ ക്രെയിനുകളും കാണാം.

കറാച്ചിയുടേതുമാത്രമല്ല, പാകിസ്ഥാന്റെ തന്നെ ലോകത്തിലേക്കുള്ള വാതിലാണ് ആ തുറമുഖം. രണ്ട് വാർഫുകൾ, മുപ്പത് ബർത്തുകൾ, പതിനൊന്ന് കിലോമീറ്റർ ദൂരമുള്ള ഹാർബർ, പ്രതിവർഷം ഇരുപത്തിയഞ്ച് മില്യൺ മെട്രിക് ടൺ കടത്തുശേഷി. തെക്കനേഷ്യയിലെ ഏറ്റവും വലുതും ഏറ്റവും തിരക്കേറിയതുമാണ് കറാച്ചി തുറമുഖം. ഇതിൽ നിന്നും വെറും അൻപതു കിലോമീറ്റർ മാത്രം മാറിയാണ് 1980ൽ സ്ഥാപിതമായ പോർട്ട് ഖാസിം സ്ഥിതിചെയ്യുന്നത്. അത് വലുപ്പത്തിൽ രണ്ടാമത്തേതാണ്.

ഞങ്ങൾ ഹോട്ടലിലേക്കു വരുന്ന വഴി ഈ പോർട്ടിൽ നിന്നുള്ള കണ്ടെയ്നറുകളുടെ നിണ്ട നിര കിലോമീറ്ററുകളോളം ദൂരത്തിൽ കാണാമായിരുന്നു. ഈ രണ്ടു തുറമുറമുഖങ്ങളും ചേർന്നാണ് പാകിസ്ഥാനിലേക്കും മറ്റ് മദ്ധ്യ ഏഷ്യൻ രാജ്യങ്ങളിലേക്കുമുള്ള തൊണ്ണൂറു ശതമാനം ചരക്കു നീക്കങ്ങളും നിർവ്വഹിക്കുന്നത്. അതുകൊണ്ടു തന്നെയാണ് നമുക്ക് മുംബൈ എന്താണോ, അതിനേക്കാൾ പാകിസ്ഥാന് കറാച്ചി പ്രധാനപ്പെട്ടതായിരിക്കുന്നത്. 1960ൽ ഇസ്ലാമാബാദിലേക്ക് മാറ്റുന്നതുവരെയും കറാച്ചി ആയിരുന്നല്ലോ പാകിസ്ഥാന്റെ തലസ്ഥാനവും.

വായനയിൽ മുഷിഞ്ഞപ്പോൾ ഹോട്ടൽ പരിസരം ചുറ്റിനടന്നു കാണാൻ തീരുമാനിച്ചു. ക്രീക്കിനോടു ചേർന്ന വിശാലമായ മുറ്റത്ത് സമ്മേളനത്തിന്റെ പ്രധാനവേദി ഒരുക്കുന്നതിന്റെ അവസാന പണികൾ തകൃതിയായി നടക്കുന്നു. ഫെസ്റ്റിവലിന്റെ പടുകൂറ്റൻ ബോർഡുകൾ സ്ഥാപിക്കുന്നു. ഗേറ്റിൽ സെക്യൂരിറ്റി ചെക്കപ്പിനു വേണ്ടി അധിക മെറ്റൽ ഡിറ്റക്ടറുകൾ സ്ഥാപിക്കുന്നു. ലൈവ് ടെലികാസ്റ്റിനുവേണ്ടിയുള്ള വലിയ എൽ.ഇ.ഡി സ്ക്രീനുകളിൽ ക്യാമറ ടെസ്റ്റ് നടത്തുന്നു. ഫുഡ് കോർട്ടിനു വേണ്ടി പുതിയ ടെന്റുകൾ ഉയർത്തുന്നു. കസേരകളിൽ വെള്ളവിരിപ്പിട്ട് പ്രൗഢമാക്കുന്നു. റിസപ്ഷനിൽ എഴുത്തുകാരുടെ പുതിയ കൂട്ടങ്ങൾ വന്നിറങ്ങുന്നു. മുൻ പരിചയക്കാർ തമ്മിൽ കുശലങ്ങൾ പങ്കുവയ്ക്കുന്നു. പ്രൈവറ്റ് സെക്യൂരിറ്റി കമ്പനിയുടെ ഉദ്യോഗസ്ഥർ പിറ്റേന്നത്തെ സുരക്ഷാ ക്രമീകരണങ്ങൾ ചർച്ച ചെയ്യുന്നു. വിവിധ പ്രസാധകർ പുസ്തകങ്ങൾ കൊണ്ടിറക്കുകയും അവ സ്റ്റാളുകളിൽ ക്രമീകരിക്കുകയും ചെയ്യുന്നു. എല്ലാം സാഹിത്യത്തിനുവേണ്ടി പുസ്തകത്തിനുവേണ്ടി വായനക്കാർക്കു വേണ്ടി എന്ന ചിന്ത എന്നെ വല്ലാതെ ആഹ്ലാദചിത്തനാക്കുന്നു. അരികു ചേർന്ന് ഒഴുകിയിരുന്ന സാഹിത്യം, പാർശ്വവത്കരിക്കപ്പെട്ടിരുന്ന സാഹിത്യം അഭിമാനത്തോടെ പൊതുവേദിയിലേക്ക് കടന്നിരിക്കുന്നതിന്റെ ആഹ്ലാദമായിരുന്നു അത്. അതിന്റെ ഭാഗമാകാൻ ക്ഷണിക്കപ്പെട്ടതിൽ ഒരഭിമാനവും തോന്നി. അതേ സമയം തന്നെ ഇത്രയധികം വായനക്കാർ ഉള്ള, അക്ഷരപ്രേമികൾ ഉള്ള, സാക്ഷരതയുള്ള കേരളത്തിൽ എന്തു കൊണ്ട് നമുക്ക് ഇത്തരത്തിൽ സാഹിത്യത്തിനുവേണ്ടി ഒരു വലിയ ഉത്സവം സംഘടിപ്പിക്കാൻ കഴിയുന്നില്ല എന്നൊരു ഖേദവും എന്നെ ബാധിച്ചു. ഇതേ മാതൃക പിന്തുടരാൻ ശ്രമിച്ച തിരുവനന്തപുരം ഹേ ഫെസ്റ്റിവൽ, കോവളം സാഹിത്യോത്സവം എന്നിവ തുടർന്നു കൊണ്ടു പോകാൻ കഴിയാതിരുന്നത് എന്തുകൊണ്ട് എന്നും നാം അന്വേഷിക്കേണ്ടതുണ്ട് എന്നും തോന്നി. ■

CHAPLI
KEBAB HOUSE

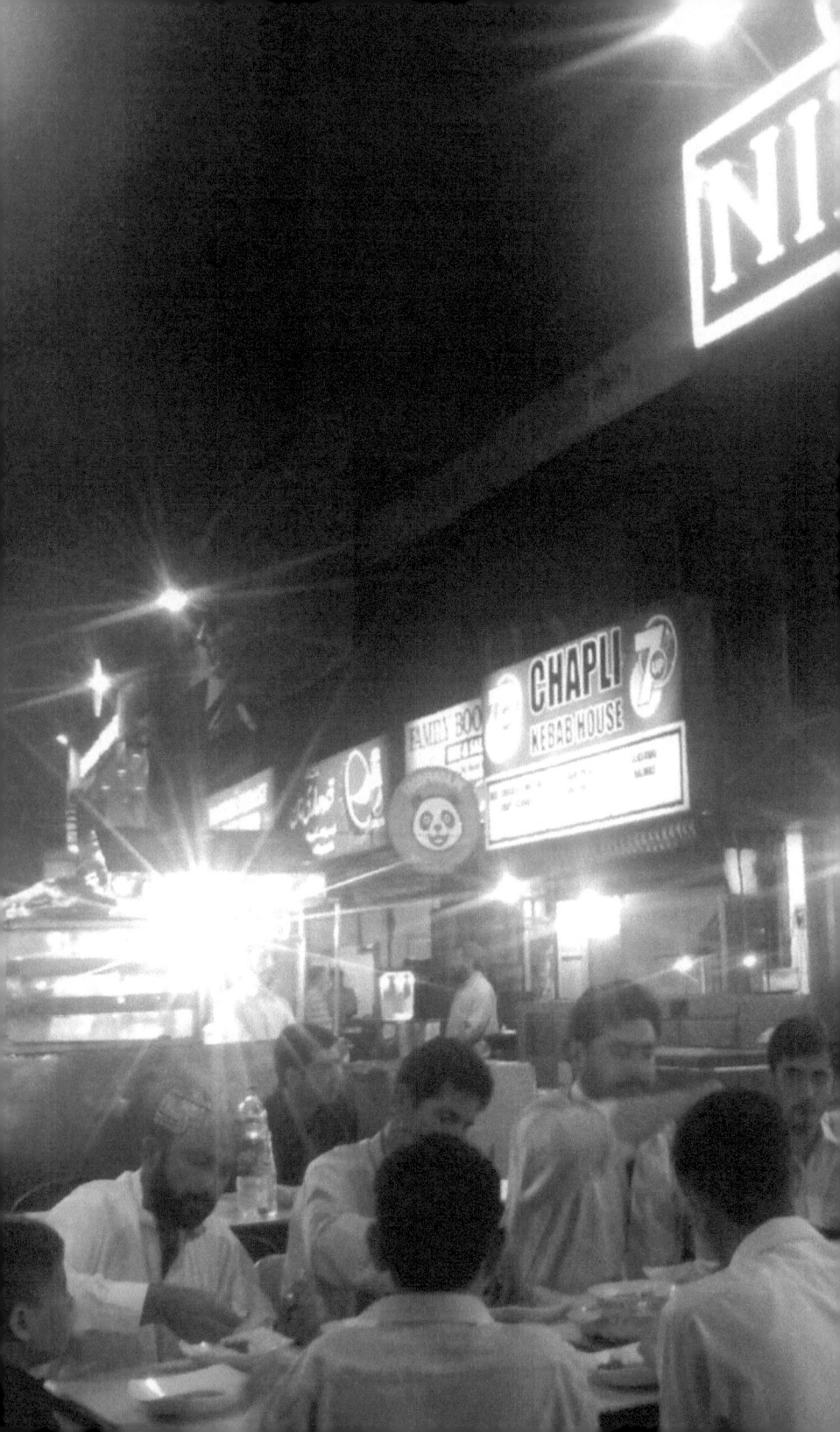

പാകിസ്ഥാനിലെ ബിയർ

ഉത്സവത്തലേന്ന് അമ്പലപ്പറമ്പിൽ കറങ്ങി നടക്കുന്ന ആഹ്ലാദത്തോടെ ഹോട്ടൽ മുറ്റത്ത് ചുറ്റിനടക്കുന്ന തിനിടെയാണ് കാണാതെപോയ കുട്ടിയെ അന്വേഷിച്ച് രക്ഷിതാക്കൾ എത്തുന്നതുപോലെ ആകാർ പട്ടേൽ എന്നെ തേടി വരുന്നത്. ഹോട്ടലിന്റെ അഞ്ചാം നില യിൽ എന്റെ തൊട്ടടുത്ത മുറിയിലാണ് ആകാറിന്റെ താമസം. എന്നെ അവിടെ നോക്കിയിട്ട് കാണാതെ തേടിയിറങ്ങിയതാണ്. വാ നമുക്കൊരു ബിയർ കഴിക്കാം. മറ്റ് മുന്നുരകൾ ഒന്നുമില്ലതെ ആകാർ പറഞ്ഞു. പാകിസ്ഥാനിൽ ബിയറോ..? ഒരു നിമിഷ ത്തേക്ക് ഞാനൊന്നന്തിച്ചു നിന്നു. ചിരിച്ചുകൊണ്ട് ആകാർ എന്നെ സ്വന്തം മുറിയിലേക്ക് കൂട്ടിക്കൊണ്ടു പോയി. പാകിസ്ഥാനിൽ മദ്യം നിരോധിച്ചിട്ടില്ല. എല്ലാ മുന്തിയ ഹോട്ടലുകളിലും റസ്റ്റോറന്റുകളിലും മദ്യം ലഭിക്കും. മാസത്തിൽ നൂറു ബിയർ അഞ്ച് ബോട്ടിൽ എന്ന ക്രമത്തിൽ പുറത്തും സാധനം വാങ്ങാൻ കിട്ടും. കറാച്ചി സിറ്റിയിൽ മാത്രം അറുപത് ഔദ്യോഗിക വില്പനകേന്ദ്രങ്ങളുണ്ട്. മുസ്ലീങ്ങൾ അത് വാങ്ങാനും ഉപയോഗിക്കാനും പാടില്ല എന്നു മാത്രം. രാജ്യത്ത് തൊണ്ണൂറ്റിയേഴ് ശതമാനവും മുസ്ലിങ്ങൾ ആയതു കൊണ്ട് ബാക്കി മൂന്നു ശതമാനത്തിനും പിന്നെ വിരുന്നിനെത്തുന്ന വിദേശികൾക്കും വേണ്ടിയുള്ള ഒരു സൗജന്യമായി നമുക്കതിനെ കണക്കാക്കാം. 'ഒരു മതരാജ്യത്തിലെ ഈ കറാച്ചിയിൽ കിട്ടും എന്നാൽ മതേതര രാജ്യത്തിൽ പെട്ട എന്റെ സ്വന്തം സ്ഥലമായ

ഗുജറാത്തിൽ കിട്ടില്ല എന്തൊരു വിരോധാഭാസം' എന്ന് ആകാർ സഹതപിച്ചു. ബലാത്സംഗം നടക്കുന്നു എന്ന കാരണത്താൽ ലൈംഗിക ബന്ധങ്ങൾ നിരോധിക്കുന്നതുപോലെ ഒരു മണ്ടത്തരം എന്ന് തോന്നുന്നു.

റാവൽപിണ്ടിയിൽ നിർമ്മിക്കുന്ന പാകിസ്ഥാന്റെ സ്വന്തം മാരി ബിയർ ആയിരുന്നു ആകാർ എനിക്കുവേണ്ടി ഫ്രിഡ്ജിൽ കരുതിയിരുന്നത്. ചേരയെ തിന്നുന്ന നാട്ടിൽ നടുത്തുണ്ടം എന്നാണല്ലോ ചൊല്ല്. രുചിക്കുമ്പോൾ പാകിസ്ഥാൻ രുചി തന്നെ ആയിക്കോട്ടേ. അതിൽ ഓരോന്ന് എടുത്തുകൊണ്ട് ഞങ്ങൾ എഴുത്തിനെക്കുറിച്ച് പ്രത്യേകിച്ച് പത്രങ്ങൾക്കു വേണ്ടിയുള്ള കോളമെഴുത്തിനെക്കുറിച്ച് ചിലതൊക്കെ സംസാരിച്ചു കൊണ്ടിരുന്നു. ഇന്ത്യയിലെ നാലു പത്രങ്ങൾക്കു പുറമെ പാകിസ്ഥാനിൽ നിന്നുള്ള രണ്ട് പത്രങ്ങൾക്കുവേണ്ടിയും ആകാർ 98 മുതൽ സ്ഥിരമായി കോളം എഴുതുന്നുണ്ട്. അതുകൊണ്ടുതന്നെ പലപ്രാവശ്യം പാകിസ്ഥാനിൽ വന്നുപോയിട്ടുണ്ട്. കോളമെഴുത്തിനു അവരുടെ പണം പറ്റുന്നുമുണ്ട്. എന്നാൽ ഒരിക്കൽ പോലും ഇന്ത്യൻ പൊലീസിൽ നിന്നോ രഹസ്യാന്വേഷണ വകുപ്പിൽ നിന്നോ ഒരു ചോദ്യം ചെയ്യലിനു പോലും വിധേയനാകേണ്ടി വന്നിട്ടില്ല എന്ന് ആകാർ സാക്ഷ്യപ്പെടുത്തി. അത് താങ്കളുടെ പേര് ആകാർ പട്ടേൽ എന്നായതുകൊണ്ടാണെന്നും അഹമ്മദ് പട്ടേൽ എന്നായിരുന്നു എങ്കിൽ കാണാമായിരുന്നു എന്നും ഞാൻ ഗൗരവമായി ഒരു തമാശപറഞ്ഞു. എല്ലാ തമാശകൾക്കു പിന്നിലും ചില ദുസ്സൂചനകൾ ഒളിച്ചു കിടക്കുന്നുണ്ടല്ലോ.

സത്യത്തിൽ ആ സംസാരം എത്തിയ വഴി കോളമെഴുത്ത് മാത്രമായിരുന്നില്ല, പാകിസ്ഥാനിൽ വിമാനം ഇറങ്ങിയപ്പോൾ മാത്രം മനസ്സിലാക്കിയ ചില കാര്യങ്ങളുണ്ട്. നമ്മുടെ രാജ്യത്തെ ടെലികോം കമ്പനികൾക്കൊന്നും പാകിസ്ഥാനിൽ റോമിംഗ് സർവ്വീസ് ഇല്ല. അതായത് കറാച്ചിയിൽ ഇറങ്ങിയതോടെ താങ്കളുടെ മൊബൈൽ മരിച്ചിരിക്കുന്നു എന്നുസാരം. അതുപോലെ നമ്മുടെ ഒരു ക്രെഡിറ്റ് കാർഡും അവിടെ സ്വീകാര്യമല്ല. എ.ടി.എം. കാർഡിന്റെ കാര്യം പിന്നെ പറയാനില്ലല്ലോ. ലോകവുമായുള്ള താങ്കളുടെ ബന്ധം തത്ക്കാലം വിച്ഛേദിക്കപ്പെട്ടിരിക്കുന്നു. അതറിയാവുന്ന ഫെസ്റ്റിവൽ അധികാരികൾ എല്ലാ ഇന്ത്യൻ അതിഥികൾക്കും ഓരോ മൊബൈലും സിമും നല്കിയിരുന്നു. എന്നാൽ ആ മൊബൈൽ നിന്നു പോലും ഇന്ത്യയിലേക്ക് ഒന്ന് വിളിക്കാൻ എനിക്കൊരു ഭയം. വിളി ലഭിക്കുന്ന പാവത്തിനെ പിറ്റേന്ന് കാലത്ത് റോയുടെയും സിബിഐയുടെയോ ഉദ്യോഗസ്ഥർ തേടി ചെല്ലുമോ എന്നൊരാശങ്ക. അങ്ങനെയൊക്കെയാണല്ലോ നാം ധരിച്ചു വച്ചിരിക്കുന്നത്. അതു പങ്കുവച്ചപ്പോഴാണ് ആകാർ തന്റെ അനുഭവം പറഞ്ഞത്.

രാഷ്ട്രീയം വരച്ച രാജ്യാതിർത്തികൾ മൊബൈൽ സിഗ്നലുകളെ തടയുമ്പോൾ അതിനെയെല്ലാം അപ്രസക്തമാക്കിക്കൊണ്ട് സൈബർ

ലോകം പുതിയ രാജ്യങ്ങൾ സൃഷ്ടിക്കുകയാണ്. അതിന്റെ ശക്തി മനസ്സിലാവുന്നത് പാകിസ്ഥാനിൽ ചെന്നപ്പോഴാണ്. ഒരു മൊബൈലും കിട്ടില്ലെങ്കിലും ഹോട്ടലിലെ വൈഫൈയുടെ ബലത്തിൽ അവിടെ നമുക്ക് ഫേസ്ബുക്കും വാട്സ് ആപ്പും കിട്ടുന്നുണ്ടായിരുന്നു. ലോകത്ത് എവിടെയുമുള്ള ആരുമായും നമുക്ക് ആ വഴി ബന്ധപ്പെടാം. ഒരു രാജ്യാതിർത്തിയും അതിനു ബാധകമല്ലായിരുന്നു. ഇന്ന് ലോകത്തിലെ ഏറ്റവും വലിയ രാജ്യം ഫേസ്ബുക്കാണ് എന്ന് പറയുന്നത് അക്ഷാർത്ഥത്തിൽ ശരിയാണെന്ന് തോന്നുന്നത് ഇത്തരം ചില നിമിഷങ്ങളിലാണ്.

വർത്തമാനം ബിയർ വഴി ആഹാരത്തിലെത്തിയപ്പോൾ ഞാൻ ആകാറിനോട് ഒരു ദുരാഗ്രഹം പങ്കുവച്ചു. രാത്രി ഭക്ഷണം നമുക്ക് പുറത്തുനിന്നു കഴിക്കണം. ഈ ഹോട്ടലിനുള്ളിൽ നാം തടവിലാക്കപ്പെട്ട പോലെ അനുഭവപ്പെടുന്നു. കേട്ട വഴി ആകാർ റെഡി. അദ്ദേഹം അപ്പോൾ തന്നെ തന്റെ ദീർഘകാല സുഹൃത്തും എക്സ്പ്രസ് ട്രിബ്യൂൺ പത്രത്തിന്റെ ഒപ്പീനിയൻ എഡിറ്ററുമായ ഒമർ ഖുറൈഷിയെ വിളിക്കുകയും ഞങ്ങൾ രണ്ട് ഇന്ത്യൻ തടവുകാർക്ക് പുറത്തു പോയി ആഹാരം കഴിക്കാൻ മോഹം വരുന്നു എന്നറിയിക്കുകയും ചെയ്തു. അടുത്ത അര മണിക്കൂറിനകം അദ്ദേഹം ഞങ്ങളുടെ ഹോട്ടൽ മുറിയിൽ ഹാജരായി.

കറാച്ചിക്ക് പുറപ്പെടുമ്പോൾ പ്രിയപ്പെട്ടവർ എനിക്കു നല്കിയ 'സൂക്ഷിക്കണേ' എന്ന ഉപദേശം കാതിൽ വന്നു മുഴങ്ങുന്നുണ്ടായിരുന്നെങ്കിലും, തമിഴ്നാട്ടിലെ പഠനകാലത്ത് ഹോസ്റ്റലിന്റെ മതിലുചാടി ഊത്തപ്പവും ബുൾസ് ഐയും കഴിക്കാൻ പോയിരുന്ന അതേ യൗവ്വനാവേശത്തോടെ, ഞങ്ങൾ ആ രാത്രി ഹോട്ടൽ വിട്ട് പുറത്തുപോയി. ■

പ്രകാശങ്ങളുടെ നഗരം

പാരീസിനെന്നതുപോലെ കറാച്ചിക്കും പ്രകാശങ്ങളുടെ നഗരം എന്നൊരു വിളിപ്പേരുണ്ട്. അക്രമത്തിനും സംഘർഷ ത്തിനും ഗുണ്ടാസംഘങ്ങൾക്കും തീവ്രവാദികൾക്കും നടുവിലും ഉറങ്ങാത്ത രാവുകളാണ് അതിന് അങ്ങനെ ഒരു പേരു സമ്പാദിച്ചു കൊടുത്തത്. പുലരുവോളം തുറന്നിരി ക്കുന്ന ആഹാരശാലകളും അതിനു മുന്നിൽ വെടിവട്ടം പറഞ്ഞിരിക്കുന്ന സാധാരണക്കാരും കറാച്ചിക്ക് ഒരു പുതുമ യല്ല. അങ്ങനെയൊരു തെരുവു ഭക്ഷണശാലയിലേക്കാണ് ഒമർ ഖുറൈഷി ഞങ്ങളെ ആ രാത്രി കൂട്ടിക്കൊണ്ടു പോയത്. അറബ് ദേശങ്ങളിലേതു മാതിരി നടപ്പാതകളി ലേക്ക് ഇറക്കിയിട്ടിരുന്ന കസേരകളിലും ബഞ്ചുകളിലും നൂറുകണക്കു ആളുകൾ ഇടം പിടിച്ചിരിക്കുന്നു. അവരിൽ സ്ത്രീകളും കുട്ടികളും കുടുംബങ്ങളും ഉണ്ട്. കൂട്ടമായും കുടുംബമായും അവർ പിന്നെയും എത്തിക്കൊണ്ടേ യിരിക്കുന്നു. ഇടത്തരക്കാരും സാധാരണക്കാരുമാണ് അവരിൽ ഭൂരിപക്ഷവും. അവർ ഉച്ചത്തിൽ വർത്തമാനം പറയുകയും ഹുക്ക വലിക്കുകയും റൊട്ടിയും മട്ടനും കഴി ക്കുകയും ശീതളപാനീയങ്ങൾ കുടിക്കുകയും ചെയ്യുന്നു. അടുത്ത നിമിഷം നമുക്കിടയിലേക്ക് ഒരു ചാവേറോ അക്രമിയോ കടന്നു വന്നേക്കാമെന്നോ ഒരു സ്ഫോടനമോ വെടിവയ്പ്പോ നടന്നേക്കുമെന്നോ ഒന്നും അവർ ആലോചി ക്കുന്നു പോലുമില്ലെന്ന് തോന്നി. അവർ ജീവിതം ആസ്വദി ക്കുകയാണ്. അല്ലെങ്കിലും അകലെ നിന്നു കാണുന്നവർ ക്കാണല്ലോ എപ്പോഴും ഭീതി. അനുഭവിക്കുന്നവന് അത് എപ്പോഴെങ്കിലും ഒരിക്കൽ സംഭവിക്കാവുന്ന ഒരു സാധ്യത മാത്രമായിരിക്കും. തിരുവിതാംകൂറുകാരൻ കണ്ണൂരിനെ ക്കുറിച്ചും മലയാളി മുംബൈയെക്കുറിച്ചും അറബി ഇന്ത്യയെ ക്കുറിച്ചും അമേരിക്കക്കാരൻ അറബ് ദേശത്തെക്കുറിച്ചും യൂറോപ്യൻ ലാറ്റിനമേരിക്കയെക്കുറിച്ചും ഭീതിപ്പെടുന്നതു

പോലെ ഒരു പേടി മാത്രമാണ് നമുക്ക് പാകിസ്ഥാൻ എന്നു കേൾക്കുമ്പോഴും ഉണ്ടാവുന്നത്. അവിടെയും മനുഷ്യർ ജീവിക്കുന്നുണ്ട്. അവരും സമാധാനവും ആഹ്ലാദങ്ങളും ആഗ്രഹിക്കുന്ന സാധാരണക്കാരാണ്. വിധിയും ചരിത്രവും മതവും രാഷ്ട്രീയവും ഒക്കെ ചേർന്ന് അവരുടെ ജീവിതങ്ങളെ ചിലപ്പോഴൊക്കെ കലക്കി കളയുന്നുണ്ട് എന്നു മാത്രം. അങ്ങനെ പേടിക്കാനാണെങ്കിൽ ഇന്ന് ലോകത്തിലെ ഏത് നഗരത്തിനാണ് സുരക്ഷിതത്വമുള്ളത്, ഏതു തെരുവിലൂടെയാണ് നിങ്ങൾക്ക് പേടിയില്ലാതെ നടക്കാനാവുക എന്ന് ഒമർ ചോദിച്ചു.

അതേപ്പറ്റിയല്ല ഞാൻ ആലോചിച്ചത്. രാത്രി ജീവിതം ആസ്വദിക്കാൻ ഭാഗ്യമുള്ള ജനവിഭാഗങ്ങളെക്കുറിച്ചാണ്. അറബ് ദേശത്ത് ഞാൻ ഏറ്റവും

അധികം ആസ്വദിച്ചത് അത്തരം രാത്രികളാണ്. നമ്മൾ മലയാളികൾ മാത്ര മെന്തേ ഇങ്ങനെ ഏഴുമണിക്ക് വാതിൽ പൂട്ടി ടിവിക്കു മുന്നിൽ ചടഞ്ഞു കൂടുന്നവർ ആയിപ്പോയി. എന്നാണ് നമുക്ക് കുടുംബത്തോടൊപ്പം ഒന്നി ച്ചിരുന്ന് രാത്രിജീവിതത്തിന്റെ മനോഹാരിത ഒന്ന് ആസ്വദിക്കാനാവുക..?!

ബഹ്റൈനിൽ ആയിരുന്നപ്പോഴൊക്കെ മനാമയിലുള്ള ലാഹോർ റെസ്റ്ററന്റ് എന്റെയൊരു സ്ഥിരം സങ്കേതമായിരുന്നതുകൊണ്ട് പാകി സ്ഥാനി ഭക്ഷണത്തിന്റെ രുചിയെപ്പറ്റി എനിക്കാരും പറഞ്ഞു തരേണ്ട തുണ്ടായിരുന്നതില്ല. റൊട്ടിയും കബാബും ഹമൂസും മട്ടൻ മസാലയും സൂപ്പും പാകിസ്ഥാനി ശീതളപാനിയമായ അമറാത്ത് കോളയും ഒക്കെ അടങ്ങുന്ന ഒരു അറബി പാകിസ്ഥാനി മിക്സ് ആയിരുന്നു ആ രാത്രി ഞങ്ങളുടെ വഴിയാഹാരം.

ഈ രാത്രിയെപ്പറ്റി ആകാർ പിന്നെ തന്റെ മിന്റിലെ കോളത്തിൽ എഴുതിയത് പൊതുവേ പാകിസ്ഥാനികൾ, പ്രത്യേകിച്ച് സ്ത്രീകൾ ഇന്ത്യക്കാരെക്കാൾ സൗന്ദര്യമുള്ളവരാണ് എന്നതാവും ഒരു സന്ദർശകൻ ആദ്യം ശ്രദ്ധിക്കുക. അതാവട്ടെ നമ്മുടെ സൗന്ദര്യസങ്കല്പങ്ങളുമായി ബന്ധപ്പെട്ടു കിടക്കുന്നതുമാണ്. അതെന്നെ മറ്റൊരു ചിന്തയിലാണ് എത്തിച്ചത്, ഇന്ത്യയിൽ ജാതി കൃത്യമായും ദൃശ്യമാണ്. ഇവിടെ പണമുള്ളവർ സൗന്ദര്യമുള്ളവരും മദ്ധ്യവർഗ്ഗം ഗോതമ്പു നിറക്കാരും പാവപ്പെട്ടവൻ കറുപ്പു നിറക്കാരും ആയിരിക്കും. എന്നാൽ പാകിസ്ഥാനിൽ അതങ്ങനെയല്ല എന്നാണ്.

ഞാനാവട്ടെ സൗന്ദര്യം മാത്രമല്ല അവരുടെ വേഷങ്ങൾ കൂടി ശ്രദ്ധിച്ചു. പാകിസ്ഥാനിൽ തലമറയ്ക്കാത്ത ഒരു വലിയ വിഭാഗം സ്ത്രീകളെ കണ്ടത് എന്നെ വല്ലാതെ അമ്പരപ്പിച്ചു. കോഴിക്കോടങ്ങാടിയിൽ കാണുന്നതിൽ കുറവ് പർദ്ദധാരികളേ കറാച്ചിയിൽ കാണുന്നുള്ളൂ എന്നു പറഞ്ഞാൽ എത്ര പേർ വിശ്വസിക്കും എന്നറിഞ്ഞുകൂടാ. എന്നാൽ അതിൽ തീരെ അതിശയോക്തിയോ ന്യൂനോക്തിയോ ഇല്ല. സൽവാർ കമ്മീസ് തന്നെയാണ് ഭൂരിപക്ഷം സ്ത്രീകളുടെയും വേഷം. പുരുഷന്മാരുടേതാവട്ടെ കുർത്ത പൈജാമയും.

ആഹാരമേശയിൽ ഞാനതൊരു ചർച്ചാവിഷയമാക്കി. ഒമർ ഖുറൈഷിക്ക് അതിനു കൃത്യമായ വിശദീകരണം ഉണ്ടായിരുന്നു. പുതിയ ഇസ്ലാമിന്റെ പ്രത്യേകിച്ച് വഹാബിസത്തിന്റെയും ജമ അത്തെ ഇസ്ലാമിയുടെയും

ആകാറും ഒമർ ഖുറൈഷിയും

സ്വാധീനം ഞങ്ങളുടെ സ്ത്രീകളെയും വളരെയധികം ബാധിച്ചിട്ടുണ്ട് എന്നു സമ്മതിക്കാതെ വയ്യ. എന്നാലും പർദ്ദ ഒരു അറബ് വസ്ത്രം മാത്രമാണെന്നും അത് ഇസ്ലാമിന്റെ ഔദ്യോഗികവേഷമായി ആരും കല്പിച്ചിട്ടില്ലെന്നും ഞങ്ങൾക്ക് ബോധ്യമുണ്ട്. ഞങ്ങളുടെ പരമ്പരാഗത വേഷം സൽവാർ കമ്മീസ് തന്നെയാണ്. മറ്റെന്തിലും എന്നപോലെ വേഷത്തിലുള്ള അധിനിവേശത്തെക്കുറിച്ചും ഞങ്ങൾ ബോധവാന്മാരാണ്. അതുകൊണ്ടുതന്നെ മതതീവ്രവാദികൾ ഇത്രയൊക്കെ സമ്മർദ്ദം ചെലുത്തിക്കൊണ്ടിരിക്കുമ്പോഴും മദ്ധ്യവർഗ്ഗത്തിൽ പോലും ചെറുത്തുനില്പിനുള്ള കടുത്ത ശ്രമം നടക്കുന്നുണ്ട്. ഒമർ ഖുറൈഷി തുടർന്നു: അത് പാകിസ്ഥാനി രക്തത്തിന്റെ പ്രത്യേകതയാണ്. അവർ അവരുടെ വംശീയ ചിഹ്നങ്ങളെ വല്ലാതെ മുറുകെ പിടിക്കാൻ ശ്രമിച്ചുകൊണ്ടേയിരിക്കും. ഇത് ഇറാനിലും നിങ്ങൾക്ക് കാണാൻ കഴിയും. അവർ പർദ്ദ ധരിക്കില്ലല്ലോ. അതിനെ അറബ് അധിനിവേശമായിട്ടാണ് അവർ കാണുന്നത്. നിങ്ങൾ ഗൾഫിൽ ജീവിച്ചിട്ടുള്ള ആളല്ലേ.. ഞങ്ങളുടെ സ്ത്രീകൾ അവിടെപ്പോലും സൽവാർ കമ്മീസാണ് ധരിക്കുന്നത് എന്നു നിങ്ങൾ ശ്രദ്ധിച്ചിട്ടുണ്ടോ എന്നെനിക്കറിയില്ല. എന്നാൽ അങ്ങനെയാണ് എന്നാണ് എന്റെ നിരീക്ഷണം. മത ഐഡിന്റിറ്റിയെക്കാൾ പാകിസ്ഥാനിക്ക് പ്രധാനം വംശീയ ഐഡന്റിറ്റിയാണ്.

ഖുറൈഷിയുടെ നിരീക്ഷണത്തിൽ കാമ്പുള്ളതായി എനിക്കു തോന്നി. മതത്തെ മുറുകെപ്പിടിക്കുമ്പോഴും അവർ അധിനിവേശത്തിനെതിരെ പിടിച്ചു നിൽക്കാൻ ശ്രമിക്കുന്നു. ഇസ്ലാം അവരെ ഒന്നിച്ചു നിറുത്തുന്നു എന്ന് നമുക്ക് തോന്നുന്നെങ്കിലും സിന്ധി, പഞ്ചാബി, പഷ്തോ, ബലൂച്ചി, മുഹാജിർ (കുടിയേറ്റക്കാർ) എന്നിങ്ങനെയുള്ള വിഭജനവും അവർ തമ്മിലുള്ള കിടമത്സരങ്ങളും അതിരൂക്ഷമാണ് എന്ന് ഞാൻ പിന്നീട് മനസ്സിലാക്കി.

അതിനിടയിൽ നമ്മൾ മലയാളികൾക്കിട്ട് ഒരു കൊട്ടുതരാനും ഖുറൈഷി മറന്നില്ല. ഏതു പണക്കാരൻ വന്നാലും വാതിൽ തുറന്നു കൊടുക്കുകയും വീട്ടിൽ വിളിച്ചിരുത്തുകയും ചെയ്യുന്ന സ്വഭാവം നിങ്ങൾ മലബാറികൾക്ക് ഇത്തിരി കൂടുതലാണ്. അതുകൊണ്ടാണല്ലോ ജൂതന്മാരും ക്രിസ്ത്യാനികളും ഇസ്ലാമും പോർച്ചുഗീസും ഡച്ചും സ്പെയിനും ഒക്കെ ഉപഭൂഖണ്ഡത്തിലേക്ക് നിങ്ങളുടെ വാതിൽ വഴി തന്നെ വന്നത്. അതിന്റെ തുടർച്ചയാണ് ഇപ്പോഴത്തെ അറബിനൈസേഷനും. ഇപ്പോൾ വഹാബിസത്തിനും സൗദിക്കും പണമുണ്ട്. നിങ്ങൾ അവരുടെ സംസ്കാരത്തിനു നിർബാധം വാതിൽ തുറന്നു കൊടുക്കുന്നു. ഇപ്പോൾ ഇറാനിലായിരുന്നു അധികാരവും പണവും കുമിഞ്ഞു കൂടിയിരുന്നതെങ്കിൽ നിങ്ങൾ പർദ ആയിരുന്നില്ല, ഇറാനിയൻ വേഷമായിരുന്നേനേ സ്വീകരിക്കുക. സ്വന്തമായി അസ്തിത്വമില്ലാത്ത സമൂഹങ്ങൾ അവരുടെ വേഷങ്ങൾ നിരന്തരം മാറ്റിക്കൊണ്ടേയിരിക്കും. നിങ്ങൾക്ക് ശരിയായ വംശീയ സ്വത്വബോധമില്ലാത്തതിന്റെ കുഴപ്പമാണത്.

ആ സംസാരം അധികം ദീർഘിപ്പിക്കാൻ ഞാനിഷ്ടപ്പെട്ടില്ല. അല്ലെങ്കിലും സ്വന്തം കുറ്റം പറയുന്നതു കേട്ടിരിക്കാൻ ആർക്കും ഇഷ്ടമില്ലല്ലോ.. ■

ഉമർ സമാൻ

ആകാറും ഒമറും മറ്റ് സംസാരങ്ങളിലേക്ക് കടന്നു കഴിഞ്ഞിരുന്നു. അതിനിടയിൽ പാൻ വില്ക്കാനായി രണ്ടുമൂന്നു കുട്ടികൾ എത്തി. വേണ്ട ഞാനുപയോഗിക്കില്ല എന്നു പറഞ്ഞിട്ടും അവർ വിട്ടില്ല. ഒരെണ്ണം വാങ്ങി സഹായിക്കൂ സാബ് എന്ന് പിന്നിൽ നിന്ന് കെഞ്ചി. പാനും സിഗരറ്റും ഒരിക്കലും പരീക്ഷിക്കുക പോലും ചെയ്തിട്ടില്ലാത്ത ദുശ്ശീലങ്ങളാണെനിക്ക്. എന്നിട്ടും അവരെ സഹായിക്കാനായി മാത്രം ഞാൻ ഒരെണ്ണം വാങ്ങി മേശപ്പുറത്തു വച്ചു. പിന്നെ അവരിൽ ഒരുവനെ പിടിച്ച് ചുമ്മ സംസാരിച്ചു തുടങ്ങി. ഉമർ സമാൻ എന്നായിരുന്നു അവന്റെ പേര്. പത്തു വയസ്സ് കാണും. ഏതു ക്ലാസിൽ പഠിക്കുന്നു എന്നു ചോദിച്ചപ്പോൾ സ്കൂളിൽ പോകുന്നില്ലെന്നും മദ്രസയിൽ പോകുന്നുണ്ടെന്നും പറഞ്ഞു. അതെന്താ സ്കൂളിൽ പോകാത്തത് എന്നു എടുത്തു ചോദിച്ചപ്പോൾ അതെന്തിനാണ് മദ്രസയിൽ പോകുന്നുണ്ടല്ലോ എന്നായിരുന്നു ഉമറിന്റെ നിഷ്കളങ്കമായ ഉത്തരം. താഴ്ന്ന വരുമാനക്കാരുടെ ഇടയിലെ വിദ്യാഭ്യാസമില്ലായ്മയാണ് ഇന്ന് പാകിസ്ഥാൻ നേരിടുന്ന ഏറ്റവും വലിയ പ്രശ്നം എന്ന് പിന്നീട് പല ചർച്ചകളിലും പറഞ്ഞു കേട്ടു. കഴിഞ്ഞ ഇരുപത് വർഷം കൊണ്ട് ഇന്ത്യ കൈവരിച്ച പ്രധാന നേട്ടവും അതുതന്നെ. വിദ്യാഭ്യാസം സാർവ്വത്രികവും നിർബന്ധവുമാക്കി. എന്നാൽ ഇന്ത്യക്കെതിരെ ഉപയോഗിക്കാനെന്ന മട്ടിൽ തീവ്രവാദം വളർത്തുന്ന തിരക്കിൽ ഞങ്ങളുടെ സർക്കാരുകൾ അക്കാര്യം മറന്നുപോയി. സാഹിത്യോത്സവത്തിനിടെ കണ്ടുസംസാരിച്ച പല വിദ്യാഭ്യാസവിദഗ്ധരും എടുത്തു പറഞ്ഞ പ്രധാനപ്രശ്നം അതായിരുന്നു. മറ്റൊന്നിലുമല്ല, ഇന്ത്യയുടെ മുന്നിൽ ഞങ്ങൾ

ഇരട്ടമുഖമുള്ള നഗരം

ശരിക്കും തോറ്റുപോയത് അവിടെയാണ് എന്നായിരുന്നു അവരുടെ അഭിപ്രായം.

ആഹാരവും വർത്തമാനവും കഴിഞ്ഞ് ഞങ്ങൾ അവിടെ നിന്നും എഴുന്നേറ്റപ്പോൾ സമയം എതാണ്ട് ഒരു മണി കഴിഞ്ഞിരുന്നു. അപ്പോഴും ആ ആഹാരശാലകൾ ഏറെ സജീവമായിരുന്നു.

ഹോട്ടലിലേക്ക് മടങ്ങി പോകുന്നതിനു മുൻപ് രാത്രി നഗരം ചുറ്റി ക്കാണാൻ ഞങ്ങൾ തീരുമാനിച്ചു. ഈ രാത്രിയിൽ ഇനി പോകുന്നത് സുരക്ഷിതമാണോ എന്നു ചോദിച്ചപ്പോൾ : ലോകത്തിലെ ഏതു മെട്രോയും എത്രയധികം അപകടം പിടിച്ചതാണോ അത്രയും അപകടം പിടിച്ചതാണ് കറാച്ചിയും. ലോകത്തിലെ ഏതു മെട്രോയും എത്രയും സുരക്ഷിതമാണോ അത്രയും സുരക്ഷിതമാണ് കറാച്ചിയും. എന്നായിരുന്നു ഒമറിന്റെ മറുപടി.

അരണ്ട വെളിച്ചത്തിൽ മയങ്ങിക്കിടക്കുന്ന പാർക്കുകൾ. ബീച്ചുകൾ. വലിയ ജയിൽ മതിലുകളുള്ള ബിലാവൽ ഹൗസ്, ഭൂട്ടോ ഹൗസ്. ഗവർണ്ണർ ഹൗസ്. ഹൈ കോർട്ട് ബിൽഡിംഗ്. പഴയ ഓർമ്മകൾ പേറുന്ന മൊഹാട്ട പാലസ്, സെന്റ് പാട്രിക് കത്തീഡ്രൽ, വിശാലമായ വൈ.എം.സി.എ കോമ്പൗണ്ട് എന്നിവയൊക്കെ ചുറ്റിക്കണ്ട് ക്ലിഫ്ടൻ ബീച്ച് പാർക്ക് കടന്ന് സീ വ്യൂ റോഡിലൂടെ സഞ്ചരിക്കുമ്പോഴാണ്

പെട്ടെന്നൊരാൾ വഴിവക്കിൽ വെള്ള യൂണിഫോം ധരിച്ച ഒരു പൊലീസുകാരനുമായി ഉച്ചത്തിൽ തർക്കിക്കുന്നതു കണ്ടത്. നമ്മുടെ മാരുതി 800നു സമാനമായ അയാളുടെ ഒരു പഴഞ്ചൻ സുസുകി മെഹ്റാൻ വഴിയിൽ നിറുത്തിയിട്ടുണ്ട്. ഞങ്ങൾ വണ്ടി പതുക്കെയാക്കി. അവർ തമ്മിൽ ഉന്തുംതള്ളുമായി. ഒച്ചയും ബഹളവുമായി. അതിനിടയിൽ അയാൾ പെട്ടെന്ന് പോക്കറ്റിൽ നിന്നും കൈതോക്ക് വലിച്ചെടുത്ത് പൊലീസുകാരന്റെ നെറ്റിക്കു മുട്ടിച്ചു പിടിച്ചുകൊണ്ട് എന്തൊക്കെയോ അത്യുച്ചത്തിൽ അലറാൻ തുടങ്ങി. അതിൽ തലവച്ചു കൊടുക്കാതെ ഒമർ ഖുറൈഷി കാർ പെട്ടെന്ന് സ്പീഡ് എടുത്തു പോന്നു. ഇന്ത്യക്കാരായ രണ്ട് അതിഥികളാണ് തനിക്കൊപ്പം കാറിലുള്ളത് എന്ന് അദ്ദേഹം ഒരു നിമിഷം പേടിച്ചതായി അനുഭവപ്പെട്ടു. കറാച്ചിയുടെ ആ ഭീകരമുഖം ഒരു നിമിഷം നേരിൽ കാണാൻ വേണ്ടി മാത്രമാണ് ആ രാത്രി ഞങ്ങളവിടെ എത്തിപ്പെട്ടത് എന്നെനിക്കു തോന്നിപ്പോയി.

നഗരത്തിൽ പൊലീസിനു വെടിയേറ്റ വാർത്ത വല്ലതുമുണ്ടോ എന്നാണ് പിറ്റേന്ന് പത്രം വന്നപ്പോൾ ഞാനാദ്യം തിരഞ്ഞത്. ഭാഗ്യം. ആ പൊലീസുകാരൻ അയാളുടെ കലിയുടെ മുന്നിൽ നിന്നും കഷ്ടിച്ചു രക്ഷപ്പെട്ടു എന്നു തോന്നുന്നു. ■

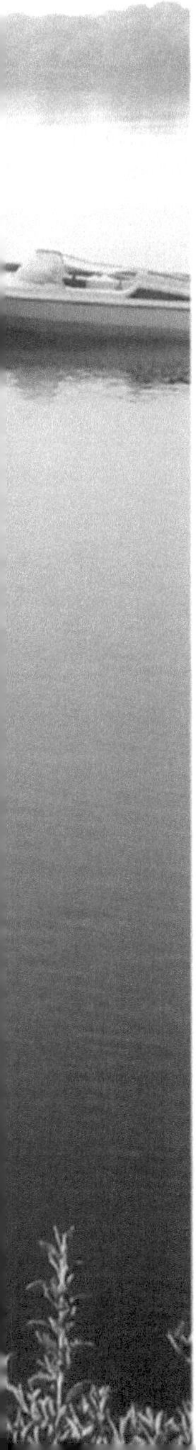

പൊലീസ് സ്റ്റേഷൻ

കാലത്ത് പൊലീസ് റിപ്പോർട്ടിംഗിനു പോകാനുണ്ടായിരുന്നതുകൊണ്ടാണ് അപ്പോഴെങ്കിലും ഞങ്ങൾ മടങ്ങിയത്. പിന്നെയും രണ്ടു മണിക്കൂർ കൂടി നഗരത്തിൽ ചുറ്റി സഞ്ചരിക്കാനുള്ള ആവേശവും ഊർജ്ജവുമൊക്കെ ഞങ്ങളിൽ ബാക്കിയായിരുന്നു. പിറ്റേന്ന് വെള്ളിയാഴ്ച ആയിരുന്നു. ഏറെക്കാലം അറബിരാജ്യത്ത് ജീവിച്ചതിന്റെ ഹാംഗോവറിൽ അന്ന് പാകിസ്ഥാനിലും അവധിദിവസം ആയിരിക്കും എന്ന് ഞാൻ സംശയിച്ചു. വിഡ്ഢിത്തം നിറഞ്ഞ സംശയമായിരുന്നു അത്. ഇസ്ലാമിക രാഷ്ട്രമൊക്കെ തന്നെ. എന്നാൽ അറബി രാജ്യങ്ങളെ അനുകരിക്കാൻ അവർ തയ്യാറായിട്ടില്ല. പാകിസ്ഥാനിലും പൊതുഅവധി ദിനങ്ങൾ ശനിയും ഞായറും തന്നെ. (1977 വരെ ശനിയും ഞായറും ആയിരുന്നു പാകിസ്ഥാനിൽ ആഴ്ചാവധി. എന്നാൽ സുൾഫിക്കർ അലി ഭൂട്ടോ അത് വെള്ളി ശനിയായി നിശ്ചയിച്ചു. എന്നാൽ 1997 ൽ നവാസ് ഷെരീഫ് പിന്നെയും അത് ശനിയും ഞായറും ആയി പുനഃസ്ഥാപിക്കുകയായിരുന്നു. അറബ് രാജ്യങ്ങളിൽ വ്യാഴവും വെള്ളിയും ആയിരുന്നത്,

അടുത്ത കാലത്തായി വെള്ളിയും ശനിയുമായി മാറ്റി നിശ്ചയിച്ചിട്ടുണ്ട്. ജനപ്രീതി സമ്പാദിക്കുന്നതിനുവേണ്ടി രാജ്യത്ത് നിലനിന്നിരുന്ന മതേതരനിയമങ്ങൾ റദ്ദാക്കി ഇസ്ലാമികമാക്കുന്നതിൽ പ്രധാന പങ്ക് വഹിച്ച രണ്ടുപേർ സുൾഫിക്കർ അലി ഭൂട്ടോയും സിയാവുൾ ഹഖും ആണ്.)

ഹോട്ടൽ മുറ്റത്തുനിന്നും ക്രീക്കിലെ ജലവിതാനത്തിലേക്ക് ഇറക്കി ക്കെട്ടിയ ഒരു കൂടാരത്തിൽ ആയിരുന്നു പ്രഭാതഭക്ഷണവും പിന്നീടുള്ള ദിവസങ്ങളിലെ ആഹാരവും ക്രമീകരിച്ചിരുന്നത്. വളരെ പ്രശാന്തമായ ഒരിടം. ജലപ്പരപ്പിൽ ഒഴുകി നടക്കുകയും ഇര തേടുകയും ചെയ്യുന്ന വെള്ള ക്കൊറ്റികൾ. നീരൊഴുക്കിന്റെ മറുഭാഗത്ത് നിബിഡമായ പൊന്തക്കാടുകൾ. ഊർജ്ജസ്വലരായ പാകിസ്ഥാനി യുവാക്കളും യുവതികളും അവിടെ തുഴച്ചിൽ പരിശീലനം നടത്തുന്നു. ജലപ്പരപ്പിൽ ഓളങ്ങൾ സൃഷ്ടിച്ചു കൊണ്ട് അപൂർവ്വം ചില സ്പീഡ് ബോട്ടുകളും കടന്നുപോകുന്നുണ്ട്. തലേ രാത്രി എത്തിച്ചേർന്ന മറ്റ് ചില വിദേശ എഴുത്തുകാരെ അവിടെ വച്ച് കാണുകയും പരിചയപ്പെടുകയും ചെയ്തു. അമേരിക്കൻ കവി ക്രിസ്റ്റഫർ മെറിൽ, ഫ്രഞ്ച് എഴുത്തുകാരൻ ഡേവിഡ് വാട്ടർമാൻ, ബെർലിൻ സാഹിത്യോത്സവത്തിന്റെ ഡയറക്ടർ യുൾറിച്ച് ഷെർബർ, ഉർദു കവി അഫ്സൽ അഹമ്മദ് സെയ്ദ് എന്നിവർ അവരിൽ ചിലരായിരുന്നു.

ഡേവിഡ് വാട്ടർമാനുമൊത്ത്

കറാച്ചി സാഹിത്യോത്സവത്തിന്റെ പ്രായോജകരായ ഓക്സ്ഫോർഡ് യൂണിവേഴ്സിറ്റി പ്രസിലെ ഉദ്യോഗസ്ഥൻ ഫെലിക്സ് കാന്ററ ആണ് ഞങ്ങളെ പൊലീസ് സ്റ്റേഷനിലേക്ക് കൂട്ടിക്കൊണ്ടുപോയത്. ഒരു പാകിസ്ഥാനിയുടെ സ്വാഭാവിക സംസാരത്തിനിടയിൽ നിരന്തരം കടന്നുവരുന്ന തെറിവാക്കുകൾ നിർബാധം ഉപയോഗിച്ച് ഫോണിൽ നിറുത്താതെ സംസാരിക്കുന്ന ഒരാൾ. എപ്പോഴും ടെൻഷൻ പിടിച്ചു നടക്കുന്ന ഒരാൾ. ആരോടോ വാശി തീർക്കുന്ന മട്ടിൽ തുരുതുരാ സിഗരറ്റ് പുകച്ചു തള്ളുന്ന ഒരാൾ. നാലു തലമുറകളായി കറാച്ചിയിൽ താമസിക്കുന്ന ക്രിസ്ത്യൻ കുടുംബത്തിലെ ഇളം തലമുറക്കാരൻ. അതായിരുന്നു ഫെലിക്സ് കാന്ററ.

ന്യൂനപക്ഷ സമുദായത്തിലെ ഒരംഗം എന്ന നിലയിൽ വിവേചനമോ അവഗണനയോ തന്റെ ജീവിതത്തിൽ ഒരിക്കൽപ്പോലും നേരിടേണ്ടി വന്നിട്ടില്ലെന്ന് ഫെലിക്സ് യാത്രയ്ക്കിടയിൽ സാക്ഷ്യപ്പെടുത്തി. എന്നു മാത്രമല്ല ഇസ്ലാമിന്റെ അടിസ്ഥാന നന്മ അനുഭവിക്കാൻ നിരവധി അവസരങ്ങൾ ഉണ്ടായിട്ടുണ്ടെന്നും പറഞ്ഞു. ക്രിസ്ത്യൻ ദേവാലയങ്ങൾക്കു നേരെ നടക്കുന്നതിനേക്കാൾ അധികം തീവ്രവാദി ആക്രമണങ്ങൾ പാകിസ്ഥാനിൽ മസ്ജിദുകൾക്കു നേരെ നടക്കുന്നുണ്ട് എന്നും നോർത്ത് ഇന്ത്യയിൽ നടക്കുന്ന അത്രയും അതിക്രമങ്ങൾ പാകിസ്ഥാനിൽ ക്രിസ്ത്യൻ ദേവാലയങ്ങൾക്കു നേരെ നടക്കുന്നില്ലെന്നും ഫെലിക്സ് കൂട്ടിച്ചേർത്തു. സ്റ്റാറ്റിസ്റ്റിക്സ് പരിശോധിക്കാതെ പാശ്ചാത്യമാധ്യമങ്ങൾ പാകിസ്ഥാനെതിരെ വെറുതെ കാടടച്ച് വെടിവയ്ക്കുകയാണെന്നും ഫെലിക്സ് ആരോപിച്ചു.

ഓരോരുത്തരുടെയും അഞ്ച് പാസ്പോർട്ട് സൈസ് ഫോട്ടോകൾ പൊലീസ് സ്റ്റേഷനിലേക്കു വേണമായിരുന്നു. ആകാർ അത് കൈയിൽ കരുതിയിട്ടില്ലാത്തതിനാൽ നഗരമദ്ധ്യത്തിലുള്ള ഒരു സ്റ്റുഡിയോക്കു മുന്നിൽ ഇടയ്ക്ക് ഞങ്ങൾ കാർ നിറുത്തി. അതിനിടയിലും ഫെലിക്സ് സിഗരറ്റ് വലിച്ചു. പാകിസ്ഥാനിൽ പൊതുസ്ഥലത്ത് സിഗരറ്റ് വലി നിരോധിച്ചിട്ടില്ലേ എന്നു ചോദിച്ചപ്പോൾ ഇവിടെ വലിച്ചില്ലെങ്കിലാണ് കേസ് എന്ന് ഫെലിക്സ് തമാശ പറഞ്ഞു. തീരെ അയഞ്ഞ നിയമങ്ങൾ ഉള്ള ഒരു രാജ്യമായാണ് എനിക്കവിടം അനുഭവപ്പെട്ടത്. കറാച്ചി തെരുവിൽ കാണുന്നതിലധികം പൊലീസുകാരെയും പട്ടാളക്കാരെയും പട്ടാള ബാരക്കുകളും റോന്തു ചുറ്റലുകളും പരിശോധനകളും നമുക്ക് ദില്ലിയിൽ കാണാൻ കഴിയും. സർക്കാരിന്റെ ഈ അയഞ്ഞ ഭാവം തന്നെയാണ് തീവ്രവാദികൾക്ക് ഗുണമാകുന്നതും.

വിദേശികളുടെ റിപ്പോർട്ടിംഗിനു വേണ്ടി മാത്രമുള്ള ഒരു സ്റ്റേഷൻ ആയിരുന്നു അത്. വലിയ മതിലും ജയിലിന്റേതുമാതിരി തല കുനിച്ചു കയറേണ്ട പുതിയ ഇരുമ്പു വാതിലും ഒക്കെയുണ്ടെങ്കിലും അകത്തെ

കെട്ടിടങ്ങൾ വളരെ പഴയതായിരുന്നു. അവിടെ ഇന്ത്യക്കാർക്കും ബംഗ്ലാദേശികൾക്കും വേണ്ടി പ്രത്യേകം മുറികൾ. പിന്നെ ഏഷ്യ ആന്റ് യൂറോപ്പിനു വേണ്ടി മറ്റൊരു മുറിയും. ഞങ്ങൾ ചെന്നപ്പോൾ പത്തിരുപത് പേർ ഊഴം കാത്തിരിക്കുന്നുണ്ടായിരുന്നു. ഏറെയും ബന്ധുക്കളെ സന്ദർശിക്കാൻ എത്തിയ ഗുജറാത്തികൾ ആണെന്ന് അവരുടെ സംസാരത്തിൽ നിന്നും മനസ്സിലായി. ഒരു കുടിയേറ്റ നഗരമായ കറാച്ചിയിൽ ഗുജറാത്തി മുസ്ലീമുകളുടെ സ്വാധീനം വളരെ വലുതാണ്. കറാച്ചിയുടെ സമ്പദ്ഘടന നിർണ്ണയിക്കുന്നതു തന്നെ അവരാണെന്നു പറയാം. മിക്കപേർക്കും ഇന്ത്യയിൽ അടുത്ത ബന്ധുക്കൾ ഉണ്ട്. ഭരണകൂടങ്ങൾ ഉയർത്തുന്ന വലിയ പ്രതിബന്ധങ്ങളെ തരണം ചെയ്ത് അവർ പതിവായി അങ്ങോട്ടും ഇങ്ങോട്ടും പോയി വരുകയും ചെയ്യുന്നു.

എന്റെ അടുത്തിരുന്ന ഒരു അഫ്ഗാനിസ്ഥാൻ യുവാവ് എന്നെ ഇങ്ങോട്ടു കയറി പരിചയപ്പെട്ടു. ഇന്ത്യയിൽ നിന്നാണെന്ന് കേട്ടപ്പോൾ സ്വർഗ്ഗത്തിൽ നിന്നു വന്ന ഒരാളോടെന്നതുപോലെ അവന്റെ മുഖത്ത് അസൂയ നിറയുന്നത് ഞാൻ കണ്ടു. ഇല്ലെങ്കിലേ അദ്ഭുതമുള്ളൂ. അവൻ വരുന്നത് ഖാണ്ടഹാറിൽ നിന്നാണ്. യുദ്ധഭൂമിയായ ഖാണ്ടഹാറിൽ നിന്ന്. തോക്കുകളുടെയും മൈനുകളുടെയും ഷെല്ലുകളുടെയും മൊർട്ടാറുകളുടെയും നടുവിൽ നിന്ന്. ചോരയുടെയും കരിഞ്ഞ മാംസത്തിന്റെയും നിലവിളികളുടെയും മരണത്തിന്റെയും നടുവിൽ നിന്ന്. ഒരിക്കലെങ്കിലും ഇന്ത്യ ഒന്നു കാണുക എന്നത് അവനൊരു സ്വപ്നമായി കൊണ്ടു നടക്കുന്നു. അപ്പോൾ ഭാര്യയുടെ ചികിത്സാർത്ഥം കറാച്ചിയിൽ വന്നതാണ്. ഇന്ത്യക്കാർ വരുമ്പോഴും പോകുമ്പോഴും മാത്രം റിപ്പോർട്ട് ചെയ്താൽ മതി. ഒരു അഫ്ഗാനി ഓരോ എട്ടു ദിവസം കൂടുമ്പോഴും പോയി റിപ്പോർട്ട് ചെയ്തുകൊള്ളണം. ആശുപത്രിയിൽ നിന്നും ഭാര്യയേയും കൂട്ടി വന്നിരിക്കുകയാണ്. അതിന്റെ ബുദ്ധിമുട്ടുകൾ അവൻ പറഞ്ഞു. ഒരു ഇന്ത്യക്കാരൻ നിരീക്ഷിക്കപ്പെടുന്നതിനേക്കാൾ അധികം ഒരു അഫ്ഗാനിസ്ഥാനി അവിടെ നിരീക്ഷിക്കപ്പെടുന്നുണ്ട്. ഇന്ത്യയെക്കാൾ പാകിസ്ഥാൻ പേടിക്കുന്ന രാജ്യങ്ങളും രാജ്യക്കാരും ഉണ്ടെന്ന് സാരം.

മനുഷ്യർ മെച്ചപ്പെട്ട ചികിത്സ തേടി പോകുന്ന രീതിയാണ് ഞാനപ്പോൾ ഓർത്തത്. ഖാണ്ടഹാറിലെ പണക്കാരൻ കറാച്ചിയിലും (ആയിരിക്കണമല്ലോ.. അവിടുത്തെ ഒരു പാവപ്പെട്ടവന് കറാച്ചിയിൽ വരാൻ സാധിക്കുമോ..?) കറാച്ചിയിലെ പണക്കാരൻ മുംബൈയിലും മുംബൈയിലെ പണക്കാരൻ ലണ്ടനിലും ലണ്ടനിലെ പണക്കാരൻ ന്യൂയോർക്കിലും പോകുന്ന ഒരു തമാശ. ആർക്കും സ്വന്തം നഗരത്തിലെ ചികിത്സയിൽ വിശ്വാസമില്ലെന്നു തോന്നുന്നു.

ഫെലിക്സിനു അവിടെ പരിചയക്കാരും പിടിപാടും ഉണ്ടായിരുന്നതുകൊണ്ട് ഞങ്ങൾക്ക് അധികനേരം ഇരുന്നു മുഷിയേണ്ടി വന്നില്ല.

രജിസ്റ്ററിലും ചില ഫോമിലും കുറച്ച് ഒപ്പിട്ടു കൊടുത്തിട്ട് പോന്നു. കിടക്കട്ടെ പാകിസ്ഥാനിലെ ഒരു പൊലീസ് സ്റ്റേഷനിലും നമ്മുടെ വക ഒരു കയ്യൊപ്പ്. ഇന്ത്യയിൽ ഒരിക്കൽ പോലും പൊലീസ് സ്റ്റേഷനിൽ കയറേണ്ടി വന്നിട്ടില്ലാത്ത തനിക്ക് പാകിസ്ഥാനിൽ വന്ന് അതിനു ഭാഗ്യം സിദ്ധിച്ചു എന്ന് മടങ്ങും വഴി അർഷിയ സത്താർ തമാശ പറഞ്ഞു.

ഉച്ചയ്ക്ക് ഒമർ ഖുറൈഷിക്കൊപ്പം ആഹാരത്തിനു കൂടാമെന്നും അതുവഴി അദ്ദേഹത്തിന്റെ എക്സ്പ്രസ് ട്രിബ്യൂണിൽ കയറാമെന്നും തലേന്ന് നിശ്ചയിച്ചിരുന്നെങ്കിലും ചില തിരക്കുകൾ കാരണം അദ്ദേഹത്തിനു എത്തിച്ചേരാൻ കഴിഞ്ഞില്ല. വൈകുന്നേരം നടന്ന ഉദ്ഘാടനച്ചടങ്ങു വരെ പിന്നെ ഹോട്ടൽ മുറിയിൽ തന്നെ കഴിച്ചുകൂട്ടി. കറാച്ചിയുടെ മദ്ധ്യാഹ്നത്തിനു ഒരു അറബ് നഗരത്തിന്റെ ഉഷ്ണമുണ്ടായിരുന്നു. ∎

ഗൗരവമുള്ള ചില ചോദ്യങ്ങൾ

ജയ്പ്പൂർ സാഹിത്യോത്സവത്തിന്റെ പാകിസ്ഥാനി പതിപ്പ് എന്നുവേണമെങ്കിൽ കറാച്ചി സാഹിത്യോത്സവത്തെ ഒറ്റവാക്കിൽ വിശേഷിപ്പിക്കാം. കെട്ടിലും മട്ടിലും രൂപത്തിലും ഭാവത്തിലും അവതരണത്തിലും അലങ്കാരത്തിലും എല്ലാം ആ പകർപ്പ് പ്രകടമാണ്. ജയ്പ്പൂർ, ലോകത്തെവിടെയുമുള്ള സാഹിത്യസ്നേഹികളുടെ കുംഭമേളയാണത്. കഴിഞ്ഞ വർഷം മൂന്നു ലക്ഷത്തിൽ അധികം ആളുകളാണ് അവിടെ എത്തിച്ചേർന്നത്. അത്രയൊന്നും കറാച്ചിയിൽ പ്രതീക്ഷിക്കുക സാധ്യമല്ലായിരുന്നു. എന്നാലും വിചാരിച്ചതിനേക്കാൾ എത്രയോ വലിയ മേളയാണത്. പാകിസ്ഥാനിലെ ഏറ്റവും വലുത്. ഈ വർഷം ഒന്നേകാൽ ലക്ഷത്തിൽ അധികം പേർ വന്നു പങ്കെടുത്തു എന്നാണ് ഔദ്യോഗിക കണക്ക്. അത്രയില്ലെങ്കിലും എഴുപത്തിഅയ്യായിരത്തിൽ കുറയില്ല എന്നാണ് എന്റെ വ്യക്തിപരമായ നിഗമനം. കറാച്ചി പോലൊരു സിറ്റിയിൽ അതുപോലും അവിശ്വസനീയമായ എണ്ണമാണ്. തീർത്തും സാഹിത്യത്തിനുവേണ്ടി മാത്രം അത്രയും ജനങ്ങൾ മൂന്നു ദിവസം ചിലവിടുക എന്നു വന്നാൽ അതൊരു ചെറിയ കാര്യമല്ല. അതിൽ സ്കൂൾ കോളേജ് കുട്ടികളും അധ്യാപകരും വീട്ടമ്മമാരും ഉദ്യോഗസ്ഥരും മുതിർന്ന പൗരന്മാരും ഒക്കെയുണ്ടായിരുന്നു എന്നു കാണാം. എന്നാൽ അവരിൽ ഭൂരിപക്ഷവും അപ്പർ ക്ലാസും അപ്പർ മിഡിൽ ക്ലാസും

ആയിരുന്നു എന്ന വസ്തുതയും കാണാതിരുന്നുകൂടാ. തൊട്ടടുത്ത തെരുവിലൂടെ നടന്നുപോകുന്ന പാവപ്പെട്ടവൻ തനിക്ക് വിലക്കപ്പെട്ട എന്തോ ഒന്ന് ആ പഞ്ചനക്ഷത്ര ഹോട്ടലിൽ നടക്കുന്നു എന്ന അദ്ഭുത ഭാവത്തോടെ നോക്കിപ്പോകുന്നത് കാണാമായിരുന്നു. സാഹിത്യവും സാഹിത്യകൂട്ടായ്മകളും പാവപ്പെട്ടവന് അപ്രാപ്യമായോ അജ്ഞാത മായോ നില്ക്കുന്നു എന്നാണ് അതു കാണിക്കുന്നത്. നേരത്തെ സൂചിപ്പിച്ചതുപോലെ വിദ്യാഭ്യാസം താഴെ തട്ടിൽ എത്താത്തതിന്റെ പ്രശ്നവും ആവാം അത്.

ജയ്പ്പൂർ സാഹിത്യോത്സവം വില്യം ഡാൾറമ്പലിന്റെയും നമിത ഗോഖലയുടെയും ഉത്സാഹത്തിന്റെ വിജയമാണെങ്കിൽ കറാച്ചി സാഹിത്യോത്സവത്തിനു പിന്നിൽ ഓക്സ്ഫോർഡ് യൂണിവേഴ്സിറ്റി പ്രസ് ഡയറക്ടർ ആമിന സെയ്ദും ചെറുകഥാകൃത്തും വിവർത്തകനുമായ ആസിഫ് ഫറൂഖിയുമാണ് ഉള്ളത്. തങ്ങളുടെ ദീർഘവീക്ഷണവും കഠിനാ ധ്വാനവും ചരിത്രം സൃഷ്ടിക്കുന്നതിന്റെ ആവേശം, ആറാമത് കറാച്ചി സാഹിത്യോത്സവത്തിന്റെ ഉദ്ഘാടനച്ചടങ്ങിൽ ആമുഖഭാഷണങ്ങൾ നിർവ്വഹിക്കുമ്പോൾ രണ്ടുപേരുടെയും വാക്കുകളിൽ നിഴലിട്ടിരുന്നു. കലയ്ക്കും സാഹിത്യത്തിനും സംഗീതത്തിനും കൂടിച്ചേരലിനും നേരെ മതവും തീവ്രവാദവും നടത്തുന്ന കയ്യേറ്റങ്ങൾക്കെതിരെയുള്ള ചെറുത്തുനില്പാണ് സാഹിത്യോത്സവങ്ങൾ എന്നാണ് രണ്ടുപേരും ഊന്നി പ്പറഞ്ഞത്. സ്വാഗതപ്രസംഗങ്ങൾ എത്ര ഹ്രസ്വമാകുന്നുവോ ചടങ്ങ് അത്രയും ആസ്വാദ്യകരമാകും എന്ന് അവർക്കറിയാമായിരുന്നു.

ബെന്യാമിൻ നയൻതാര സൈഗളിനൊപ്പം

ഇന്ത്യയിൽ നിന്നുള്ള നയൻതാര സൈഗൾ ആയിരുന്നു ചടങ്ങിൽ മുഖ്യപ്രഭാഷണം നിർവ്വഹിച്ചത്. അവരെക്കുറിച്ച് ഞാൻ നേരത്തെ സൂചിപ്പിച്ചിരുന്നു. നെഹ്റുവിന്റെ അനിന്തരവൾ. വിജയലക്ഷ്മി പണ്ഡിറ്റിന്റെ മകൾ. നിരവധി അന്തർദേശീയ പുരസ്കാരങ്ങൾ നേടിയിട്ടുള്ള നോവലിസ്റ്റ്. സാമൂഹികപ്രവർത്തക. പതിഞ്ഞതെങ്കിലും ഉജ്ജ്വലമായ ഒരു പ്രഭാഷണത്തിലൂടെ മുൻ വർഷങ്ങളിലെ മുഖ്യപ്രഭാഷകരായിരുന്ന ഷംസൂർ റഹ്മാൻ ഫറൂഖി, കാരൻ ആംസ്ട്രോങ്, വില്യം ഡാൾറമ്പിൽ, നദിം അസ്ലാം, ഇംതിസാർ ഹുസൈൻ, ഡോ. രാജ് മോഹൻ ഗാന്ധി എന്നിവരെക്കാൾ ഒട്ടും പിന്നിലല്ല എന്ന് അവർ തെളിയിച്ചു.

നെഹ്റുവിന്റെ ജീവിതത്തിലെ ഒരനുഭവം പറഞ്ഞുകൊണ്ടാണ് അവർ പ്രഭാഷണം ആരംഭിച്ചത്. സ്വാതന്ത്ര്യാനന്തര ഇന്ത്യയിൽ എത്ര ഔദ്യോഗിക ഭാഷകൾ ഉണ്ടാവണം എന്ന ചർച്ചയിൽ പന്ത്രണ്ട് എന്നൊരു സംഖ്യയിലാണ് പഠനസമിതി എത്തിച്ചേർന്നത്. നെഹ്റു ആ പട്ടിക എടുത്തു നോക്കിയിട്ട് ഇതിൽ ഉർദു എവിടെ എന്നു ചോദിച്ചു. ഉർദു ആരുടെയും മാതൃഭാഷയല്ല എന്നായിരുന്നു സമിതിയുടെ മറുപടി. എന്നാൽ അത് എന്റെ മാതൃഭാഷയാണ് എന്നു പറഞ്ഞുകൊണ്ട് അദ്ദേഹം അത് പതിമൂന്നാമതായി പട്ടികയിൽ ഉൾപ്പെടുത്തിയത്രേ. ന്യൂനപക്ഷങ്ങളെയും ന്യൂനപക്ഷ സംസ്കാരങ്ങളെയും അംഗീകരിക്കാൻ ആദ്യകാല നേതാക്കൾ കാണിച്ച ഉത്സാഹത്തെ എടുത്ത് കാണിക്കാനാണ് അവരത് പറഞ്ഞത്.

പിന്നീട് പുതിയ കാലത്തിൽ എഴുത്തും കലയും നേരിടുന്ന വെല്ലുവിളികളെക്കുറിച്ച് അവർ സംസാരിച്ചു. എം.എഫ്. ഹുസൈനും പെരുമാൾ മുരുകനും പരാമർശിക്കപ്പെട്ടു. പലതും തുറന്ന് എഴുതിയതു കാരണം ഇന്ദിരാഗാന്ധിയുടെ ഭരണകാലത്ത് സ്വന്തം കസിനിൽ നിന്ന് നേരിട്ട പ്രതിസന്ധികളെക്കുറിച്ചും പറഞ്ഞു. മനഃപൂർവ്വമോ അല്ലാതെയോ റുഷ്ദിയുടെ പേര് ആ പ്രസംഗത്തിൽ പരാമർശിക്കപ്പെട്ടില്ല. അതിവിടെ പെട്ടെന്ന് ഓർക്കാൻ ഒരു കാരണമുണ്ട്. പിറ്റേന്ന് നടന്ന ഒരു സാഹിത്യ ചർച്ചയിൽ ധീരനായ ഒരു വായനക്കാരൻ, അതെ പാകിസ്ഥാനിയായ വായനക്കാരൻ, എഴുന്നേറ്റു നിന്ന് അത് ഉറക്കെ ചോദിക്കുക തന്നെ ചെയ്തു. നിങ്ങൾ എഴുത്തുകാർ ചില പേരുകൾ പറയാൻ ഭയക്കുന്നതെന്ത് എന്ന്..? റുഷ്ദി എന്നു പറയാൻ, മലാല എന്നു പറയാൻ, തസ്ലീമ നസ്രീൻ എന്നു പറയാൻ, പാകിസ്ഥാനിൽ നടക്കുന്ന അസ്വസ്ഥകരമായ ചില സംഭവങ്ങളെക്കുറിച്ച് പരാമർശിക്കാൻ, നിങ്ങൾ മടിക്കുന്നതെന്തേ എന്ന്.

ഒരെഴുത്തുകാരനും മറുപടി പറഞ്ഞില്ല. മുറിവേല്ക്കുന്ന ചോദ്യങ്ങൾ ചോദിക്കാൻ പലപ്പോഴും എഴുത്തുകാരെക്കാൾ ധീരത വായനക്കാർക്കുണ്ടെന്ന് ആ സംഭവം പിന്നെയും ഓർമ്മിപ്പിച്ചു. ■

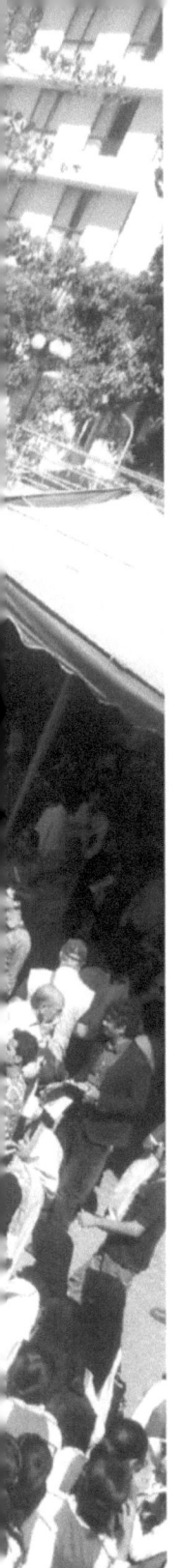

ഐ ആം കറാച്ചി

ഐ ആം കറാച്ചി. യുണൈറ്റഡ് ഫോർ പീസ് എന്ന പേരിൽ ഒരു സമാധാന കാമ്പയിൻ കറാച്ചിയിൽ നടക്കുന്നുണ്ട്. മറ്റൊരു കറാച്ചി സാധ്യമാണ് എന്നതാണ് അവർ മുന്നോട്ട് വയ്ക്കുന്ന ആശയം. ഓക്സ്ഫോർഡ് യൂണിവേഴ്സിറ്റി പ്രസ്സിനൊപ്പം അവരും ഈ സാഹിത്യോത്സവത്തിന്റെ മുഖ്യനടത്തിപ്പുകാരാണ്. പ്രമുഖ പത്രപ്രവത്തകനും ഐ ആം കറാച്ചി കൺസോർഷ്യത്തിന്റെ അംഗവുമായ ഗാസി സലാഹുദ്ദീൻ അങ്ങനെ ഒരു കാമ്പയിന്റെ പ്രാധാന്യത്തെക്കുറിച്ച് അന്നേദിവസം ആഴത്തിൽ സംസാരിച്ചു. അക്രമങ്ങൾ കൊണ്ടും ക്രമക്കേടുകൾ കൊണ്ടും ഇരുണ്ടുപോയ കറാച്ചിയുടെ ചക്രവാളത്തെ പ്രകാശിപ്പിക്കുന്ന വാർഷികപരിപാടിയാണ് സാഹിത്യോത്സവം എന്നു പറഞ്ഞുകൊണ്ടാണ് അദ്ദേഹം വിഷയത്തിലേക്ക് കടന്നത്. ഈ ദിവസങ്ങളിൽ നാം യാഥാർത്ഥ്യങ്ങളിൽ നിന്നും സാഹിത്യം എന്ന മിഥ്യയിലേക്ക് ഒളിച്ചുകടക്കുകയാണ്. എങ്കിൽപോലും രാഷ്ട്രം നേരിടുന്ന വിവിധ വെല്ലുവിളികളെ സൂക്ഷ്മനിരീക്ഷണം ചെയ്യാനുള്ള അവസരമായി ഇത് മാറുന്നുണ്ട്. ലോകത്തിലെ ഏറ്റവും അപകടം പിടിച്ച നഗരങ്ങളിൽ ഒന്നായി കറാച്ചി മാറിയ സാഹചര്യങ്ങളെ മാറ്റിയെടുക്കുവാൻ നാം വെല്ലുവിളികൾ ഏറ്റെടുക്കേണ്ടതുണ്ട്. കറാച്ചിയുടെ മുറിവ് ഉണക്കാനും പൗരന്മാരിൽ പ്രതീക്ഷയും അഭിമാനവും ഉടമസ്ഥതാബോധവും വളർത്താനും നാം ഈ അവസരം ഉപയോഗിക്കണം. സാമൂഹിക വളർച്ചയ്ക്കും സമാധാനത്തിനുമായി ജനങ്ങളെ ഒന്നിപ്പിക്കുകയാണ് നമ്മുടെ പ്രധാന ദൗത്യം. പാകിസ്ഥാന്റെ അതിജീവനത്തിനുവേണ്ടിയുള്ള യുദ്ധവും വിജയവും ഉണ്ടാവേണ്ടത് കറാച്ചിയിൽ നിന്നാണ്. തീവ്രവാദത്തിനെതിരെ

നമ്മൾ കറാച്ചിയിൽ വിജയിച്ചു എന്നാൽ പാകിസ്ഥാനിൽ വിജയിച്ചു എന്നാ ണർത്ഥം. കറാച്ചി രാജ്യത്തിന്റെ ടെസ്റ്റ് പോയിന്റാണ്. അതുകൊണ്ട് ഉണർന്നു പ്രവർത്തിക്കുക. ഇത് നമ്മുടെ അവസാന അവസരമാണ്. ഇതൊക്കെ യായിരുന്നു അദ്ദേഹത്തിന്റെ പ്രസംഗത്തിലെ പ്രധാന ആശയങ്ങൾ.

നോട്ടീസുകൾ, പോസ്റ്ററുകൾ, ബ്രോഷറുകൾ, പരസ്യപ്പലകകൾ, കുട്ടി കളുടെ ടീ ഷർട്ട് എന്നിവയിലൂടെയൊക്കെ 'ഐ ആം കറാച്ചി' ആശയം അവർ പ്രചരിപ്പിക്കാൻ ശ്രമിക്കുന്നു. എന്നാൽ അത് എത്രത്തോളം സാധാ രണക്കാരിൽ എത്തുന്നു എന്നും ഇപ്പോൾ മേൽക്കൈ നേടിയിരിക്കുന്ന മതതീവ്രവാദത്തെ എത്രത്തോളം പ്രതിരോധിക്കാൻ കഴിയുന്നു എന്നും കണ്ടറിയേണ്ടിയിരിക്കുന്നു. എന്നാൽ ഒരു കാര്യമുണ്ട്. അവിടെ കണ്ടുമുട്ടിയ ഓരോ വ്യക്തിയും ഇക്കാര്യത്തിൽ ബോധവാന്മാരാണ്. അതിൽ അസ്വ സ്ഥരാണ്. അതിൽനിന്ന് രാജ്യം വിടുതൽ നേടണം എന്നാഗ്രഹിക്കുന്ന വരാണ്. അസമാധാനം നിറഞ്ഞ ദിവസങ്ങളിൽ പുലരാൻ ആർക്കും താത്പര്യമില്ല. ആഹ്ലാദങ്ങൾ തന്നെയാണ് അവരും ആഗ്രഹിക്കുന്നത്. ലോകത്തിന്റെ നന്മ തീവ്രവാദത്തിലൂടെയാണെന്ന് വിശ്വസിക്കുന്നവർ ലോകത്തിൽ എവിടെയും എന്നതുപോലെ കറാച്ചിയിലും വളരെ ചെറിയ ഒരു ന്യൂനപക്ഷം മാത്രമാണ്. പക്ഷേ അവരുടെ സംഹാരശക്തി ഏറെ യാണെന്നു മാത്രം.

ചടങ്ങിൽ തുടർന്ന് ഉർദുവിലെ അതിപ്രശസ്ത കവിയത്രി സാറ നിഗ യാണ് സംസാരിച്ചത്. മലയാളത്തിൽ മാധവിക്കുട്ടിക്കോ ഇന്ത്യയിൽ മഹേശ്വതാദേവിക്കോ ഉള്ള സ്ഥാനമാണ് അവർക്ക് പാകിസ്ഥാനിൽ ഉള്ളത്. അവരുടെ സംസാരം അത്രയും ഉർദുവിൽ ആയിരുന്നതിനാൽ എനിക്കത്രയും നന്നായി ഗ്രഹിച്ചില്ല. എങ്കിലും അത് ആവേശോജ്ജ്വല മായിരുന്നു എന്ന് ശ്രോതാക്കളുടെ പ്രതികരണങ്ങളിൽ നിന്നും മനസ്സി ലായി. അവർക്ക് നന്നായി തമാശ പറയാൻ അറിയാം എന്നു തോന്നുന്നു. പ്രസംഗത്തിനിടയിൽ ഓരോ നാലുവരി കഴിയുമ്പോഴും ജനങ്ങൾ ആർത്തു ചിരിക്കുന്നുണ്ടായിരുന്നു. ഞാൻ ആ ചിരികൾ കണ്ട് ചിരിച്ചു.

ലോകപ്രശസ്ത കഥക് നർത്തകി നിഗാത് ചൗധരിയുടെ ഉജ്ജ്വലമായ നൃത്താവതരണത്തോടെയാണ് അന്നത്തെ ഔദ്യോഗികചടങ്ങുകൾ അവസാനിച്ചത്. അപ്പോഴേക്കും രാത്രി പത്തുമണി കഴിഞ്ഞിരുന്നു. ഭീതിയുടെയും അക്രമത്തിന്റെയും ആ നഗരത്തിൽ അപ്പോഴും സ്ത്രീകളും കുട്ടികളും തിങ്ങിനിറഞ്ഞ ഒരു സദസ്സ് ബാക്കിയായിരുന്നു. സാഹിത്യോ ത്സവം എന്ന മിഥ്യയിൽ നിന്നും യാഥാർത്ഥ്യങ്ങളിലേക്ക് മടങ്ങാൻ വൈമനസ്യമുള്ളതുപോലെ അവർ പിന്നെയും ഏറെനേരം അവിടെ ചുറ്റിക്കറങ്ങി നില്ക്കുന്നുണ്ടായിരുന്നു. അവർക്കു ചുറ്റുമുള്ള യഥാർത്ഥ ലോകം അതായിരുന്നുവെങ്കിൽ എന്ന് ആശിച്ചിട്ടെന്നപോലെ.. ∎

രാത്രിവിരുന്ന്

എഴുത്തുകാർക്കും ക്ഷണിക്കപ്പെട്ട അതിഥികൾക്കും മാത്രമായി ഹോട്ടലിനോടു ചേർന്ന അവാരി ബംഗ്ലാവിന്റെ പുൽത്തകിടയിൽ ഒരു രാത്രിവിരുന്ന് സംഘടിപ്പിച്ചിരുന്നു. മദ്യവും ആഹാരവും വർത്തമാനവും ചിലപ്പോൾ സംഗീതവും കൂടിക്കലരുന്ന ഇത്തരം വിരുന്നുകൾ ഇപ്പോൾ എല്ലാ സാഹിത്യോത്സവങ്ങളുടെയും അവിഭാജ്യഘടകമായി തീർന്നിട്ടുണ്ട്. പത്രപ്രസാധക സ്ഥാപനങ്ങളോ ബിസിനസ് ഗ്രൂപ്പുകളോ നഗരത്തിലെ ഉന്നത കുടുംബങ്ങളോ ഒക്കെയാവും അതിന്റെ പ്രായോജകർ. അങ്ങനെ ഒരുവട്ടം ജയ്പ്പൂർ റാണിയുടെ സല്ക്കാരത്തിൽ പങ്കുചേരാൻ എനിക്ക് ക്ഷണം ലഭിച്ചിട്ടുണ്ട്. മുന്നൂറു വർഷത്തിലധികം പഴക്കം ചെന്ന ഭൂതത്താൻ കോട്ടപോലെയുള്ള സിറ്റി പാലസിന്റെ ഒരു ഭാഗത്താണ് അവരും കുടുംബവും താമസിക്കുന്നത്. ഇപ്പോഴും അവർക്ക് നാനൂറിലധികം പരിചാരകർ ഉണ്ടെന്നും സന്ദർശകർക്ക് ഈടാക്കുന്ന പ്രവേശനത്തുകയാണ് കൊട്ടാരത്തിന്റെ പ്രധാനവരുമാന മാർഗ്ഗമെന്നും അതിന്റെ ഇംഗ്ലീഷുകാരനായ അഡ്മിനിസ്ട്രേറ്റർ പറഞ്ഞത് ഓർക്കുന്നു. സാധാരണ പൊതുജനങ്ങൾക്ക് പ്രവേശനമില്ലാത്ത 'ചന്ദ്രമഹൽ' നടന്നു കാണാൻ ഒരവസരവും അന്ന് ലഭിച്ചു. ഇന്ത്യയിൽ ഇപ്പോഴും ചിലർ ശരിക്കും രാജാക്കന്മാരായും രാജ്ഞിമാരായും ജീവിക്കുന്നുണ്ട് എന്ന് അന്ന് മനസ്സിലായി. തമാശതോന്നുന്ന ഒരു പെൺപോരിന്റെ കഥകൂടി അന്ന് കേട്ടു. ഇപ്പോഴത്തെ റാണിയുടെ അമ്മറാണിയും ഇന്ദിരാഗാന്ധിയും തമ്മിൽ കടുത്ത പിണക്കത്തിലും വൈരാഗ്യത്തിലും ആയിരുന്നത്രേ. തമ്മിൽ ആർക്കാണ് കൂടുതൽ സൗന്ദര്യം എന്നതായിരുന്നത്രേ അവർക്കിടയിലെ പിണക്കത്തിനു കാരണം. ഇതൊക്കെയാണ് കൊട്ടാരം രാഷ്ട്രീയ പിന്നാമ്പുറ കഥകൾ.

കേട്ടിട്ടുള്ളതിൽ വച്ച് ഏറ്റവും ബുദ്ധിപരമായ ഒരു സർദാർജി തമാശയും കേട്ടത് അത്തരം ഒരു രാത്രിവിരുന്നിൽ വച്ചാണ്. സൗത്ത് ഏഷ്യൻ സാഹിത്യത്തിനുവേണ്ടി

ഏർപ്പെടുത്തിയിട്ടുള്ള ഡി.എസ്.സി പ്രൈസിന്റെ ചുരുക്കപ്പട്ടികയിൽ ഇടം ലഭിച്ച എഴുത്തുകാർക്കും വിധിനിർണ്ണയ കമ്മിറ്റിയിലെ അംഗങ്ങൾക്കും മാത്രമായി ഡി.എസ്.സി കുടുംബം ഏർപ്പെടുത്തിയ ഒരു സ്വകാര്യവിരുന്ന് ആയിരുന്നു അത്. നോർത്ത് ഇന്ത്യയിലെ വലിയ നിർമ്മാണക്കമ്പനികളിൽ ഒന്നായ ഡി.എസ് കൺസ്ട്രക്ഷൻസാണ് അൻപതിനായിരം അമേരിക്കൻ ഡോളർ, അഥവാ ഏകദേശം മുപ്പത്തിരണ്ട് ലക്ഷം രൂപ സമ്മാനത്തുക യുള്ള ഈ പുരസ്കാരം സ്പോൺസർ ചെയ്തിരിക്കുന്നത്..ഒരിക്കൽ ആടുജീവിതം അതിന്റെ ചുരുക്കപ്പട്ടികയിൽ ഇടം പിടിച്ചതുകൊണ്ടാണ് ഞാനവിടെ ചെന്നുപെട്ടത്. അന്നത്തെ പാർട്ടിക്കിടെ ഇംഗ്ലീഷ് പരിഭാഷകൻ ജോസഫ് കൊയ്പ്പള്ളി, ഈ കമ്പനിയുടെ മുതലാളിയായ സർദാർജിയോട് പ്രമാദമായ ഒരു ചോദ്യം ചോദിച്ചു. വർഷംതോറും ഇത്രയും വലിയ ഒരു തുക സാഹിത്യസമ്മാനം കൊടുക്കാനായി മുടക്കുന്ന നിങ്ങൾക്ക് അതിൽ നിന്നും തിരിച്ചു കിട്ടുന്നതെന്താണ്..? ഒരു നിമിഷം ആലോചിച്ചിട്ട് അദ്ദേഹം വളരെ ഗൗരവത്തിൽ ഒറ്റവാക്കിൽ ഉത്തരം പറഞ്ഞു. സർദാർ..!! എല്ലാ കഥകളിലെയും സർദാർജി പൊട്ടനായതുകൊണ്ടുതന്നെ ഇവിടെ താനും ഒരു വെറും പൊട്ടനാണ് എന്നാണ് അദ്ദേഹം പറയാതെ പറഞ്ഞത്. അങ്ങനെ ഗൗരവമുള്ള തമാശകൾ പറയാനും സർദാർജിമാർക്ക് അറിയാം..!! അതൊക്കെ പോട്ടെ. പറയാൻ വന്നത് പകൽ വേദികളിലെ ഗൗരവമാർന്ന ചർച്ചകൾക്കും വായനകൾക്കും സംവാദങ്ങൾക്കും ഒടുവിൽ ഔപചാരികതകൾ വെടിഞ്ഞ് എഴുത്തുകാർ തമ്മിൽ കാണാനും പരിചയപ്പെടാനും എഴുത്തിന്റെ സ്വകാര്യതകൾ പങ്കുവയ്ക്കാനും ഉള്ള വേളകളാണ് ഇത്തരം രാത്രിവിരുന്നുകൾ എന്നാണ്.

കറാച്ചിയിലെ ഫ്രഞ്ച് കോൺസുലേറ്റ് ആയിരുന്നു അന്നത്തെ രാത്രി വിരുന്നിന്റെ ആതിഥേയർ. ആകാർ പട്ടേൽ ആരുടെയോകൂടെ ഏതോ മുറിയിൽ കൂടിയതുകൊണ്ടും മറ്റ് ഇന്ത്യൻ അതിഥികളെ ആരെയും കാണാത്തതുകൊണ്ടും ഞാൻ തനിയെ ആണ് വിരുന്നിനു പോയത്. സാര മില്ല. അവിടെവച്ച് ആരെയെങ്കിലും കൂട്ടുകിട്ടുമെന്ന് എനിക്ക് മുൻപരിചയം കൊണ്ടറിയാമായിരുന്നു. ഫ്രഞ്ച് കോൺസുലേറ്റ് പ്രതിനിധി എത്തിച്ചേർന്ന എല്ലാവർക്കും ചുരുങ്ങിയ വാക്കുകളിൽ സ്വാഗതം പറഞ്ഞു. 'ആൾക്ക ഹോൾ ഫ്രീ ഫെസ്റ്റിവൽ' എന്ന് പ്രഖ്യാപനമുണ്ടെങ്കിലും ഈ രാത്രിയിൽ അതിനൊരു ഇളവുവേണം എന്ന് അദ്ദേഹം ആവശ്യപ്പെട്ടു. എല്ലാവരും അത് കൈയടിച്ച് പാസാക്കി. ബാർ കൗണ്ടറിൽ മുന്തിയ ഇനം മദ്യങ്ങൾ വന്നുനിരന്നിട്ടുണ്ടായിരുന്നെങ്കിലും ഒരു ഗ്ലാസ് വൈറ്റ് വൈനും എടുത്ത് ഞാൻ ഒരു മൂലയിലേക്ക് ഒതുങ്ങി. പേരിനു കേരളത്തിൽ ധാരാളം വൈൻ പാർലറുകൾ ഉണ്ടെങ്കിലും ഒന്നിലെങ്കിലും മെച്ചപ്പെട്ട വൈൻ കിട്ടുമോ എന്ന് സംശയമുണ്ട്. വൈനിന്റെ രുചിഭേദങ്ങളെക്കുറിച്ചും വീര്യഭേദങ്ങളെ ക്കുറിച്ചും, മദ്യം എന്നാൽ തലയടിച്ചു വീഴാനുള്ള ഒരു ദ്രാവകം എന്നുമാത്രം അറിയാവുന്ന, മലയാളിക്ക് മദ്യത്തെക്കുറിച്ച് ഇപ്പോഴും വലിയ പിടിയു ണ്ടെന്ന് തോന്നുന്നില്ല.

അരണ്ട വെളിച്ചത്തിൽ സംഘം ചേർന്ന സംസാരങ്ങൾ അവിടവിടെ പൊടിപൊടിക്കുന്നുണ്ട്. ക്രീക്കിൽ നിന്നുള്ള നനുത്ത കാറ്റ് അന്തരീക്ഷത്തിൽ സുഖമുള്ള ഒരു തണുപ്പ് പരത്തുന്നു. ഒരു മൂലയിൽ ആഹാരമൊരുങ്ങുന്നുണ്ട്. ഇറച്ചി മൊരിയുന്ന ഗന്ധം. ചൂടുള്ള തവയിലെ ശീല്ക്കാരശബ്ദങ്ങൾ. സ്നാക്സുമായി ടേബിൾ തോറും കറങ്ങി നടക്കുന്ന പരിചാരകർ. പ്രതീക്ഷിച്ചപോലെ തന്നെ അല്പനേരത്തിനകം ഈ ഒറ്റയാനെ തേടി ഒരു ഇര വന്നു. ബ്രിട്ടീഷ് കൗൺസിലിലെ ഉദ്യോഗസ്ഥനായ പീറ്റർ. പല ഏഷ്യൻ രാജ്യങ്ങളിലെയും കൗൺസിലിന്റെ ഉത്തരവാദിത്വമുണ്ട്.. ദില്ലിയിലും മുംബൈയിലും ഗോവയിലും നിരവധി തവണ വന്നിട്ടുള്ള ആൾ. പിറ്റേന്ന് കൊൽക്കൊത്തയ്ക്കു പോകുന്നു. സ്വാഭാവികമായും ഞങ്ങളുടെ സംസാരം സാഹിത്യമായിരുന്നില്ല, രാഷ്ട്രീയമായിരുന്നു. എല്ലാം പതിവുവർത്തമാനങ്ങൾ തന്നെ. മുല്ലപ്പൂ വിപ്ലവം, ഐ.എസ്.ഐ.എസ്, ബൊക്കോം ഹാറാം, അഫ്ഗാൻ, താലിബാൻ, പാലസ്തീൻ, ഇറാക്ക്, സിറിയ, ഇറാൻ, കാശ്മീർ. അവിടെ പീറ്റർ ഒന്നുനിന്നു. എന്തുകൊണ്ട് അവിടെ ഹിതപരിശോധന നടത്താൻ ഇന്ത്യയെപ്പോലെ ഒരു ജനാധിപത്യ രാജ്യം തയ്യാറാവുന്നില്ല എന്നതാണ് അതിയാന്റെ സംശയം. കാശ്മീർ രാജാവ്, മുന്നൂറ്റിയേഴാം വകുപ്പ് തന്ത്രപ്രധാനമായ ഇടം എന്നൊക്കെ പറഞ്ഞിട്ടു വല്ലതും അയാൾ അംഗീകരിക്കണമല്ലോ. ഹിതപരിശോധന നടത്തി ജനങ്ങൾ ഇന്ത്യക്കൊപ്പമാണ് എന്നു തെളിയിച്ചാൽ പിന്നെ ലോകാവസാനം വരെയുള്ള തലവേദന ഒഴിയുകയും ചെയ്യും ഒരു ശക്തിയും നിങ്ങളെ ചോദ്യം ചെയ്യാൻ വരികയുമില്ല. അതിനു നിങ്ങൾ ആദ്യമായി അവിടുത്തെ ജനങ്ങളുടെ പ്രീതി സമ്പാദിക്കാൻ ശ്രമിക്കണം എന്ന് എന്നെ ഉപദേശിക്കുകയും ചെയ്തു. മാറിമാറി വരുന്ന ഞങ്ങളുടെ സർക്കാരുകൾ കഴിഞ്ഞ അറുപത് വർഷങ്ങളായി അതിനുതന്നെ ശ്രമിച്ചുകൊണ്ടിരിക്കുകയാണെന്നും ഉടനെ അതുണ്ടാവുമെന്നും പറഞ്ഞ് വല്ലവിധത്തിലും ഞാനാ വിഷയത്തിൽ നിന്നും തലയൂരി. തങ്ങളുടെ രാജ്യത്തിന്റെ മൂക്കിനു താഴെക്കിടക്കുന്ന സ്കോട്ട്ലാന്റിൽ ഹിതപരിശോധന നടത്തി പ്രശ്നം പരിഹരിച്ച സംഭവമാണ് അയാളുടെ മനസ്സിലുണ്ടായിരുന്നത് എന്ന് പിന്നെ ഞാൻ ഊഹിച്ചെടുത്തു. നമ്മുടെ ഹൃദയവികാരം വല്ലതും പറഞ്ഞാൽ ആ യൂറോപ്യൻ നിഷ്കളങ്കതയ്ക്ക് മനസ്സിലാവുമോ..?!

കൺപോളകളിൽ ഉറക്കം ഭാരം കെട്ടാൻ തുടങ്ങിയപ്പോൾ ഞാനെഴുന്നേറ്റ് ആഹാരമെടുത്തു. റൊട്ടിയും നാനും കബാബും തന്തൂരിയും ഹമുസും ബിരിയാണിയും ഒക്കെത്തന്നെ. പിന്നെ വേഗം മുറിയിലേക്ക് മടങ്ങുകയും ചെയ്തു.

ഉറങ്ങാൻ കിടന്നപ്പോൾ സംശയരോഗിയായ തോമ എന്റെ ചിന്തകളെ പിടികൂടി. പീറ്റർ എന്തിനാവും എന്നെത്തന്നെ തേടി വന്നത്. രാഷ്ട്രീയം തന്നെ സംസാരിച്ചത്. കാശ്മീർ വിഷയം അതിലേക്ക് എടുത്തിട്ടത്. എന്റെ മനസ്സറിയാൻ വന്ന ഒരു പാകിസ്ഥാൻ ചാരനോ മറ്റോ ആയിരുന്നോ അയാൾ..?! ■

MAIN GARDEN
7 February 2015
10 a.m. – 11 a.m.
Politics
of Pakis
In Convers
SPEAKER:
Naja
6TH

നജാം സേഥി

ഉറങ്ങുന്നതിനു മുൻപ് പിറ്റേന്നത്തെ പ്രോഗ്രാമുകൾ ഞാനൊന്ന് നോക്കിവച്ചിരുന്നു. കാരണം ഇത്തരം സാഹിത്യോത്സവങ്ങളിൽ ഒരേസമയം നിരവധി വേദികളിൽ ചർച്ചകളും സംവാദങ്ങളും നടക്കുന്നു ണ്ടാവും. കറാച്ചിയിൽ മെയിൻ ഗാർഡൻ, ജാസ്മിൻ, അക്വാറിയസ്, റൂം 007, പ്രിൻസസ്, ടുളിപ്, സൺ ഫ്ളവർ എന്നിങ്ങനെ പേരിട്ടിരുന്ന എഴു വേദികളാണു ണ്ടായിരുന്നത്. ഇവിടെ ഒരേ സമയം ഏതൊക്കെ പരിപാടികൾ നടക്കുന്നു എന്ന് നേരത്തെ നോട്ടീസ് നോക്കി വച്ചില്ലെങ്കിൽ നമുക്കിഷ്ടപ്പെട്ട ചില എഴുത്തു കാരോ വിഷയങ്ങളോ മിസ് ആയി എന്നുവരാം. അങ്ങനെ ചിലത് നഷ്ടപ്പെട്ട അനുഭവം എനിക്ക് ജയ്പ്പൂ രിൽ ഉണ്ട്. ഒരു ചാനൽ ചർച്ചയിൽ പങ്കെടുക്കാനാണ് ഞാനവിടെ ചെന്നിട്ടുള്ളതെങ്കിലും പരമാവധി ചർച്ച കളിൽ കേൾവിക്കാരനാവണം എന്നെനിക്കുണ്ടാ യിരുന്നു. മൊത്തം 172 എഴുത്തുകാർ. അതിൽ 37 പേർ മറ്റ് വിദേശ രാജ്യങ്ങളിൽ നിന്നുള്ളവർ. മൂന്നു ദിവസ ങ്ങളിലായി എൺപതിലധികം സെഷൻസ്. അത് നിശ്ചയമായും പുതിയ അറിവും കാഴ്ചയും ചിന്ത കളും കൊണ്ടുതരും എന്നുറപ്പായിരുന്നു. പറയുന്ന തിലധികം മറ്റുള്ളവരെ കേൾക്കാൻ ഞാനിഷ്ടപ്പെടുന്നു.

മെയിൽ ഗാർഡനിലെ ആദ്യ സെഷൻ തുടങ്ങു ന്നതിനു ഏറെ മുൻപേ പോയി ഞാൻ സീറ്റുപിടിച്ചു.

ആ വേദിയിൽ ആളു നിറയുമെന്ന് എനിക്കുറപ്പായിരുന്നു. 'Politics and Personalities: In Conversation with Najam Sethi' എന്നായിരുന്നു ആ സെഷന് പേരിട്ടിരുന്നത്.

പാകിസ്ഥാനിലെ ഏറ്റവും തലയെടുപ്പുള്ള പത്രപ്രവർത്തകൻ എന്ന് ഒറ്റവക്കിൽ നജാം സേഥിയെ വിശേഷിപ്പിക്കാം. എന്നാൽ അതുപോരാ. പഞ്ചാബിലെ ഇടക്കാല മുഖ്യമന്ത്രി, പാക് ക്രിക്കറ്റ് അസോഷിയേഷൻ ചെയർമാൻ, 2015 ജൂലൈയിൽ ഇന്റർനാഷണൽ ക്രിക്കർ അസോസിയേഷന്റെ പ്രസിഡന്റ് ആയി സ്ഥാനം ഏറ്റെടുക്കാൻ പോകുന്ന ആൾ. നിരവധി പത്രങ്ങളുടെയും വാരികകളുടെയും സ്ഥാപകനും എഡിറ്ററും. നിരവധി അന്തർദേശീയ പുരസ്കാര ജേതാവ്. കടുത്ത മതേതര നിലപാടു മൂലം താലിബാന്റെ നോട്ടപ്പുള്ളി, പാക് ഭരണാധികാരികളുടെ കടുത്ത വിമർശകൻ, അതിന്റെ പേരിൽ നിരവധി തവണ ജയിലിൽ കിടക്കേണ്ടി വന്നിട്ടുള്ള വ്യക്തി. അതെ. നമ്മുടെ നാടൻ ഭാഷയിൽ പറഞ്ഞാൽ നജാം സേഥി ഒരു വ്യക്തിയല്ല ഒരു പ്രസ്ഥാനമാണ്.

സുൾഫിക്കർ അലി ഭൂട്ടോ, സിയാവുൾ ഹഖ്, പർവേഷ് മുഷറഫ്, ബേനസീർ ഭൂട്ടോ, നവാസ് ഷെറീഫ്, ആസിഫ് സർദാരി എന്നീ പാക് നേതാക്കളോടൊപ്പം ചിലവഴിച്ച നിമിഷങ്ങളും അവരോട് ഏറ്റുമുട്ടേണ്ടി വന്ന സന്ദർഭങ്ങളുമാണ് പ്രധാനമായും നജാം സേഥി ആ വേദിയിൽ പങ്കു വച്ചത്. ആത്മാർത്ഥമായ തുറന്നുപറച്ചിൽ കാരണം പാക് രാഷ്ട്രീയത്തിന്റെ പിന്നാമ്പുറ കഥപറച്ചിലായി അതു മാറി. പല രാജ്യങ്ങളിൽ നിന്നുള്ള പ്രതിനിധികൾ ഇരിക്കുന്ന ഈ സദസ്സിൽ നമ്മുടെ നേതാക്കളുടെ അല്പ ത്തരങ്ങളെക്കുറിച്ച് ഇങ്ങനെ പരസ്യമായി പറയാമോ എന്ന് പല കേൾവി ക്കാരും മുഖം ചുളിക്കുന്നുണ്ടായിരുന്നു. എന്നാൽ അതുവല്ലതും ഗൗനി ക്കുന്ന ആളാണോ നജാം സേഥി. പാക് നേതൃത്വത്തെ വിമർശിച്ചുകൊണ്ട് ബിബിസിക്ക് ഇന്റർവ്യൂ കൊടുത്തതിന്റെ പേരിൽ ജയിലിൽ പോയിട്ടുള്ള ആളാണ്. പതിനെട്ടാം വയസ്സിൽ സുൾഫിക്കർ അലി ഭൂട്ടോക്കെതിരെ വിമതനീക്കം നടത്തി എന്നു സംശയിച്ച് പൊലീസ് ഉദ്യോഗസ്ഥരാൽ ചോദ്യം ചെയ്യപ്പെട്ടപ്പോൾ കാണിച്ച അതേ ഉശിര് അപ്പോഴും ഉണ്ടെന്ന്

തോന്നി. അക്കഥ വളരെ രസകരമായാണ് അദ്ദേഹം പറഞ്ഞത്. ഉദ്യോഗസ്ഥർ വളരെ കഠിനമായി ചോദ്യം ചെയ്തുകൊണ്ടിരിക്കുകയാണ്. നോക്ക് നീ ചെറുപ്രായമാണ്. ഇപ്പോൾ തെറ്റു സമ്മതിച്ചില്ലെങ്കിൽ എത്ര കാലം ജയിലിൽ കിടക്കേണ്ടി വരുമെന്നറിയാമോ..? അവർ ഭീഷണിപ്പെടുത്തി. ഏറിയാൽ രണ്ടു വർഷം. യുവതുർക്കിയായ നജാം സേഥി ഉത്തരം കൊടുത്തു. പൊലീസ് ഉദ്യോഗസ്ഥൻ ഒന്നു പതറി. അതിനുശേഷം എന്തു സംഭവിക്കും..? അയാൾ ഇത്തിരി ഭീതിയോടെ ചോദിച്ചു. സുൾഫിക്കർ അലി ഭൂട്ടോ പുറത്താക്കപ്പെടും പട്ടാളം ഭരണം പിടിക്കും. നജാം സേഥി ഉറപ്പിച്ചു പറഞ്ഞു. അവർ സേഥിയെ ജയിലിൽ ഇട്ടു. പക്ഷേ, അന്നത്തെ പ്രവചനം ഫലിച്ചു. കൃത്യം രണ്ടാം വർഷം ഭൂട്ടോ പുറത്തായി. പട്ടാളം അധികാരം പിടിച്ചെടുത്തു. സേഥി ജയിൽ വിമോചിതനായി. അതുകഴിഞ്ഞ് അധികം വൈകും മുൻപേ ഒരു പൊലീസ് ഉദ്യോഗസ്ഥൻ അദ്ദേഹത്തെ കാണാൻ വന്നു. അന്ന് ചോദ്യം ചെയ്ത അതേ ഉദ്യോഗസ്ഥനായിരുന്നു അത്. രണ്ട് വർഷം മുൻപ് ഇതെങ്ങനെ കൃത്യമായി പ്രവചിച്ചു എന്നായിരുന്നു അയാൾക്കറിയേണ്ടിയിരുന്നത്. അത് ശരിക്കും പൊട്ടക്കണ്ണന്റെ മാവേലേറായിരുന്നു എന്ന് ചിരിയുടെ അകമ്പടിയോടെ സേഥി സദസ്സിനോടു പറഞ്ഞു. എന്നുമാത്രമല്ല തന്റെ ജീവിതത്തിൽ ഇത്തരം പല മാവേലേറുകളും പിന്നെ അബദ്ധത്തിൽ ഫലിച്ചിട്ടുണ്ടെന്നും അങ്ങനെയാണ് രാഷ്ട്രീയത്തിലെ ഭാവി പറച്ചിലുകാരൻ എന്ന് പേര് തനിക്ക് കിട്ടിയതെന്നും.

വളരെ ഞെട്ടിക്കുന്ന ഒരു വെളിപ്പെടുത്തൽ അല്ലെങ്കിൽ ഒരു കുറ്റസമ്മതം നടത്തിക്കൊണ്ടാണ് നജാം സേഥി ആ ഒരുമണിക്കൂർ നീണ്ട സംഭാഷണം അവസാനിപ്പിച്ചത്. 9/11 നടന്ന കാലം. അമേരിക്ക താലിബാനെതിരെ യുദ്ധത്തിനു കോപ്പു കൂട്ടുന്നു. യുദ്ധവിമാനങ്ങൾക്ക് പറന്നുയരാൻ പാകിസ്ഥാനിലെ വിമാനത്താവളങ്ങൾ ആവശ്യപ്പെട്ടുകൊണ്ടുള്ള അമേരിക്കയുടെ ആവശ്യം ചർച്ച ചെയ്യാൻ പർവേഷ് മുഷറഫ് മുതിർന്ന നേതാക്കളുടെയും പത്രപ്രവർത്തകരുടെയും ഒരു യോഗം വിളിച്ചുകൂട്ടുന്നു. അമേരിക്കൻ യുദ്ധവിമാനങ്ങൾ നമ്മുടെ രാജ്യത്തുനിന്ന് പറന്നുയരാൻ സമ്മതിച്ചാൽ ജനവികാരം എതിരാകുമോ എന്നതായിരുന്നു മുഷറഫിന്റെ സംശയം. നമ്മൾ സമ്മതിച്ചാലും ഇല്ലെങ്കിലും ജനവികാരം അനുകൂലമായാലും എതിരായാലും അമേരിക്ക യുദ്ധം നടത്തും. വിമാനത്താവളങ്ങൾ ഉപയോഗിക്കാൻ നമ്മൾ സമ്മതിച്ചില്ലെങ്കിൽ അവർ ഇന്ത്യയെ സമീപിക്കും. അവർ സമ്മതിക്കും. അമേരിക്കയുടെ അപ്രീതി സമ്പാദിച്ചുകൊണ്ട് മേഖലയിൽ നമ്മുടെ നിലനില്പ് കൂടുതൽ അപകടകരമാവും. നമ്മൾ സമ്മതിക്കുന്നതാണ് നല്ലത്. അതായിരുന്നു സേഥിയുടെ അഭിപ്രായം. അത് അംഗീകരിക്കപ്പെട്ടു. അപ്പോൾ സേഥി മറ്റൊരു കാര്യം ചോദിച്ചു. ശരി നമ്മൾ താലിബാനെതിരെ യുദ്ധം ചെയ്യാൻ തീരുമാനിച്ചു. എന്നാൽ നമ്മൾ കാശ്മീരിലേക്ക് പറഞ്ഞയക്കാനെന്ന മട്ടിൽ അഫ്ഗാനിസ്ഥാനിലെ മദ്രസകളിൽ വളർത്തിക്കൊണ്ടു വരുന്ന മറ്റ് ചില കൂട്ടർ കൂടിയുണ്ട്.

അവരെ നമ്മൾ എന്തു ചെയ്യാൻ പോകുന്നു..? ഇപ്പോൾ നാം അവരെക്കൂടി ലക്ഷ്യം വച്ചില്ലെങ്കിൽ അത് പിന്നെ വലിയ അപകടത്തിനു കാരണമാകും.

അത് കേട്ടതും മുഷറഫിനു അതിയായ കോപം വന്നു. മുഖം ദേഷ്യം കൊണ്ട് ജ്വലിച്ചു. അവരെ എന്തു ചെയ്യണമെന്ന് എനിക്കറിയാം എന്നു പറഞ്ഞുകൊണ്ട് നജീം സേഥിയെ ആ മീറ്റിംഗിൽ നിന്നും നിർദാക്ഷിണ്യം ഇറക്കി വിട്ടു.

അവരെ നാം ഒന്നും ചെയ്തില്ല. അവർ വളർന്നു വലുതായി. അതിന്റെ ദുരന്തഫലമാണ് ഇപ്പോൾ പാകിസ്ഥാൻ അനുഭവിക്കുന്നത്. ദീർഘവീക്ഷണമില്ലാത്ത നമ്മുടെ നേതാക്കൾ തന്നെയാണ് നമ്മുടെ ശാപം എന്നു പറഞ്ഞുകൊണ്ടാണ് അദ്ദേഹം ആ സംസാരം അവസാനിപ്പിച്ചത്.

ഇത്തിരിനേരത്തേക്ക് ഞാനവിടെ സ്തബ്ധനായി ഇരുന്നുപോയി. രാഷ്ട്രീയ നേതൃത്വത്തിനെതിരെ പാകിസ്ഥാനിൽ ഇങ്ങനെ ഒരു തുറന്നു പറച്ചിൽ സാധ്യമാകുമെന്ന് അതുവരെ ഞാൻ സ്വപ്നത്തിൽ പോലും വിചാരിച്ചിരുന്നില്ല. പാകിസ്ഥാൻ ജനത അത്ര ഭീരുക്കൾ ഒന്നുമല്ല. മണ്ടന്മാരുമല്ല. സത്യം തിരിച്ചറിയാനുള്ള വിവേകബുദ്ധിയൊക്കെ അവർക്കുമുണ്ട്. ഇന്ദിരാഗാന്ധിയാണ് ഭിന്ദ്രൻ വാലയെ വളർത്തിയത് എന്ന് നാം പറയുന്ന അതേ ആർജ്ജവത്തോടെ അവർ അവരുടെ നേതാക്കളെയും വിമർശിക്കുന്നുണ്ട്. നമ്മുടെ നേതാക്കൾ എത്ര അഹങ്കാരികൾ ആയിരിക്കുന്നോ അത്രയും അഹങ്കാരികളാണ് അവരുടെ നേതാക്കളും എന്നുമാത്രം.

അപ്പോൾ താത്ക്കാലികമായി എനിക്കനുവദിക്കപ്പെട്ട മൊബൈൽ ഫോണിൽ നിരന്തരം വിളി വന്നുകൊണ്ടിരിക്കുകയായിരുന്നു. എന്റെ സെഷൻ ആരംഭിക്കാൻ സമയം അതിക്രമിച്ചിരുന്നു. ∎

6TH
KARACHI
کراچی
LITERATURE
FESTIVAL
OXFO
UNIVERSITY

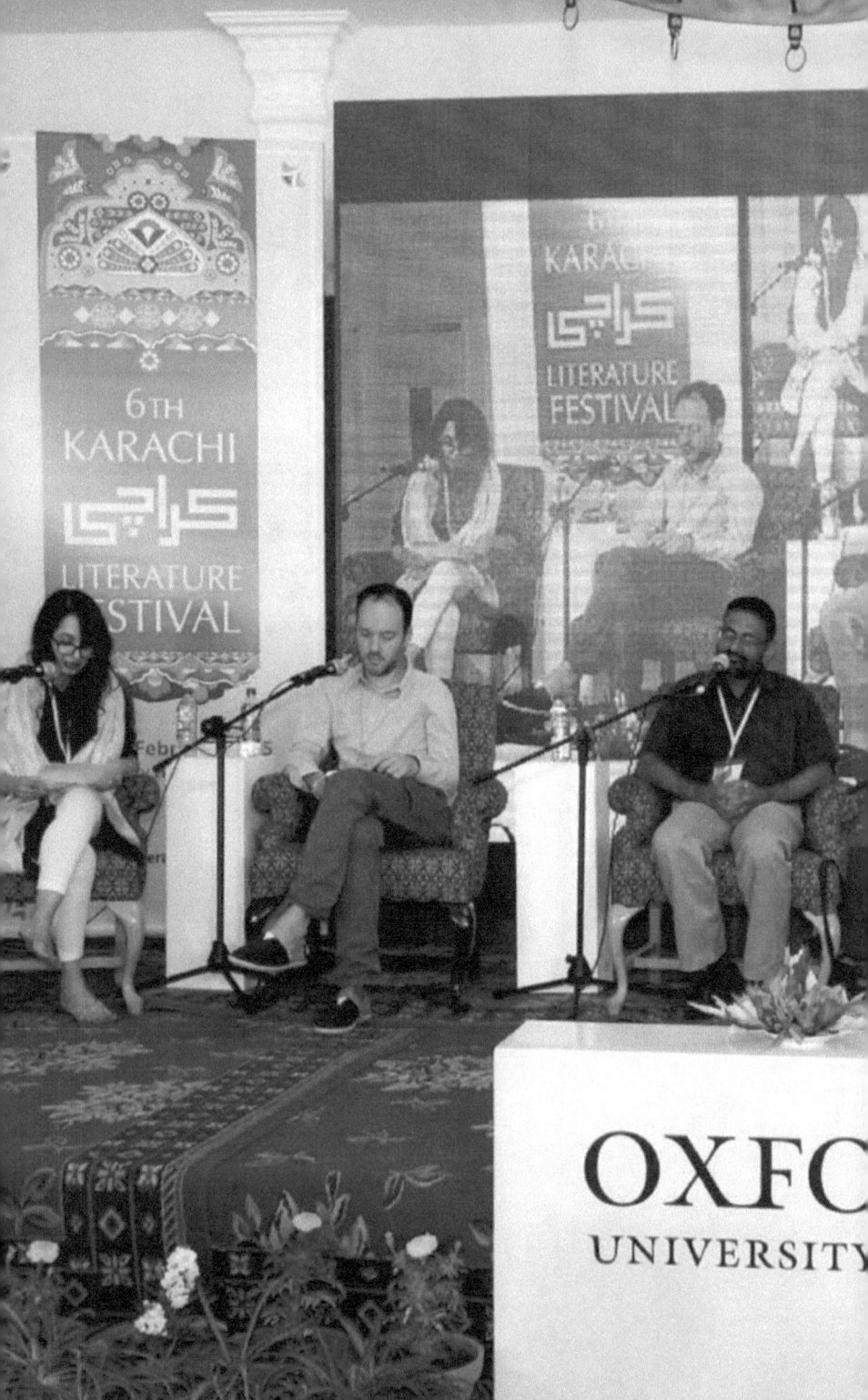

കറാച്ചിയിലേക്കുള്ള പാത

എങ്ങനെ ബെന്യാമിൻ കറാച്ചിയിൽ എത്തി..? ആരാണ് ക്ഷണിച്ചത്..? എന്തുകൊണ്ട് ബെന്യാമിൻ..? എന്നൊക്കെ ഇതിനോടകം പലരും പലവട്ടം ചോദിച്ചു കഴിഞ്ഞു.

ആടുജീവിതം ഡി.എസ്.സി പുരസ്കാരത്തിനു ഷോർട്ട് ലിസ്റ്റ് ചെയ്യപ്പെട്ട വർഷം, കറാച്ചി സാഹിത്യോത്സവത്തിന്റെ സ്ഥാപകരിൽ ഒരാളായ ആമിന സെയ്യദും ജഡ്ജിംഗ് കമ്മിറ്റിയിൽ ഉണ്ടായിരുന്നു. അതുവഴി അവർ ആടുജീവിതത്തിന്റെ ഒരു ആരാധിക ആയി മാറിയിരുന്നു. ജയ്പ്പൂരിൽ വച്ച് ഞങ്ങൾ നിരവധി തവണ തമ്മിൽ കാണാൻ ഇടയായിട്ടുണ്ട്. സ്വാഭാവികമായും തന്റെ നേതൃത്വത്തിൽ ഒരു സാഹിത്യോത്സവം നടക്കുമ്പോൾ അതിലേക്ക് തനിക്ക് പ്രിയപ്പെട്ട ഒരെഴുത്തുകാരനെക്കൂടി അവർ തിരഞ്ഞെടുത്തു. അതാണ് ഞാൻ കറാച്ചിയിൽ എത്തപ്പെട്ട ആദ്യവഴി. പാകിസ്ഥാനിൽ എത്തുന്നതു വരെ ഈയൊരു വഴി മാത്രമേ എനിക്കറിയാമായിരുന്നുള്ളൂ. എന്നാൽ അതിന് പലവഴികൾ ഉണ്ടായിരുന്നു.

ഒരു ദിവസം ഞാൻ എഴുത്തുകാരുടെ മുറിയിൽ ചായകുടിച്ച് വിശ്രമിക്കുമ്പോൾ പരിപാടിക്കു വേണ്ടി നിരന്തരം മെയിൽ വഴി ബന്ധപ്പെടുകയും ഫോണിൽ വിളിക്കുകയും ഒക്കെ ചെയ്തിരുന്ന മുനിസ അലി

എന്ന പെൺകുട്ടി എന്നെ വന്നുകാണുകയും സാഹിത്യോത്സവത്തിന്റെ സഹസ്ഥാപകനായ ആസിഫ് ഫറൂഖി എന്നെ കാണാൻ ആഗ്രഹിക്കുന്നു എന്നറിയിക്കുകയും ചെയ്തു. അദ്ദേഹം എത്തുന്നതുവരെ ഞാനവിടെ കാത്തിരിക്കണം എന്നതായിരുന്നു ആവശ്യം.

പറഞ്ഞതുപോലെ ഇത്തിരി കഴിഞ്ഞപ്പോൾ അദ്ദേഹം എത്തി. ഫെസ്റ്റിവൽ നടത്തിപ്പിന്റെ വലിയ തിരക്കുകൾക്കിടയിൽ അതുവരെ തമ്മിൽ കാണാനാവാതെ പോയതിൽ ഖേദം പ്രകടിപ്പിക്കുകയും കൈയിൽ കരുതിയിരുന്ന ഗോട്ട് ഡെയ്സിന്റെ കോപ്പിയിൽ ഒപ്പിട്ടു വാങ്ങുകയും ചെയ്തു. അദ്ദേഹത്തിന്റെ മകൾ അമേരിക്കയിൽ നരവംശശാസ്ത്രത്തിൽ ഗവേഷണം ചെയ്യുകയാണെന്നും അവളാണ് തന്നോട് ഈയൊരു പുസ്തകത്തെക്കുറിച്ച് ആദ്യമായി സൂചിപ്പിക്കുന്നതെന്നും പിന്നെ വായിച്ചു കഴിഞ്ഞപ്പോൾ ഇതിന്റെ രചയിതാവിനെ എന്തായാലും കറാച്ചിയിൽ എത്തിക്കണമെന്ന് തീരുമാനിച്ചെന്നും വളരെ സ്നേഹത്തോടെ അദ്ദേഹം പറഞ്ഞു. അതായിരുന്നു ഞാൻ കറാച്ചിയിൽ എത്താനിടയായ രണ്ടാമത്തെ വഴി.

മുഹമ്മദ് ഹനീഫിനൊപ്പം ബെന്യാമിൻ

സാഹിത്യോത്സവത്തിന്റെ സ്ഥാപകർ രണ്ടുപേർക്കും ഒരുപോലെ ഇഷ്ടപ്പെട്ട ഒരു പുസ്തകത്തിന്റെ രചയിതാവിന് കറാച്ചിയിൽ എത്തുക ഒരു പ്രയാസമായിരുന്നില്ല. അതെ. അകലെ എവിടെയോ ഇരുന്ന് പുസ്തകങ്ങളെയും സാഹിത്യത്തെയും സ്നേഹിക്കുന്ന അജ്ഞാതരായ വായനക്കാരാണ് എഴുത്തുകാരന്റെ ഭാഗ്യം.

എ കേസ് ഓഫ് എക്സ്പ്ലോഡിംഗ് മാംഗോസ് എന്ന നോവലിലൂടെ അതിപ്രശസ്തനായിത്തീർന്ന പാകിസ്ഥാനി ഇംഗ്ലീഷ് എഴുത്തുകാരൻ മുഹമ്മദ് ഹനീഫ്, നിരവധി പുരസ്കാരങ്ങൾക്ക് അർഹമായ 'വീപ്പിംഗ് സിറ്റി' എന്ന നോവലിന്റെ രചയിതാവ് ഇംഗ്ലീഷുകാരനായ അലക്സ് പ്രിസ്റ്റൺ, ആകാർ പട്ടേൽ പിന്നെ ഞാനും ചേർന്നതായിരുന്നു ഞങ്ങളുടെ പാനൽ. ഹബീബ് യൂണിവേഴ്സിറ്റിയിലെ പ്രൊഫസർ ആയ ഡോ. സാറ ഹുമയൂൺ മോഡറേറ്ററും. ലോകം: എഴുത്തുകാരന്റെ കാഴ്ചയിൽ എന്നതായിരുന്നു ഞങ്ങൾ ചർച്ച ചെയ്യേണ്ടിയിരുന്ന വിഷയം. അക്വാറിയസ് എന്നവേദിയിൽ ആയിരുന്നു ആ സെഷൻ നടന്നത്. നജീം സേഥിയുടെ സംസാരം കേട്ടിരുന്ന് ഞാൻ വേദിയിലെത്താൻ വൈകി. ആകാറിനു തിങ്കളാഴ്ച അതിരാവിലെ ലാഹോറിലേക്കു പോകേണ്ടതുള്ളതുകൊണ്ടും ശനി ഞായർ ദിവസങ്ങൾ അവിടെ അവധി ആയതുകൊണ്ടും അന്ന് ഉച്ചയ്ക്ക് രണ്ടു മണിക്കു മുൻപ് പൊലീസ് സ്റ്റേഷനിൽ എത്തി വിടുതൽ പേപ്പർ വാങ്ങേണ്ടതുണ്ടായിരുന്നു. അതിനു പോയ ആകാറും മടങ്ങി വന്നിട്ടില്ല. സമയകൃത്യത ഇത്തരം സാഹിത്യോത്സവങ്ങളുടെ പ്രത്യേ കതയാണ്. ആരുവന്നാലും ഇല്ലെങ്കിലും സെഷൻ ആരംഭിക്കും. ആർക്ക് എന്തൊക്കെ പറയാൻ ബാക്കിയുണ്ടെങ്കിലും കൃത്യസമയത്ത് സെഷൻ അവസാനിക്കും. അതുകൊണ്ടുതന്നെ ആകാർ വരുന്നതു കാത്തു നില്ക്കാതെ ചർച്ച ആരംഭിച്ചു.

എഴുത്തുകാരൻ എന്ന നിലയിൽ അല്ല കൺസ്ട്രക്ഷൻ കമ്പനിയിലെ ഒരു ജീവനക്കാരൻ എന്ന നിലയിലാണ് ഞാൻ ലോകത്തെ കണ്ടിട്ടുള്ള തെന്നും അതുകൊണ്ടുതന്നെ എന്റെ എഴുത്തുലോകത്തിന്റെ കാഴ്ചകൾ ഞാൻ തേടിപ്പോയതല്ല എന്നെ തേടി വന്നതാണെന്നും ആയിരുന്നു ഞാൻ ആ വിഷയത്തെക്കുറിച്ച് പറഞ്ഞത്. തുടർന്ന് ആടുജീവിതത്തിന്റെ കഥയും നജീബിനെ കണ്ടുമുട്ടാനിടയായ സാഹചര്യവും ഒക്കെ ഹ്രസ്വമായി പറഞ്ഞു.

എന്നാൽ തന്റെ ഊഴം വന്നപ്പോൾ സ്വന്തം പുസ്തകത്തെക്കുറിച്ച് പറയുന്നതിനു പകരം ആടുജീവിതത്തെക്കുറിച്ച് ഇത്ര ലഘുവായി പ്പറഞ്ഞാൽ പോരെന്നും തനിക്ക് ഇതിന്റെ വായനാനുഭവത്തെക്കുറിച്ച് കുറച്ചുകൂടി പറയാനുണ്ടെന്നും മുഹമ്മദ് ഹനിഫ് പറഞ്ഞു. അദ്ദേഹം തുടർന്ന് സംസാരിച്ചതത്രയും ആടുജീവിതത്തെക്കുറിച്ചായിരുന്നു. പുസ്തകത്തിന്റെ ഇംഗ്ലീഷ് പതിപ്പ് ഇറങ്ങിയ കാലത്തു തന്നെ അദ്ദേഹം

ബെന്യാമിനും അലക്സ് പ്രിസ്റ്റണും

അത് വായിച്ചതും 'Goat Days is the best novel I have read this Ramzan. It's about men, Goats, God and Saudi Arabia. Read and Cry' എന്ന് ട്വിറ്റർ ചെയ്തതും ഞാനറിഞ്ഞിരുന്നു. എങ്കിൽ പോലും ഒരു വേദിയിൽ ഇങ്ങനെ അദ്ദേഹം എന്റെ പുസ്തകത്തെക്കുറിച്ച് വാതോരാതെ സംസരിക്കും എന്നു കരുതിയില്ല. അദ്ദേഹത്തിനു പാകിസ്ഥാനിൽ വലിയ ഒരു ആരാധകവൃന്ദമുണ്ട്. അദ്ദേഹം പങ്കെടുത്ത എല്ലാ വേദികളും നിറഞ്ഞുകവിഞ്ഞ് കേൾവിക്കാരുണ്ടായിരുന്നു. അതുകൊണ്ടുതന്നെ ആടുജീവിതത്തെക്കുറിച്ച് അദ്ദേഹം പറഞ്ഞത് ആളുകൾ ഗൗവരമായി എടുത്തു എന്നു തോന്നുന്നു. ആ സാഹിത്യോത്സവത്തിൽ എത്തിച്ച ഗോട്ട് ഡെയ്സിന്റെ മുഴുവൻ പ്രതികളും അതുകൊണ്ടുതന്നെ വിറ്റുതീരുകയും ചെയ്തു. ആടുജീവിതത്തിന്റെ എഴുത്തുകാരനെ കറാച്ചിയിൽ എത്തിക്കണമെന്ന് താൻ അധികാരികളോട് പറഞ്ഞിരുന്നു എന്ന് അദ്ദേഹം വെളിപ്പെടുത്തി. അപ്പോൾ അതായിരുന്നു ബെന്യാമിൻ കറാച്ചിയിൽ എത്താനിടയായ മൂന്നാമത്തെ വഴി.

പിന്നെ പുതിയ കാലത്തെ എഴുത്തിനെക്കുറിച്ച് എഴുത്തുകാരൻ നേരിടുന്ന വെല്ലുവിളികളെക്കുറിച്ച് ഒക്കെ ആ ചർച്ച നീണ്ടു. അതിനിടെ പൊലീസ് സ്റ്റേഷനിലെ ഇടപാടുകൾ തീർത്ത് ആകാർ പട്ടേൽ എത്തിച്ചേർന്നിരുന്നു. അദ്ദേഹത്തിന്റെ പല നിലപാടുകളും വിലപിടിച്ച

നിരീക്ഷണങ്ങൾ ആയിരുന്നു. എന്നാൽ ഫിക്ഷൻ എഴുത്തിനോട് അദ്ദേഹത്തിനുള്ള വിയോജിപ്പിന്റെ പേരിൽ ഞങ്ങൾ തമ്മിൽ അല്പം ഏറ്റുമുട്ടുകയും ചെയ്തു. യഥാർത്ഥ മനുഷ്യജീവിതം ചരിത്രപുസ്തകങ്ങളിലല്ല ഫിക്ഷനിലാണ് രേഖപ്പെടുത്തപ്പെട്ടിരിക്കുന്നത് എന്ന എന്റെ നിലപാടിനെ ശ്രോതാക്കൾ കയ്യടിച്ച് പിന്തുണയ്ക്കുകയും ചെയ്തു. പൊതുവെ ഗുണപ്രദമായ ഒരു ചർച്ച എന്നൊരു സംതൃപ്തി സെഷൻ കഴിഞ്ഞിറങ്ങിയപ്പോൾ എനിക്കനുഭവപ്പെട്ടു.

പാകിസ്ഥാനിലെ ചില ചാനലുകളും പത്രങ്ങളും ഇന്റർവ്യൂവിനു വേണ്ടി കാത്തു നില്ക്കുകയായിരുന്നു. സാഹിത്യോത്സവത്തെക്കുറിച്ച് നമ്മുടെ അഭിപ്രായം രേഖപ്പെടുത്തിക്കൊണ്ടുള്ള ചെറു ബൈറ്റുകൾ ആയിരുന്നു അവർക്ക് വേണ്ടിയിരുന്നത്. പ്രശസ്തമായ ഡ്വാൻ ദിനപ്പത്രം എന്റെയൊരു സുദീർഘമായ അഭിമുഖം എടുക്കുകയും പിന്നീടത് പ്രസിദ്ധീകരിക്കുകയും ചെയ്തു.

അതുകഴിഞ്ഞ് ഞാൻ ഉച്ചഭക്ഷണത്തിനുവേണ്ടി നീങ്ങുമ്പോൾ വഴിയിൽ ഒരാൾ എന്റെ കൈകടന്നു പിടിച്ചു. ഞാൻ പാകിസ്ഥാനിൽ എത്താനിടയായ നാലാമത്തെ വഴിയായിരുന്നു അത്. ■

സ്കൂൾ കുട്ടികളോടൊപ്പം

ബഷീറിനെക്കുറിച്ച് ഒരു ചോദ്യം

"**ഞാ**ൻ അൻവർ സെൻ റോയ്. ബിബിസി ഉർദു വിൽ ജോലിയെടുക്കുന്നു. രണ്ടുദിവസമായി നിങ്ങളെ അന്വേഷിച്ച് നടക്കുകയാണ്." എന്റെ കൈകടന്നു പിടിച്ച ആൾ പറഞ്ഞു. പിന്നെ ഇത്തിരി നേരം ഞങ്ങൾക്കൊപ്പം ഇരുന്ന് സംസാരിച്ചുകൂടെ എന്നു ചോദിച്ചുകൊണ്ട് അദ്ദേഹം എന്നെ തന്റെ സുഹൃത്തു ക്കളായ പാകിസ്ഥാനി എഴുത്തുകാരുടെ ചെറുസംഘ ത്തിനടുത്തേക്ക് കൂട്ടിക്കൊണ്ടുപോവുകയും ഓരോരു ത്തരെയായി എനിക്ക് പരിചയപ്പെടുത്തി തരുകയും ചെയ്തു. പ്രശസ്തമായ പല ടിവി സീരിയലുകളു ടെയും രചയിതാവും കവിയും കോളമിസ്റ്റുമായ അസ്ഗർ നദിം സെയ്യദ്, ഉർദു കവിയും നോവലിസ്റ്റു മായ അലി അക്ബർ നാദിക്, പ്രസാധകനായ അജ്മൽ കമാൽ എന്നിവരായിരുന്നു അവർ.

പാകിസ്ഥാനിൽ വച്ച് കേട്ടാൽ ഏത് മലയാളിയും അദ്ഭുതം കൊണ്ട് ത്രസിച്ചുപോകുന്ന ഒരു ചോദ്യ ത്തോടെയാണ് അജ്മൽ കമാൽ എന്നെ അവരുടെ സംഘത്തിലേക്ക് ക്ഷണിച്ചിരുത്തിയത്. വൈക്കം മുഹമ്മദ് ബഷീറിനെ നേരിട്ട് കാണാനുള്ള ഭാഗ്യം നിനക്ക് ലഭിച്ചിട്ടുണ്ടോ എന്നായിരുന്നു ആ ചോദ്യം.

ആര്..? സംശയനിവാരണത്തിനുവേണ്ടി ഞാൻ എടുത്തു ചോദിച്ചു. നിങ്ങളുടെ ലജന്റ് ബഷീർ തന്നെ. അദ്ദേഹം ഉറപ്പിച്ചു. അതിനുള്ള ഭാഗ്യം എനിക്കുണ്ടായിട്ടില്ല എന്ന് ഞാൻ ഖേദത്തോടെ പറഞ്ഞു. അദ്ദേഹം 94 ൽ മാത്രമല്ലേ മരിച്ചത്. എന്നിട്ടും..? എന്ന് അജ്മൽ കമാൽ ചോദിച്ചു. അദ്ദേഹത്തെ താങ്കൾക്കെങ്ങനെ അറിയാം എന്നായി എന്റെ സംശയം. ഞാൻ അദ്ദേഹത്തിന്റെ കഥകൾ വായിച്ചിട്ടുണ്ട് എന്നു മാത്രമല്ല അവ ഹിന്ദിയിൽ നിന്നും ഉറുദുവിലേക്ക് പരിഭാഷപ്പെടുത്തി പ്രസിദ്ധീകരിച്ചിട്ടുമുണ്ട്. ഈശ്വരാ എന്ന് ഞാൻ നെഞ്ചത്ത് കൈവച്ചുപോയി. മലയാളത്തിൽനിന്നും മലയാളത്തിലേക്ക് പോലും പരിഭാഷപ്പെടുത്താനാവാത്ത ആളാണ് ബഷീർ. അപ്പോൾ പിന്നെ ഹിന്ദി വഴി ഉറുദുവിൽ എത്തിയപ്പോൾ അതിന്റെ കോലമെന്തായിരിക്കും. എന്നിട്ടുപോലും അദ്ദേഹമത് മഹത്തരം എന്ന് വിലിയിരുത്തുന്നു. മലയാളത്തിൽ നിന്നും എത്തിയ ഒരെഴുത്തുകാരൻ എന്ന നിലയിൽ എനിക്ക് പെട്ടെന്ന് അഭിമാനം തോന്നി. ആജ് എന്ന പേരിൽ അജ്മൽ കമാൽ ഒരു ത്രൈമാസിക നടത്തുന്നുണ്ട്. അതിൽ തകഴിയുടെ ചില കഥകളും കെ.ടി. മുഹമ്മദിന്റെ കണ്ണുകൾ എന്ന കഥയും പരിഭാഷപ്പെടുത്തി പ്രസിദ്ധീകരിച്ചിട്ടുണ്ട്. അതിനുശേഷം..? ഞാൻ ചോദിച്ചു. ഇല്ല. അവർക്കുശേഷം ആരും ഉറുദുവിലേക്ക് വന്നിട്ടില്ല.

അസ്ഗർ നദിം സെയ്യദ്

അദ്ദേഹം പറഞ്ഞു. എനിക്ക് സങ്കടം തോന്നി. മലയാളത്തിലെ എത്രയോ നല്ല കഥകളും നോവലുകളും പുറംദേശങ്ങൾ വായിക്കപ്പെടാതെ പോയിരിക്കുന്നു. നമ്മുടെ പരിഭാഷ പദ്ധതികൾക്ക് എന്തോ കുഴപ്പമുണ്ട്. അതൊരു വരണ്ട കാലത്തിലൂടെയാണ് കടന്നുപോകുന്നത്. അലസതയോ അവഗണനയോ അതോ യോഗ്യതയുള്ളവരുടെ അഭാവമോ..?

അലി അക്ബർ നാദിക്കാവട്ടെ കമ്യൂണിസ്റ്റ് ചായ്‌വുള്ള ഒരാളാണ്. കേരളത്തിലെ ഇടതുപക്ഷ പ്രസ്ഥാനങ്ങളുടെ ഇപ്പോഴത്തെ അവസ്ഥയായിരുന്നു അദ്ദേഹത്തിനു അറിയേണ്ടിയിരുന്നത്. വർഗ്ഗീയ ശക്തികൾ പിടിമുറക്കുന്നതിനെതിരെ പാർട്ടി എങ്ങനെ പ്രതിരോധിക്കുന്നു എന്നും.

പിന്നെയും ഞങ്ങൾ എന്തൊക്കെയോ സംസാരിച്ചിരുന്നു. അപ്പോഴൊക്കെ അൻവർ സെൻ റോയ് വഴിയെ പോകുന്നവരെയും വരുന്നവരെയും വിളിച്ചുവരുത്തി എന്നെ പരിചയപ്പെടുത്തി. ആടുജീവിതം നിശ്ചയമായും വായിക്കണം എന്നു ഓർമ്മിപ്പിച്ചു. മാൻ ഏഷ്യൻ സാഹിത്യ പുരസ്കാരത്തിന്റെ ലോംഗ് ലിസ്റ്റിൽ വന്നപ്പോൾ തന്നെ താൻ ആ പുസ്തകം വായിച്ചിരുന്നു എന്നും അപ്പോൾ മുതൽ താൻ അതിന്റെ ഒരാരാധകനാണെന്നും ഒരു കുട്ടിയുടെ ആവേശത്തോടെ അദ്ദേഹം എല്ലാവരോടും പറഞ്ഞുകൊണ്ടിരുന്നു. ബെന്യാമിൻ എപ്പോഴാണ് കറാച്ചിയിൽ എത്തുന്നതെന്നറിയാൻ എല്ലാ ദിവസവും ഞാൻ കെ.എൽ.എഫ് പ്രതിനിധികളെ വിളിച്ചു ചോദിക്കുമായിരുന്നു എന്നും അദ്ദേഹം പറഞ്ഞു.

അതൊരു തമാശരംഗം പോലെ ഞാൻ മനസ്സിൽ കണ്ടു. ബിബിസി പോലെ ഒരു അന്താരാഷ്ട്രമാധ്യമത്തിൽ നിന്നും ദിവസവും കാലത്ത് ബെന്യാമിൻ എപ്പോഴാണെത്തുന്നത് എന്നന്വേഷിച്ച് ഒരു വിളി ചെല്ലുന്നു. വിസയും യാത്രാരേഖകളും തയ്യാറാക്കാനിരിക്കുന്ന പാവം പിടിച്ച സ്റ്റാഫുകൾക്കുണ്ടോ ബെന്യാമിനെ അറിയുന്നു. ബിബിസിയിൽ നിന്നും വിളിച്ചതല്ലേ ഇയാൾ എന്തോ വലിയ സംഭവം ആണെന്ന് വിചാരിച്ച് അവർ പരിഭ്രാന്തരാകുന്നു. എങ്ങനെയും വിസ സംഘടിപ്പിക്കാൻ നെട്ടോട്ടമോടുന്നു. കൊള്ളാം അല്ലേ..? ഇങ്ങനെ ചില വായനക്കാരുണ്ടെങ്കിൽ എഴുത്തുകാരന് ലോകത്തിലെവിടെയും എത്തിപ്പെടാം എന്നു തോന്നുന്നു. അല്ലെങ്കിൽ തന്നെ അതുതന്നെയാണല്ലോ എഴുത്തുകാരന്റെ ഭാഗ്യവും. അതാണ് ബെന്യാമിൻ കറാച്ചിയിൽ എത്തിയ നാലാമത്തെ വഴി അൻവർ സെൻ റോയ് ആണെന്ന് ഞാൻ നേരത്തെ പറഞ്ഞത്.

അദ്ദേഹത്തിന്റെ പേരിനൊപ്പമുള്ള സെൻ റോയ് എന്തോ ഒരു ബംഗാൾ ബന്ധം ഓർമ്മിപ്പിച്ചു. എന്നാൽ അങ്ങനെയല്ലെന്നും രാജസ്ഥാനിലും റോയിമാർ ഉണ്ടായിരുന്നു എന്നും തങ്ങൾ അവിടെ നിന്ന് കുടിയേറിയവരാണെന്നും അദ്ദേഹം വിശദീകരിച്ചു.

കറാച്ചി സാഹിത്യോത്സവത്തിൽ നിന്നുള്ള ഒരു ദൃശ്യം

പിന്നെ ഞങ്ങൾ ഒന്നിച്ച് ഉച്ചഭക്ഷണത്തിനു പോയി. പിന്നെയും വന്ന് ചായനേരം വരെയും വർത്തമാനം പറഞ്ഞിരുന്നു. പോകുന്നതിനു മുൻപ് ഒരു ദിവസം നമുക്കൊന്ന് പുറത്തുവച്ച് കൂടണം എന്നു പറഞ്ഞാണ് അന്ന് ഞങ്ങൾ പിരിഞ്ഞത്. ഞാൻ അതിനുശേഷം മുഹമ്മദ് ഹനീഫിന്റെയും നയൻ താര സൈഗളിന്റെയും ഓരോ സംഭാഷണങ്ങൾ കേട്ടു. രണ്ടിനും വലിയ ജനക്കൂട്ടമായിരുന്നു. മുഹമ്മദ് ഹനീഫിന്റെ സെഷനിൽ എപ്പോഴോ പർദ്ദ ഒരു ചർച്ചാവിഷയമായി. അപ്പോൾ അദ്ദേഹം പറഞ്ഞ ഒരു സംഭവ മുണ്ട്. തന്റെ ഗ്രാമത്തിൽ ആദ്യമായി പർദ്ദ ധരിച്ച ഒരു സ്ത്രീയെ ക്കണ്ടപ്പോൾ അദ്ദേഹത്തിന്റെ അമ്മ പ്രതികരിച്ചത് അവൾക്കെന്തോ കാര്യമായി ഒളിപ്പിക്കാനുണ്ട് എന്നായിരുന്നുവത്രേ. ഇന്നും അതങ്ങ നൊക്കെത്തന്നെയാണ് എന്ന് അദ്ദേഹം പറഞ്ഞു. നിറഞ്ഞ കൈയടി യോടെയാണ് ആ പ്രസ്താവന ജനക്കൂട്ടം സ്വീകരിച്ചത്. കേരളത്തിലെ ഒരു പൊതുവേദിയിൽ ഇന്നേതെങ്കിലും ഒരു സാഹിത്യകാരൻ ഏതെങ്കിലും മതത്തിനെതിരെയോ മതചിഹ്നങ്ങൾക്കെതിരെയോ പ്രസ്താവന നടത്താൻ ധൈര്യപ്പെടുമോ എന്ന് എനിക്ക് നല്ല സംശയമുണ്ട്. അപ്പോഴാണ് നാമൊക്കെ അവജ്ഞയോടെ മാത്രം നോക്കിക്കാണുന്ന പാകിസ്ഥാന്റെ മണ്ണിൽ വച്ച് ഒരെഴുത്തുകാരൻ ഇങ്ങനെ ഒരു പ്രസ്താവന

നടത്തിയ ധീരത നാം കാണേണ്ടത്. എന്നുമാത്രമല്ല സാഹിത്യോത്സവദിവസങ്ങളിൽ വളരെ ഗൗരവമായി ഞാൻ ശ്രദ്ധിച്ച ഒരു കാര്യമുണ്ട്. എഴുപതിനായിരത്തിനും ഒരു ലക്ഷത്തിനും ഇടയിൽ ജനങ്ങൾ വന്നുകൂടിയ ആ ഇടത്തിൽ പർദ്ദധാരിണികൾ വളരെ പരിമിതമായിരുന്നു. നൂറിൽ രണ്ടോ മൂന്നോ പേർ. ഹിജാബ് ധരിക്കുന്നവരാകട്ടെ നൂറിൽ ഇരുപതു പേർ. ഇതുകേൾക്കുമ്പോൾ ബെന്യാമിന്റെ ബഡായി എന്നോ പാകിസ്ഥാനെ വെള്ള പൂശാനുള്ള ശ്രമമെന്നോ കടുത്ത ഇസ്ലാം വിരോധമെന്നോ ആരോപണം ഉണ്ടായേക്കാം. എന്നാലും സത്യം അതാണ്. അതേ സമയം അതിനൊരു മറുവശം കൂടിയുണ്ട്. അവിടെ വന്നുകൂടിയിരുന്നവർ അത്രയും അപ്പർ ക്ലാസിലോ അപ്പർ മിഡിൽ ക്ലാസിലോ പെട്ടവർ ആയിരുന്നു എന്ന സത്യം. അവിടെ സന്ദർശകരായി എത്തിയതും വോളണ്ടിയേഴ്സായി സേവനം അനുഷ്ഠിക്കുന്നതുമായ സ്കൂൾ കോളേജ് കുട്ടികളെ ഞാൻ ശ്രദ്ധിച്ചിരുന്നു. അവർ എല്ലാവരും പരസ്പരം ഇംഗ്ലീഷ് മാത്രം സംസരിക്കുന്ന, ജീൻസും ടീ ഷർട്ടും ധരിക്കുന്ന ഒന്നാന്തരം മെട്രോ കുട്ടികൾ തന്നെയായിരുന്നു. അവർക്ക് ഉറുദു അറിയുമോ എന്നുപോലും സംശയമുണ്ട്. ഏറ്റവും കുറഞ്ഞത് അവരെങ്കിലും മതചിഹ്നങ്ങളെ ഒരു വലിയ കാര്യമായി എടുക്കുന്നില്ല. അല്ലെങ്കിൽ അവർക്കെങ്കിലും താലിബാനിസത്തിന്റെ ദുശ്ശാഠ്യങ്ങളെ അലസമായി നിഷേധിച്ചുകളയാൻ കഴിയുന്നുണ്ട്. പാകിസ്ഥാൻ എന്നാൽ മുഴുവൻ മതതീവ്രവാദികൾ നിറഞ്ഞ ഒരു രാജ്യം എന്നത് നമ്മുടെ ഒരു അബദ്ധവിചാരം മാത്രമാണെന്ന് പറയാനാണ് ഞാനിതിവിടെ സൂചിപ്പിച്ചത്.

വൈകുന്നേരം പാകിസ്ഥാനിലെ പ്രധാനപ്പെട്ട കവികൾ എല്ലാം പങ്കെടുത്ത മുഷൈറ എന്ന് വിളിക്കപ്പെടുന്ന കാവ്യസന്ധ്യ ഉണ്ടായിരുന്നു. അത് ആസ്വദിക്കണമെങ്കിൽ ഉറുദുവിൽ അഗാധമായ ജ്ഞാനം ഉണ്ടായിരിക്കണം. ഇത്തിരിനേരം ഇരുന്നിട്ട് ഞാൻ മുറിയിലേക്ക് മടങ്ങിപ്പോന്നു. അന്നു രാത്രിയും അവാരി ബംഗ്ലാവിന്റെ പുൽമൈതാനിയിൽ ജർമ്മൻ എംബസിയുടെ വകയായ ഒരു വിരുന്ന് ഏർപ്പാട് ചെയ്തിട്ടുണ്ടായിരുന്നു. ■

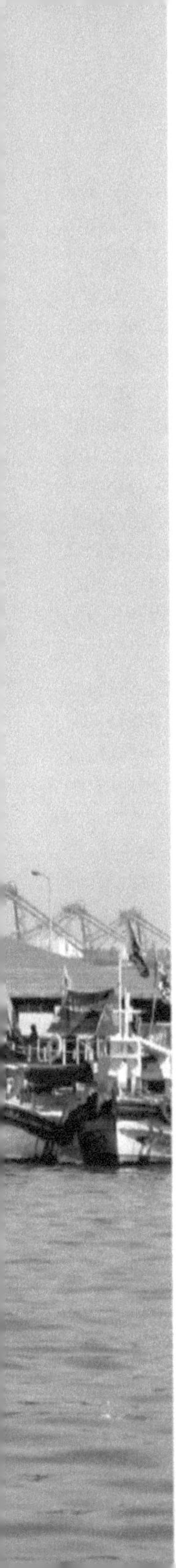

ഒരു അമേരിക്കൻ രാത്രി

രാത്രി പ്രധാനവേദിയിൽ കറാച്ചിയിലെ പ്രശസ്തമായ ഫ്യൂസൻ ബാന്റിന്റെ സംഗീത വിരുന്ന് ഉണ്ടായിരുന്നു. പാകിസ്ഥാനി ക്ലാസിക്കൽ സംഗീതത്തെ പുതിയ കാലത്തിന്റെ റോക്കുമായി സംയോജിപ്പിച്ചുകൊണ്ട് ഷഫ്ഖത്ത് അമാനത്ത് അലി എന്ന സംഗീതജ്ഞൻ രൂപം കൊടുത്ത ഒരു സംഗീതപരിപാടിയാണത്. ഫ്യൂഷനിൽ നിന്നും കടം കൊണ്ട പേരാണ് ഫ്യൂസൻ എന്നത്. നമ്മുടെ 'തൈക്കുടം ബ്രിഡ്ജ്' പോലെയും പോലെയും 'അവിയൽ' പോലെയും ഒരു ട്രൂപ്പ് എന്നുവേണമെങ്കിൽ പറയാം. പിന്നെ അവരുടെ ചില ഷോകൾ ഞാൻ യൂടൂബിൽ കണ്ടിരുന്നു. എഴുപത് ലക്ഷം പേരൊക്കെയാണ് ആ വീഡിയോയിൽ ചിലത് ഇതുവരെ കണ്ടിരിക്കുന്നത്. അതിലൂടെ അവരുടെ ജനപ്രീതി ഊഹിക്കാമല്ലോ. ഇമ്രാൻ മൊമിന, ഷല്ലം ആഷർ സേവ്യർ, റമീസ് മുഖ്താർ, ഖുറം ഇഖ്ബാൽ എന്നിവരാണ് പ്രധാന ആർട്ടിസ്റ്റുകൾ. അവരെ ഒന്നു കേൾക്കണം ജർമ്മൻകാരുടെ രാത്രി വിരുന്നിനും പോകണം എന്നു കരുതി ഒരുങ്ങിക്കൊണ്ടിരിക്കുമ്പോൾ ആകാറിന്റെ വിളി വന്നു. സത്യത്തിൽ രണ്ടു ദിവസം ആയിരുന്നു ഞങ്ങൾ തമ്മിൽ കണ്ടിട്ട്. അദ്ദേഹം മിക്കപ്പോഴും കൂട്ടുകാർക്കൊപ്പം പുറത്തായിരുന്നു. സാഹിത്യ ചർച്ചകൾ കേൾക്കുന്നത് ഒഴിവാക്കി പുറത്തു കറങ്ങുന്നതിനോട് എനിക്കത്ര താത്പര്യവും ഉണ്ടായിരുന്നില്ല.

മുറിയിൽ ചെന്നപ്പോൾ ബിയർ റെഡിയാണ്. എങ്ങനെയാണ് നിങ്ങൾ ഈ സാഹിത്യചർച്ചകൾ ഒക്കെ ഇങ്ങനെ കാതുകൂർപ്പിച്ച് കേട്ടിരിക്കുന്നത് എന്ന് ആകാർ അദ്ഭുതപ്പെട്ടു. മറ്റ് മനുഷ്യരെ കേൾക്കുക

93

എന്നതുപോലെ തന്നെ മറ്റ് എഴുത്തുകാരെ കേൾക്കുക എന്നതും എനിക്ക് വളരെ ഇഷ്ടമുള്ള കാര്യമാണ്. നമുക്ക് ഉൾക്കൊള്ളാൻ കഴിയുന്ന എന്തെങ്കിലുമൊക്കെ ചിലത് അവരിൽ നിന്നും കിട്ടും എന്നെനിക്കുറപ്പുണ്ട്.

അതിനിടെ ഹൈദ്രബാദിൽ നിന്നുള്ള കവിയത്രി ശ്രീദല സ്വാമി വിളിച്ച് ഞാനും എന്റെ രണ്ട് സുഹൃത്തുക്കളും കൂടി നിങ്ങളോടൊപ്പം കമ്പനി കൂടാൻ മുറിയിലേക്ക് വരുന്നു എന്നറിച്ചു. ജനാലവഴി അരിച്ചെത്തുന്ന ഫ്യൂസൻ ബാന്റിന്റെ സംഗീതം കേട്ടിരിക്കുമ്പോൾ അവർ എത്തി. അമേരിക്കൻ കോൺസുലേറ്റിൽ വൈസ് കൗൺസിൽ ആയി ജോലി നോക്കുന്ന ഇന്ത്യൻ വംശജൻ ഷങ്കർ റാവുവും പബ്ലിക് അഫയേഴ്സ് ഓഫീസർ ആയ മാർക് കെൻട്രികും ആയിരുന്നു ശ്രീദലയ്ക്കൊപ്പം ഉണ്ടായിരുന്ന സുഹൃത്തുക്കൾ. ഞാനെന്റെ പഴയ അമേരിക്കൻ നേവിയിലുണ്ടായിരുന്ന ജോലി ബന്ധം പറഞ്ഞപ്പോൾ അവർക്ക് സന്തോഷമായി. ബഹ്റൈനിലുള്ള ആ സൈനിക താവളത്തെക്കുറിച്ച് ആകാറിനു നല്ല പിടിയുണ്ടായിരുന്നില്ല. കെൻട്രികാണ് അതിന്റെ സ്ഥാനവും പ്രാധാന്യവും ഒക്കെ വിവരിച്ചു നല്കിയത്.

ഷങ്കർ റാവു ഏറെക്കാലം ചെന്നൈയിലെ അമേരിക്കൻ കോൺസുലേറ്റിൽ ഉണ്ടായിരുന്നു. വിസയ്ക്ക് അപേക്ഷിക്കുന്നവരുടെ അഭിമുഖം നടത്തലാണ് പണി. ചെന്നൈയിലും കറാച്ചിയിലുമായി ഇതിനോടകം മുപ്പതിനായിരം പേരുടെയെങ്കിലും അഭിമുഖം നടത്തിയിട്ടുണ്ടാവുമെന്ന് ഷങ്കർ പറഞ്ഞു. എത്രയോ പേരുടെ അമേരിക്കൻ സ്വപ്നങ്ങളെ തല്ലിക്കെടുത്തിയ ദുഷ്ടൻ എന്ന് ഞങ്ങളയാളെ കളിയാക്കി. ഒരാളുടെ വിസ നിഷേധിച്ചാൽ ആരും നമ്മളെ ഒന്നും പറയില്ലെന്നും എന്നാൽ അനുവദിക്കപ്പെടുന്ന ഒരോ വിസയ്ക്കും നമ്മൾ മേലധികാരികളോട് ഉത്തരം പറയേണ്ടി വരുമെന്നുമായിരുന്നു അതിനുള്ള ഷങ്കറിന്റെ മറുപടി.

ചോദ്യങ്ങൾകൊണ്ട് മറ്റുള്ളവരെ കുരുക്കാൻ ആകാർ മിടുക്കനാണ്. പത്രപ്രവർത്തകന്റെ സർവ്വ കൗശലവും അതിലദ്ദേഹത്തിനുണ്ട്. ഒരമേരിക്കക്കാരനെ കൈയിൽ കിട്ടിയതല്ലേ ഒന്ന് വട്ടം കറക്കാം എന്ന മട്ടിൽ അദ്ദേഹം പതിയെ മാർക് കെൻട്രികിനെ പിടികൂടി. അഫ്ഗാനിസ്ഥാൻ, പാകിസ്ഥാൻ, ഇന്ത്യ വിഷയങ്ങളിൽ അമേരിക്ക എടുക്കുന്ന നിലപാടുകളെക്കുറിച്ചായിരുന്നു ആകാറിന്റെ ചോദ്യങ്ങൾ അത്രയും. എന്നാൽ കെൻട്രിക് ആരാ മോൻ. കോൺസുലേറ്റിന്റെ വക്താവാണ്. ദിവസവും ഇതുപോലെ അനേകം പുലികളെ നേരിടുന്ന വിദ്വാൻ. നിങ്ങളുടെ ചോദ്യങ്ങൾ ഒക്കെ എനിക്കു മനസ്സിലാവുന്നുണ്ട്. പക്ഷേ, അമേരിക്കയുടെ ഔദ്യോഗിക നിലപാടുകൾക്ക് എതിരായ ഒരു മറുപടി എന്നിൽ നിന്ന് പ്രതീക്ഷിക്കുകയേ വേണ്ട എന്നാണ് കെൻട്രിക് പറഞ്ഞത്. അതു സാരമില്ല. ഇതൊരു അടഞ്ഞമുറിയിലെ സ്വകാര്യസംഭാഷണമല്ലേ. ഇവിടെ നമ്മുടെ വ്യക്തിപരമായ അഭിപ്രായങ്ങളും പറയാം എന്ന് ആകാർ വീണ്ടും എരികേറ്റി. എന്നാൽ അയാളുണ്ടോ ആ കെണിയിൽ വല്ലതും വീഴുന്നു.

മദ്യത്തിന്റെ മുന്നിലാണെങ്കിൽ പോലും അന്നത്തെ അയാളുടെ സംസാരമത്രയും കൃത്യമായി അളന്നുമുറിച്ചതായിരുന്നു. അയാളുടെ ആ ജാഗ്രത നമ്മുടെ ഉദ്യോഗസ്ഥർ ഒക്കെ കണ്ടുപഠിക്കേണ്ടതാണ്. നമ്മുടെ സർക്കാരിന്റെ പല വാർത്തകളും രഹസ്യങ്ങളും ചോരുന്നത് ഇതു പോലെയുള്ള അടഞ്ഞ മുറികളിൽ വച്ചും കൈവിട്ട സ്വകാര്യ സംഭാഷണങ്ങളിൽ കൂടിയുമാണല്ലോ.

അതിനിടെ മാർക് കെൻട്രിക് ഞങ്ങളോട് പ്രമാദമായ ഒരു ചോദ്യം തിരിച്ചു ചോദിച്ചു. ഇന്ത്യ വിഭജിക്കപ്പെട്ടതിന്റെ യഥാർത്ഥ കാരണക്കാർ ആരെന്നാണ് ഇന്ത്യയിലെ പൊതുജനം വിശ്വസിക്കുന്നത്..?

ഞങ്ങൾ മൂന്ന് ഇന്ത്യക്കാർ പരസ്പരം നോക്കി. മൂന്നുപേരുടെയും മനസ്സിൽ മൂന്ന് ഉത്തരമാണെന്നുറപ്പ്. ബ്രിട്ടനെന്ന് ചിലർ. അല്ല കോൺഗ്രസിന്റെ കടുംപിടുത്തം എന്ന് മറ്റുചിലർ. മുസ്ലിം ലീഗെന്ന് ഇനി ചിലർ. മൗണ്ട് ബാറ്റൺ, ഗാന്ധിജി, നെഹ്റു, ജിന്ന.. പഴിചാരാൻ പേരുകൾ എത്ര വേണമെങ്കിലും ലഭ്യമാണ്. എന്നാൽ ചരിത്രത്തിന്റെ ആയിരക്കണക്കിനു വ്യാഖ്യാനങ്ങൾക്കിടയിൽ നമുക്കിന്നും അതേപ്പറ്റി കൃത്യമായ സൂചനയോ ധാരണയോ ഇല്ല എന്നതാണ് സത്യം. ഒന്നായി നില്ക്കാൻ അനന്തമായ സാധ്യതകൾ ഉണ്ടായിരുന്ന ഒരു പ്രദേശം ക്രൂരമായി വെട്ടിമുറിക്കപ്പെട്ടു എന്നുമാത്രം നമുക്കറിയാം. അതിലെ ജനങ്ങൾ ഇപ്പോൾ രാഷ്ട്രീയക്കാരുടെയും മതങ്ങളുടെയും വിഘടനവാദികളുടെയും സ്ഥാപിതതാത്പര്യങ്ങൾക്കുവേണ്ടി അകാരണമായി പരസ്പരം പഴിക്കുകയും വെറുക്കുകയും ചെയ്യുന്നു എന്ന് നമുക്കറിയാം. ഇരകളാണ് നമ്മൾ വെറും ഇരകൾ.

കൃത്യം പതിനൊന്നു മണിയായപ്പോൾ ഷങ്കറും മാർക്കും എഴുന്നേറ്റു. ഞങ്ങളുടെ സെക്യൂരിറ്റി മുറിക്ക് പുറത്തു നില്പുണ്ട്. അദ്ദേഹത്തിനു ഭക്ഷണം കഴിക്കാൻ വൈകിക്കൂടാ എന്നതായിരുന്നു അവർ സംഭാഷണം അവസാനിപ്പിച്ച് പെട്ടെന്ന് എഴുന്നേല്ക്കാനുള്ള കാരണം പറഞ്ഞത്. അപ്പോൾ മാത്രമാണ് ഞങ്ങളുടെ മുറിക്ക് പുറത്ത് അങ്ങനെയൊരാൾ തോക്കേന്തി ജാഗ്രതയോടെ നില്ക്കുന്നുണ്ടായിരുന്നു എന്ന് ഞാനറിയുന്നത്. ഒരു രാജ്യം അവരുടെ പ്രജകൾക്ക് ഏർപ്പെടുത്തിയിരിക്കുന്ന അധിക സുരക്ഷ. അയാൾ ഇത്തിരിനേരം കൂടി കാത്തുനില്ക്കും എന്ന് ആകാർ പറഞ്ഞിട്ടും അവർ സമ്മതിച്ചില്ല. നമ്മൾ അയാളുടെ സമയത്തെയും ബഹുമാനിക്കേണ്ടതുണ്ട് എന്നായിരുന്നു മാർക് കെൻട്രികിന്റെ മറുപടി. അപ്പോഴും ഞാൻ നമ്മുടെ ഉദ്യോഗസ്ഥ പ്രഭുക്കന്മാരെ ഓർത്തു. അവർ ആരെങ്കിലും തങ്ങളുടെ സെക്യൂരിറ്റി ജീവനക്കാരന്റെ ആഹാരകാലത്തെ ഇങ്ങനെ ബഹുമാനിക്കുമോ എന്നും. അമേരിക്ക മോശമായിരിക്കാം. അവരുടെ നിലപാടുകളോട് നമുക്ക് വിയോജിപ്പുകൾ ഉണ്ടായിരിക്കാം. എന്നാൽ നമുക്ക് ഒരു അമേരിക്കക്കാരനിൽ നിന്ന് ഇങ്ങനെ ചെറിയ കാര്യങ്ങൾ പലതും പഠിക്കാനുണ്ട്.

■

LEN
2151

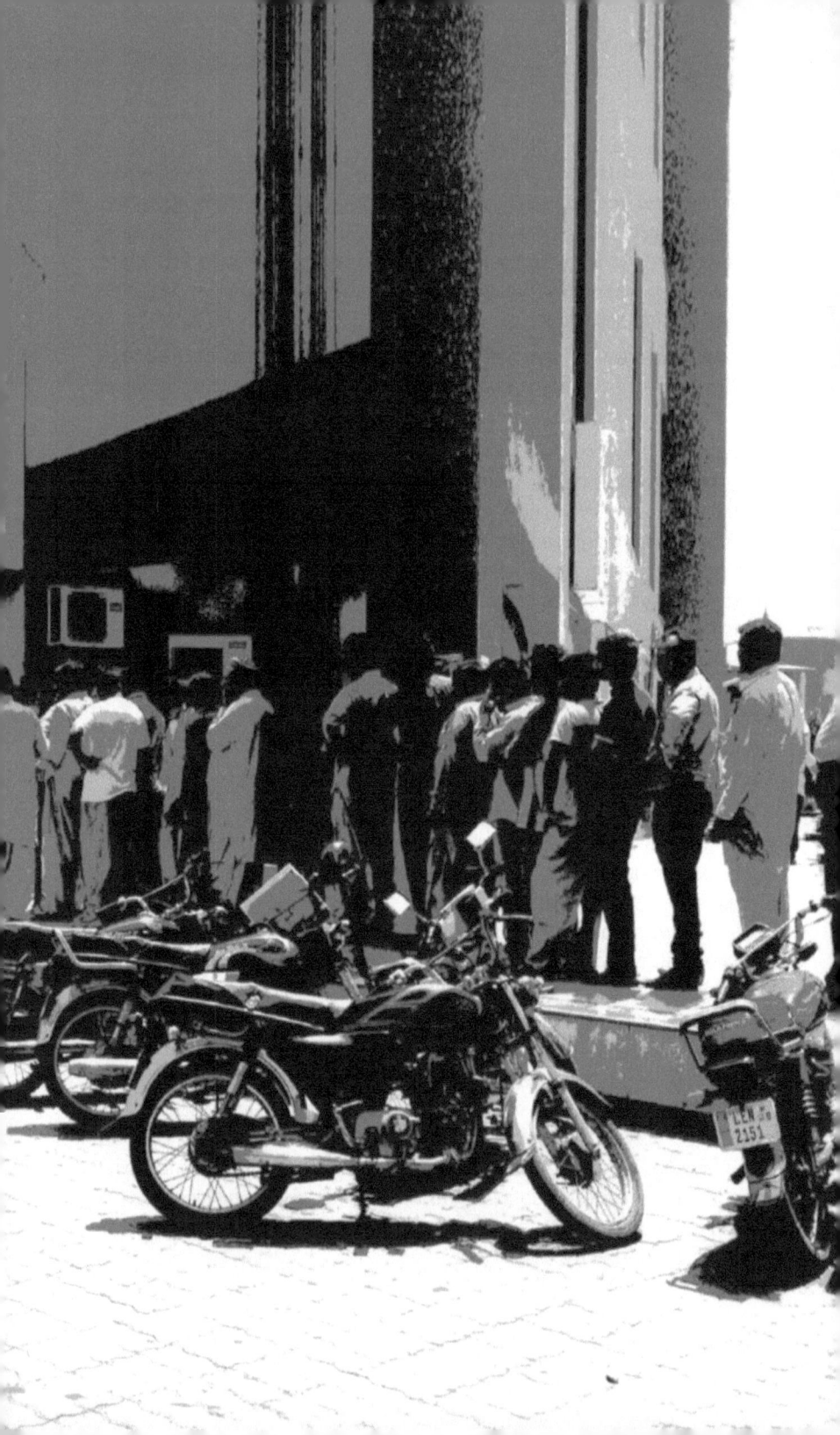

കറാച്ചിയിലെ ജീവിതം

പിറ്റേന്ന് ഒമർ ഖുറൈഷിയോടൊപ്പം ഉച്ചഭക്ഷണത്തിനു പോകാം എന്നു സമ്മതിച്ചാണ് ഞാനും ശ്രീദല സ്വാമിയും ആകാറിന്റെ മുറിയിൽനിന്നും ശുഭരാത്രി പറഞ്ഞ് പിരിയുന്നത്. കാലത്ത് ഫ്രഞ്ച് എഴുത്തുകാരൻ ഡേവിഡ് വാട്ടർമാനെ കണ്ടു. ഒന്നിച്ചിരുന്ന് കോഫി കുടിക്കുമ്പോൾ നഗരജീവിതത്തിന്റെ അസ്വസ്ഥത കളെക്കുറിച്ചാണ് അദ്ദേഹം പറഞ്ഞത്. എയർപോർട്ട് നഗരത്തിൽ നിന്നും നൂറു കിലോമീറ്റർ അകലെയുള്ള ഒരു ഗ്രാമത്തിലാണ് ഞാൻ താമസിക്കുന്നതെന്ന് കേട്ടപ്പോൾ അദ്ദേഹത്തിനു സന്തോഷമായി.

ഒരെഴുത്തുകാരനും നഗരത്തിന്റെ തിരക്കും ബഹളവും സഹിക്കാനാവില്ലെന്നും പാരിസിൽ നിന്നും നൂറ്റിനാല്പത് മൈൽ അകലെയുള്ള പ്രശാന്ത സുന്ദരമായ ഒരു ഗ്രാമത്തിലാണ് തന്റെ താമസമെന്നും അദ്ദേഹം പറഞ്ഞു. എന്നുമാത്രമല്ല എത്ര പണം കിട്ടിയാലും ഗ്രാമത്തിലെ വീട് ഒരിക്കലും ഉപേക്ഷിക്കരുതെന്നും നഗരത്തിരക്കിൽ വീർപ്പുമുട്ടുന്ന നാളത്തെ തലമുറ ഗ്രാമത്തിൽ ഒരു വീടിനുവേണ്ടി നെട്ടോട്ട മോടുമെന്നും അക്കാലത്തേക്കുള്ള ഏറ്റവും വലിയ സമ്പാദ്യം ഈ വീടുതന്നെ ആയിരിക്കുമെന്നും അദ്ദേഹം പ്രവചിച്ചു. അതെനിക്കും പലപ്പോഴും തോന്നിയിട്ടുള്ള കാര്യമാണ്. നാളത്തെ ഭാഗ്യവാൻ വിദൂരഗ്രാമങ്ങളിൽ വീടുള്ള ഒരാൾ തന്നെയാവും എന്ന്.

ഇഖ്ബാൽ അഹമ്മദ് സെന്റർ ഫോർ പബ്ലിക് എഡ്യൂക്കേഷൻ നടത്തിയ ഒരു ഷോർട്ട് ഫിലിം ഫെസ്റ്റിവലിൽ സമ്മാനാർഹമായ മൂന്ന് ചിത്രങ്ങളുടെ പ്രദർശനമാണ് രാവിലെത്തെ സെഷനിൽ ഞാൻ തിരഞ്ഞെടുത്തത്. ഒരുലക്ഷം രൂപ സമ്മാനത്തുകയുണ്ടായിരുന്നെങ്കിലും അവ അത്ര മെച്ചമുള്ളവയായി അനുഭവപ്പെട്ടില്ല. മൂന്നാം ലോകരാജ്യങ്ങളിലെ ജനങ്ങൾ നേരിടുന്ന മാനസിക പ്രശ്നങ്ങളും ദാരിദ്ര്യവും വെള്ളപ്പൊക്കവും ഒക്കെയായിരുന്നു വിഷയങ്ങൾ. തുടർന്നുള്ള സെഷനിൽ പി ടിവി അഥവാ ഇന്നത്തെ ഡ്രാമ എന്നൊരു വിഷയത്തിൽ ഉജ്ജ്വലമായ ഒരു ചർച്ച കേട്ടു. പാക് ടിവി ലോകത്തിലെ അതിപ്രശസ്തരായ സാമിന അഹമ്മദ്, സാജിദ് ഹസൻ, സമീറ ഫസൽ, ആമിന ഷേഖ്, ഹസീന മൊയ്ൻ, നീലോഫാർ അബ്ബാസി എന്നിവരായിരുന്നു ആ ചർച്ചയിൽ പങ്കെടുത്തത്. തങ്ങൾക്ക് സ്വന്തമായി ഒരു നാടകകലാ പാരമ്പര്യമുണ്ടായിരുന്നെങ്കിലും ഇന്ത്യൻ ടെലിവിഷനെയും സീരിയലുകളെയും അനുകരിക്കലാണ് ഇപ്പോഴത്തെ പ്രവണത എന്നതായിരുന്നു അവിടെ ഉയർന്നുകേട്ട പ്രധാന ആരോപണങ്ങളിൽ ഒന്ന്. പാകിസ്ഥാനിൽ എത്തിയപ്പോൾ മുതൽ ഞാൻ ശ്രദ്ധിച്ച ഒരു കാര്യമുണ്ട്. വ്യക്തികൾ സംസാരിക്കുമ്പോഴാകട്ടെ വിഷയങ്ങൾ ചർച്ച ചെയ്യുമ്പോഴാകട്ടെ എന്തിലും ഏതിലും അവർ ഇന്ത്യയുമായി ഒരു താരതമ്യം നടത്തിയിരിക്കും. അയൽവക്കത്തെ കുട്ടിയെ കണ്ട് പഠിക്കാൻ പറയുന്ന അമ്മമാരെപ്പോലെ ഇന്ത്യ എവിടെ എത്തി എന്നു നോക്കു, ഇന്ത്യ എടുത്ത നടപടി ശ്രദ്ധിക്കു, ഇന്ത്യയുടെ മുന്നേറ്റം കണ്ടുപഠിക്കൂ എന്നിങ്ങനെ ഇന്ത്യ അവർക്കൊരു ഒഴിയാബാധ തന്നെയാണ്. ചിലപ്പോൾ കുറ്റമായി, ചിലപ്പോൾ അസൂയയായി, ചിലപ്പോൾ മാർഗ്ഗനിർദ്ദേശമായി, ചിലപ്പോൾ വിഷമമായി ഒക്കെ ഇന്ത്യ അവരിൽ നിറഞ്ഞ് നില്ക്കുന്നുണ്ട്. റൂം ബോയി, ടാക്സി ഡ്രൈവർ, ക്ലീനർ, വെയിറ്റർ എന്നിങ്ങനെ താഴെക്കിടയിലുള്ളവരോട് സംസാരിച്ചപ്പോൾ അനുഭവപ്പെട്ട മറ്റൊരു കാര്യം കൂടിയുണ്ട്. തങ്ങളുടെ മാതാപിതാക്കളോ ബന്ധുക്കളോ എടുത്ത ഒരു തെറ്റായ തീരുമാനം മൂലം തങ്ങൾക്ക് ഒരു ഇന്ത്യക്കാരനായി തുടരാൻ കഴിയാതെ പോയതിലുള്ള ഖേദം അവരെ നന്നായി ഭരിക്കുന്നുണ്ട്. പ്രത്യേകിച്ച് കുടിയേറ്റക്കാരുടെ ഇടയിൽ. ഗുജറാത്തിൽനിന്നും കുടിയേറി ഇപ്പോൾ പതിനേഴ് വർഷമായി ആവാരി ഹോട്ടലിൽ റൂം ബോയിയായി ജോലി ചെയ്യുന്ന മുഹമ്മദുമായി ഞാൻ ഇക്കാര്യം ഇത്തിരി ഏറെനേരം സംസാരിച്ചു. കുട്ടികളുടെ പ്രത്യേകിച്ച് പെൺകുട്ടികളുടെ വിദ്യാഭ്യാസം, അവരുടെ സുരക്ഷ ഇതു രണ്ടുമാണ് താഴെക്കിടയിൽ ഉള്ളവരെ വല്ലാതെ അലട്ടുന്ന പ്രശ്നം. പെഷവാർ സംഭവത്തിനുശേഷം അത് പിന്നെയും കൂടിയിട്ടുണ്ട്. ഇന്ന് പല സ്കൂളുകൾക്കു ചുറ്റും പട്ടാളം തോക്കുമായി കാവൽ നില്ക്കേണ്ട അവസ്ഥയാണുള്ളത്. അതുകൂടാതെ പെൺകുട്ടികളെ സ്കൂളിൽ അയയ്ക്കുന്നത് മതനേതാക്കൾ വല്ലാതെ

നിരുത്സാഹപ്പെടുത്തുന്നുണ്ട്. പണക്കാർക്ക് ഇതൊന്നും ബാധകമല്ല. അവർക്ക് മുന്തിയ സ്കൂളുകൾ ഉണ്ട്. മതനേതാക്കൾ പറഞ്ഞാൽ അവർ അനുസരിക്കുകയുമില്ല. ഞങ്ങൾ പാവങ്ങൾക്കാണ് പ്രശ്നം. വിദ്യാഭ്യാസമില്ലാതെ ഞങ്ങളുടെ കുട്ടികൾ എങ്ങനെ മുന്നോട്ടുവരും സാബ് എന്ന് മുഹമ്മദ് നിരാശപ്പെട്ടു. പാകിസ്ഥാനിലെ ഒരു മുസ്ലിം അനുഭവിക്കുന്നതിൽ അധികം സമാധാനവും സുരക്ഷിതത്വവും സ്വാതന്ത്ര്യവും ഇന്ത്യയിലെ ഒരു മുസ്ലിം അനുഭവിക്കുന്നുണ്ട് എന്നാണ് അയാളുടെ മറ്റൊരു അഭിപ്രായം. ഒരുപക്ഷേ ഒറ്റപ്പെട്ട ഒരു അഭിപ്രായമായി നമുക്കത് തോന്നിയേക്കാം. എന്നാൽ പണക്കാരൻ പാവപ്പെട്ടവൻ എന്ന വ്യത്യാസമില്ലാതെ പല പാകിസ്ഥാനികളുടെയും മനസ്സിൽ അങ്ങനെ ഒരു വികാരമുണ്ട് എന്നാണ് എനിക്കനുഭവപ്പെട്ടത്.

ടിവി ചർച്ച കേട്ടിരിക്കുന്നതിനിടെ ആകാറിന്റെ വിളി വന്നത് ഞാനറിഞ്ഞില്ല. കുറെനേരം കാത്തുനിന്നിട്ട് അവർ എന്നെക്കൂടാതെ പുറത്തുപോയി. അതുകൊണ്ട് ഉച്ചയാഹാരത്തിനു മുൻപ് എനിക്ക് മറ്റൊരു സെഷനിൽ കൂടി പങ്കെടുക്കാൻ കഴിഞ്ഞു. സൗത്ത് ഏഷ്യയിലെ ഇംഗ്ലീഷ് സാഹിത്യം പരസ്പരം സംവേദിക്കുന്നുണ്ടോ എന്നതായിരുന്നു അതിലെ വിഷയം. ∎

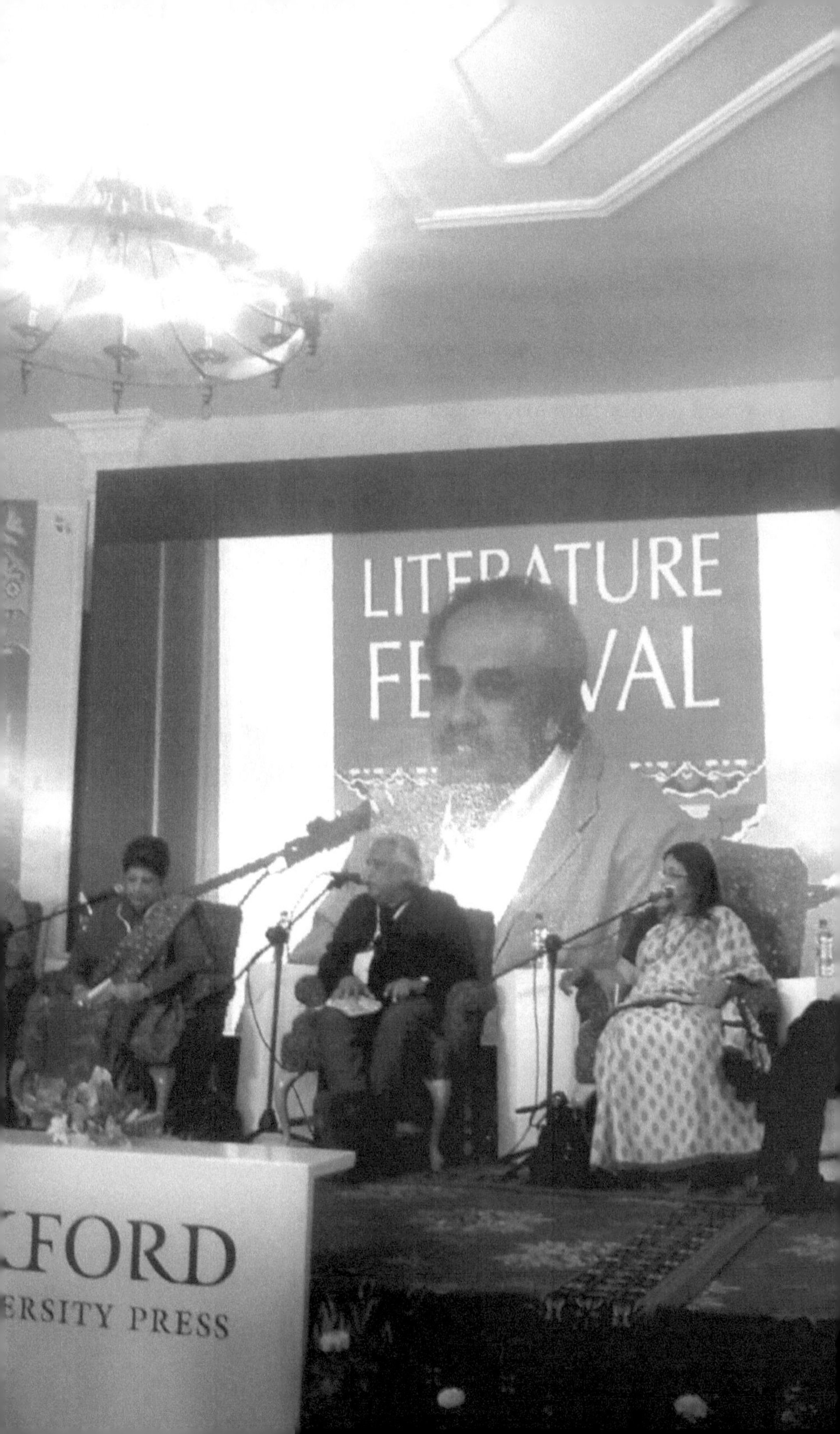
LITERATURE
FE VAL
FORD
ERSITY PRESS

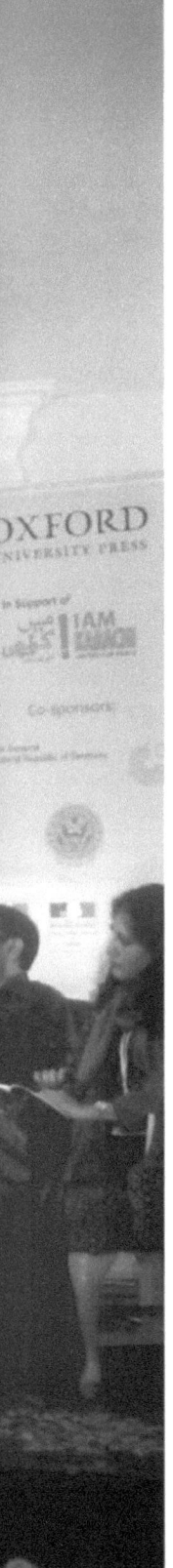

എച്ച്. എം. നഖ്വിയും പാണ്ഡവപുരവും

ഹോം ബോയ് എന്ന നോവലിലൂടെ പ്രഥമ ഡി.എസ്.സി നോവൽ പുരസ്കാരം നേടിയ പാക് ഇംഗ്ലീഷ് എഴുത്തുകാരൻ എച്ച്.എം. നഖ്‌വി, ബംഗ്ലാദേശ് കവിയത്രി സദഫ് സാസ്, എഴുത്തുകാരിയും ഇന്ത്യയിലെ ആദ്യത്തെ ഫെമിനിസ്റ്റ് പ്രസാധകസ്ഥാപനമായ 'കാളിങ് ഫോർ വുമെനിന്റെ' സ്ഥാപകയുമായ റിതു മേനോൻ എന്നിവരാണ് ആ സെഷനിൽ പങ്കെടുത്ത് സംസാരിച്ചത്. ഷാർജ പുസ്തകോത്സവത്തിൽ വച്ചുണ്ടായ രസകരമായ ഒരനുഭവം പറഞ്ഞുകൊണ്ടാണ് നഖ്‌വി തന്റെ സംസാരം തുടങ്ങിയത്.

ഷാർജയിൽ തന്റെ സെഷൻ കഴിഞ്ഞ് പുറത്തേക്കു നടക്കുമ്പോഴാണ് സംഘാടകരിൽ ചിലർ ഓടിവന്ന് അടുത്ത ഹാളിൽ ഒരു മലയാളി സെഷൻ നടക്കുന്നു അതിൽ പങ്കെടുത്ത് രണ്ടുവാക്ക് സംസാരിച്ചിട്ടുവേണം പോകാനെന്ന് പറയുന്നത്. മനസ്സില്ലാമനസ്സോടെ നഖ്‌വി ഹാളിലേക്ക് ചെല്ലുന്നു. പത്ത് മുന്നൂറ് ആളുകൾ കൂടിയിട്ടുണ്ട്. വേദിയിൽ നന്നേ നരച്ച ഒരെഴുത്തുകാരൻ ഇരിപ്പുണ്ട്. പക്ഷേ ആരെന്ന് തനിക്ക് ഒരു പിടിയും ഇല്ല. എങ്കിലും വേദിയിലേക്ക് കടന്നു ചെന്നു. സുദീർഘമായ സ്വാഗതപ്രസംഗം നടക്കുന്നു. അതിനിടെ മേശപ്പുറത്ത് ഒരു ഇംഗ്ലീഷ് പുസ്തകം ഇരിക്കുന്നത് കണ്ട് താൻ അതൊന്ന് എടുത്തുനോക്കി. തലക്കെട്ട് ഒന്നും മനസ്സിലായില്ല. സൗത്ത് ഇന്ത്യൻ ഭാഷയിലെ കുഴപ്പം പിടിച്ച 'ടക ടകാന്ന്' എന്തോ ഒന്ന്. എഴുത്തുകാരന്റെ പേര് വായിക്കാൻ പറ്റി: സേതു. നരച്ച എഴുത്തുകാരന്റെ പേര് പിടികിട്ടി. സേതു. അത്രയും ആശ്വാസം. പുസ്തകം തുറന്നു കഷ്ടിച്ച് ഒരു പുറം ഒന്ന് ഒടിച്ചൊന്ന് വായിച്ചുനോക്കി. അപ്പോഴേക്കും സ്വാഗത പ്രസംഗം തീർന്നു. മലയാളികൾ നീണ്ട കരഘോഷം മുഴക്കി. അടുത്തത് തന്റെ ഊഴമാണ്. എന്തെങ്കിലും സംസാരിച്ചേ മതിയാവൂ. താൻ മലയാളികളുടെ സാഹിത്യ

സ്നേഹത്തെക്കുറിച്ചു പറഞ്ഞു. മലയാളികൾ കൈയടിച്ചു. ഇനി എന്തു പറയും..? പെട്ടെന്ന് ഒരു പേര് ഓർമ്മ വന്നു. ഒ.വി. വിജയൻ. താൻ ആറാം ക്ലാസിൽ വച്ചാണ് അദ്ദേഹത്തിന്റെ പുസ്തകം ആദ്യമായി വായിക്കുന്നതെന്നും അതൊരു മനോഹരമായ അനുഭവമായിരുന്നു എന്നും പറഞ്ഞു. മലയാളികൾക്ക് അവരുടെ വലിയ എഴുത്തുകാരനെക്കുറിച്ച് കേട്ടപ്പോൾ വലിയ സന്തോഷമായി. അവർ വീണ്ടും കൈയടിച്ചു. പിന്നെ ഈ പുസ്തകത്തിലെ ആദ്യതാൾ വായിച്ചപ്പോൾ തന്നെ ഇത് മനോഹരമായി തോന്നി. അതുകൊണ്ട് നിശ്ചയമായും ഈ പുസ്തകം മനോഹരമായിരിക്കും എന്നു പറഞ്ഞ് താനവിടെ നിന്നും തടിതപ്പുകയായിരുന്നു എന്നും പിന്നീടാണ് സേതു മലയാളത്തിന്റെ അതിപ്രശസ്തനായ എഴുത്തുകാരൻ ആണെന്നും അദ്ദേഹത്തിന്റെ നിരവധി നോവലുകൾ പുറത്തു വന്നിട്ടുണ്ടെന്ന് മനസ്സിലാക്കുന്നതെന്നും നഖ്‌വി പറഞ്ഞു നിറുത്തി.

സൗത്ത് ഏഷ്യയിലെ സാഹിത്യം പരസ്പരം തീരെ സംവേദിക്കുന്നില്ല എന്നു പറയാനാണ് നഖ്‌വി ഇക്കഥ പറഞ്ഞത്. ചർച്ചയിൽ പങ്കെടുത്ത മൂന്നുപേരുടെയും അഭിപ്രായം അതുതന്നെയായിരുന്നു. ഉറുദുവിൽ, സിന്ധിയിൽ, നേപ്പാളിയിൽ, ബംഗ്ലായിൽ, സിംഹളയിൽ, പഷ്തോയിൽ വിവിധ ഇന്ത്യൻ ഭാഷകളിൽ ഒക്കെ എന്തു സംഭവിക്കുന്നു എന്ന് നാം പരസ്പരം അറിയുന്നതേയില്ല. എല്ലായിടത്തു നിന്നും മികച്ച സാഹിത്യം ഉണ്ടാവുന്നുണ്ട്. പക്ഷേ അവ അവിടെയുണ്ടായി അവിടെത്തന്നെ അസ്തമിക്കുന്നു. അതിന്റെ പ്രകാശം പുറംദേശങ്ങളിലേക്ക് പരക്കുന്നില്ല.

രാഷ്ട്രീയ കാരണങ്ങളാണ് വായനയെ തടയുന്നത് എന്നായിരുന്നു റിതു മേനോന്റെ അഭിപ്രായം. ഇന്ത്യയിൽ പ്രസിദ്ധീകരിക്കുന്ന ഒരു പുസ്തകവും പാകിസ്ഥാനിൽ എത്തിക്കാൻ കഴിയുന്നില്ല. നേരെ തിരിച്ചും. വല്ലതും വരുന്നെങ്കിൽ അതേ പുസ്തകത്തിന്റെ യു.കെ എഡീഷനോ യു.എസ്. എഡീഷനോ ആയിരിക്കും അത്. അതുകൊണ്ടുതന്നെ പാകിസ്ഥാനി എഴുത്തുകാർ പലരും തങ്ങളുടെ പുസ്തകം പാകിസ്ഥാനിൽ പ്രസിദ്ധീകരിക്കാൻ ഇഷ്ടപ്പെടുന്നില്ലെന്നും ഏറെ വായനക്കാരുള്ള ഇന്ത്യൻ പ്രസാധകരിലൂടെ വരാനാണ് അവർക്കാഗ്രഹമെന്നും അഭിപ്രായമുണ്ടായി. സാങ്കേതിക വിദ്യകൾ വല്ലാതെ വളർന്ന ഇക്കാലത്ത് സർക്കാരുകളുടെ ഇത്തരം നടപടികളും കടുംപിടിത്തങ്ങളും ബാലിശമാണെന്നും അവർ സ്ഥാപിച്ചു.

തുടർന്നു നടന്ന ചർച്ചാവേളയിൽ ഞാനെഴുന്നേറ്റു. കറാച്ചി സാഹിത്യോത്സവത്തിൽ എന്തായാലും അങ്ങ് ദൂരെ തെക്കെ ഇന്ത്യയിൽ നിന്നും ഒരു മലയാളി എത്തിച്ചേരില്ല എന്ന ഉറപ്പിലാവും നഖ്‌വി ഒരു മല്ലുക്കഥ ഇവിടെ പറഞ്ഞതെന്നും എന്നാൽ ഇവിടെയും ഞാൻ എന്ന ഒരു മലയാളി എത്തിയിട്ടുണ്ട് എന്ന് വെളിപ്പെടുത്താൻ ആഗ്രഹിക്കുന്നു എന്നും പറഞ്ഞത് സദസ്സിൽ ചിരിയുണർത്തി. എന്നുമാത്രമല്ല നഖ്‌വി വായിക്കാൻ ശ്രമിച്ച് പരാജയപ്പെട്ട ആ നോവലിന്റെ തലക്കെട്ട് 'പാണ്ഡവപുരം' എന്നാണെന്നും സദസ്സിനെ അറിയിച്ചു. അത് ശരിയാണെന്ന് നഖ്‌വി

കൈയുയർത്തി സമ്മതിച്ചു. ഇങ്ങനെ നമ്മൾ മലയാളികൾ എവിടെയെല്ലാം ഏതെല്ലാം തരത്തിൽ ചർച്ച ചെയ്യപ്പെടുന്നുണ്ടാവാം അല്ലേ..?

സാഹിത്യോത്സവവുമായി ബന്ധപ്പെട്ട് ഇരുപത്തിയഞ്ചിലധികം പുസ്തകപ്രകാശനങ്ങളും തുടർചർച്ചകളും നടന്നുവെങ്കിലും നഗരാസൂത്രണത്തിലും വികസനത്തിലും അന്താരാഷ്ട്ര തലത്തിൽ കീർത്തിയാർജ്ജിച്ച വിദഗ്ദ്ധൻ ആരിഫ് ഹസന്റെ 'Karachi: The Land Issue' എന്ന പുസ്തകത്തിന്റെ പ്രകാശനച്ചടങ്ങിൽ മാത്രമേ ഞാൻ പങ്കെടുത്തുള്ളു. തുടർന്നു നടന്ന ചർച്ചയിൽ ആരിഫ് ഹസനോടൊപ്പം മൊഹാട്ട പാലസ് മ്യൂസിയത്തിന്റെ സ്ഥാപക ക്യൂറേറ്ററും ഡയറക്ടറുമായ നസ്റീൻ അസ്കാരി, പാക് അമേരിക്കൻ എഴുത്തുകാരി മനീസ നഖ്‌വി, കലാകാരിയും 'കറാച്ചിവാല' എന്ന കോഫി ടേബിൾ പുസ്തകത്തിന്റെ രചയിതാവുമായ റുമാന ഹുസൈൻ എന്നിവർ പങ്കെടുത്തു. വീര്യവും ഹിംസയും : കറാച്ചി എന്ന കയോസ് എന്നായിരുന്നു ആ സെഷന്റെ പേര്. വികസന കാര്യത്തിൽ കറാച്ചി ഇന്നു നേരിടുന്ന പ്രശ്നങ്ങളെക്കുറിച്ച് വിശദമായ ഒരു ചർച്ച അവിടെ നടന്നു. പാകിസ്ഥാനിലെ ഏറ്റവും ജനസാന്ദ്രതയുള്ള നഗരമാണ് കറാച്ചി. ഒരു ചതുരശ്ര കിലോമീറ്ററിൽ ആറായിരം പേർ അഥവാ ഒരു ചതുരശ്ര മീറ്ററിനുള്ളിൽ ആറുപേർ അവിടെ തിങ്ങിപ്പാർക്കുന്നു. ഒരിഞ്ചുപോലും വളരാനാവാതെ നഗരം ഇന്ന് വീർപ്പുമുട്ടുകയാണെന്നും നഗരവികസനത്തിന്റെ കാര്യത്തിൽ അതു തന്നെയാണ് കറാച്ചി നേരിടുന്ന ഏറ്റവും വലിയ വെല്ലുവിളിയെന്നും ആരിഫ് ഹസൻ പറഞ്ഞു.

അവസാനമായി ഒരു സെഷനിൽ കൂടി കേൾവിക്കാരനായി ഞാൻ പങ്കെടുത്തു. 'സ്ത്രീകളും ഫിക്ഷനും : ഷെഹറാസാദിന്റെ പാരമ്പര്യം' എന്നായിരുന്നു അതിന്റെ പേര്. സാഹിത്യോത്സവത്തിലെ സെഷനുകളുടെ എല്ലാം പേരുകൾക്ക് ഒരു കാവ്യാത്മകത ഉണ്ടായിരുന്നു. ഇവിടെ വിഷയം പെണ്ണെഴുത്തു തന്നെ. വീട്ടിൽ നിന്നുള്ള പിന്തുണ, സമൂഹത്തിൽ നിന്നുള്ള വിയോജിപ്പ്, മതത്തിന്റെ എതിർപ്പ്, ജോലിയും എഴുത്തും ഒരുപോലെ കൊണ്ടുപോകുന്ന പ്രശ്നങ്ങൾ എന്നിങ്ങനെ ചർച്ച പതിവു ചേരുവകൾ തന്നെ. കേട്ടതിൽ വച്ച് ഏറ്റവും ബോറ് എന്നു പിറുപിറുത്തുകൊണ്ട് ചിലരൊക്കെ പാതി വഴിയിൽ എഴുന്നേറ്റു പോകുന്നതു കണ്ടു. എനിക്കും അങ്ങനെ ഒക്കെ തന്നെയാണ് തോന്നിയത്. ഇംഗ്ലീഷിൽ എഴുതുന്നതു കൊണ്ട് ഞാൻ തീരെ പേടിക്കുന്നില്ല കാരണം താലിബാൻ അതു വായിക്കില്ല എന്നു മിറ സേഥി പറഞ്ഞ തമാശ മാത്രം ആസ്വദിച്ചു.

കാലത്തു മുതൽ തുടർച്ചയായി സാഹിത്യചർച്ചകൾ കേട്ട് ഞാൻ വല്ലാതെ ക്ഷീണിച്ചിരുന്നു. ഒരു ചായ കുടിക്കാനായി എഴുത്തുകാരുടെ മുറിയിൽ ചെന്നപ്പോൾ അൻവർ സെൻ റോയ് എന്നെ കാത്ത് അവിടെ ഇരുപ്പുണ്ടായിരുന്നു.

■

OXFORD
6, 7, and 8 February 201
BRITISH COUNCIL
de variet
ble prices
Book
ket, Askari-I
oad, Clifton,

ബിഗ് സല്യൂട്ട്

തലേ രാത്രി ജർമ്മൻകാരുടെ പാർട്ടിയിൽ കാണാതി രുന്നതിന്റെ സങ്കടം പങ്കുവച്ചുകൊണ്ടാണ് അദ്ദേഹം സംസാരം തുടങ്ങിയതുതന്നെ. ഞാൻ അമേരിക്ക ക്കാരുടെ കൈകളിൽ പെട്ടുപോയ നിസ്സഹായതാ വസ്ഥ വിവരിച്ചു. അന്നുരാത്രി ബ്രീട്ടീഷുകാരുടെ പാർട്ടിയുണ്ടെന്നും അതിനു നിശ്ചയമായും എത്തണ മെന്നും അദ്ദേഹം ചട്ടം കെട്ടി. ഇനിയും നിരവധി എഴുത്തുകാർ നിങ്ങളെ പരിചയപ്പെടാൻ കാത്തിരി ക്കുന്നു എന്നതായിരുന്നു അദ്ദേഹം അതിനു കാരണം പറഞ്ഞത്. അവിടെ അപ്പോൾ പാക് അമേരിക്കൻ എഴുത്തുകാരി മനിസ നഖ്‌വി ഉണ്ടായിരുന്നു. എന്നെ അദ്ദേഹം അവരുടെ അടുത്തുകൊണ്ടുപോയി പരിചയപ്പെടുത്തി. അല്പം മുൻപ് ആരിഫ് ഹസന്റെ പുസ്തകപ്രകാശനവുമായി ബന്ധപ്പെട്ട് നടന്ന ചർച്ചയിൽ അവർ ഉണ്ടായിരുന്നു. ഞാനത് കേട്ടു എന്നു പറഞ്ഞപ്പോൾ അവർക്ക് സന്തോഷമായി. മനിസയ്ക്ക് തന്റെ വകയായി ഒരു ഗോട്ട് ഡെയ്സ് സമ്മാനിക്കും എന്ന് അൻവർ സെൻ റോയ് പ്രഖ്യാപിച്ചു. ഞങ്ങളെ രണ്ടും സംസാരിക്കാൻ വിട്ട് അദ്ദേഹം അവിടുത്തെ പുസ്തകസ്റ്റാളിലേക്ക് ഓടി. ഇത്തിരി കഴിഞ്ഞ് പാതി സന്തോഷത്തോടെയും പാതി നിരാശയോടെയുമാണ് അദ്ദേഹം മടങ്ങി വന്നത്. അതിന്റെ എല്ലാ കോപ്പികളും വിറ്റുതീർന്നി രിക്കുന്നു എന്നതായിരുന്നു സന്തോഷത്തിന്റെ കാരണം. മനീസയ്ക്ക് കൈയൊപ്പ് ചാർത്തികൊടു ക്കാൻ ഒരു കോപ്പി കിട്ടിയില്ലല്ലോ എന്നതായിരുന്നു നിരാശയ്ക്ക് കാരണം. എന്നാലും അവരെക്കൊണ്ട് ആ പുസ്തകം വായിപ്പിക്കും എന്ന വാശിയിൽ

ആയിരുന്നു അദ്ദേഹം. മറ്റാർക്കോ കൊടുക്കാനായി തന്റെ ബാഗിൽ രഹസ്യമായി സൂക്ഷിച്ചിരുന്ന ഒരു കോപ്പി പുറത്തെടുത്തു. ആ സുഹൃത്തിനു താൻ പിന്നെ ഒരിക്കൽ വാങ്ങിക്കൊടുക്കാമെന്നതായിരുന്നു അദ്ദേഹത്തിന്റെ ന്യായം. ഒരു പുസ്തകം വായിപ്പിക്കാൻ അദ്ദേഹം എടുക്കുന്ന താത്പര്യം എന്നെ ശരിക്കും അദ്ഭുതപ്പെടുത്തി. വലിയ വായനക്കാരനാണെന്നൊക്കെ സ്വയം അഹങ്കരിക്കുമെങ്കിലും ഞാനൊന്നും ആരെയും ഒരു പുസ്തകവും ഇങ്ങനെ നിർബന്ധിച്ച് വായിപ്പിച്ചിട്ടില്ലല്ലോ എന്ന് ഖേദപ്പെട്ടു. ഒരുപക്ഷേ കേരളത്തിലും ഇതുപോലെ ധാരാളം വായനക്കാർ ഉണ്ടെന്ന് ഞാനിപ്പോൾ വിശ്വസിക്കുന്നു. ഇഷ്ടപുസ്തകങ്ങൾ മറ്റുള്ളവർക്ക് സമ്മാനിക്കുകയും അവരെക്കൊണ്ട് നിർബന്ധിച്ച് വായിപ്പിക്കുകയും ചെയ്യുന്നവർ. അവരുടെ ഉത്സാഹം മാത്രമാണ് ആടുജീവിതം നൂറാം പതിപ്പിലെത്തിയതിന്റെ കാരണമെന്ന് ഞാനിപ്പോൾ സന്തോഷത്തോടെ തിരിച്ചറിയുന്നു.

തീർച്ചയായും രാത്രി കാണാമെന്ന് ഉറപ്പുകൊടുത്തതിനുശേഷം ഞാൻ മുറിയിലേക്കു മടങ്ങി. കുളിച്ച് ഫ്രഷ് ആയപ്പോഴേക്കും സമാപനച്ചടങ്ങുകൾ തുടങ്ങിയിരുന്നു. ഞാൻ വേഗം താഴെ ചെന്നു. ആറാമത്തെ തവണയും സാഹിത്യോത്സവം ഒരു വൻ വിജയമായിത്തീർന്നതിന്റെ ആഹ്ലാദത്തിലാണ് ആമിന സെയ്യദ് സംസാരിച്ചത്. ആ ആഹ്ലാദം പക്ഷേ, ഊഹിക്കാവുന്നതായിരുന്നു. കഴിഞ്ഞ ഒരു വർഷമായി എത്രയോ പേരുടെ കഠിനാധ്വാനം. അപകടങ്ങളുടെ ഈ നഗരത്തിൽ എത്ര വലിയ റിസ്ക് ഏറ്റെടുത്തു കൊണ്ടാവും അവർ ഇങ്ങനെ ഒരു പരിപാടിയുമായി മുന്നിട്ടിറങ്ങിയിരിക്കുക. ലക്ഷം പേർ വന്നുകൂടുന്നിടം. നിരവധി വിദേശ എഴുത്തുകാരും

കറാച്ചി പുസ്തകോത്സവത്തിൽ ബെന്യാമിന്റെ 'ഗോട്ട് ഡെയ്സ്'

പ്രതിനിധികളും. രാജ്യാന്തര ശ്രദ്ധയുള്ള ഒരു പരിപാടി. അനേകം സ്ത്രീകളും കുട്ടികളും ഒത്തുകൂടുന്നിടം. രാത്രി വരെ നീളുന്ന പരിപാടികൾ. എത്ര സെക്യൂരിറ്റി ഉണ്ടെന്ന് പറഞ്ഞാലും ഒരു ചാവേർ വിചാരിച്ചാൽ മതി ഇതെല്ലാം തകിടം മറിയാനും തവിടുപൊടിയാവാനും. എന്നിട്ടും സാഹിത്യത്തിനുവേണ്ടി അവർ റിസ്ക് ഏറ്റെടുക്കുന്നു. ഈ സാഹിത്യോത്സവം, കലയ്ക്കും സാഹിത്യത്തിനും സംഗീതത്തിനും കൂടിച്ചേരലിനും എതിരെ നടക്കുന്ന അതിക്രമങ്ങൾക്കെതിരെയുള്ള ചെറുത്തുനില്പാണ് എന്നു പ്രഖ്യാപിക്കുന്നു. ജനലക്ഷങ്ങൾ ഒരു പേടിയുമില്ലാതെ വന്നുകൂടി സാഹിത്യവും സംഗീതവും കലാപരിപാടികളും ആസ്വദിക്കുകയും അവരുടെ ധീരതയ്ക്ക് പിന്തുണ പ്രഖ്യാപിക്കുകയും ചെയ്യുന്നു. മതഭ്രാന്തും തീവ്രവാദവുമല്ല, സമാധാനവും ആഹ്ലാദവുമാണ് തങ്ങൾക്കു വേണ്ടത് എന്ന് ആ ജനക്കൂട്ടം പറയാതെ പറയുന്നു. അതെ. അങ്ങനെയും ചിലർ ഈ ഭൂമിയിൽ ഉണ്ട്. അവരുടെ ധീരതയാണ് ലോകത്തെ എപ്പോഴും മുന്നോട്ടു നയിക്കുന്ന ചാലകശക്തി. സാഹിത്യമെന്നും കലയെന്നും ഒക്കെ പറഞ്ഞാൽ അക്കാദമി മുറ്റത്തെ കബടികളിയാണ് എന്നു വിചാരിക്കുന്ന മലയാളസാഹിത്യലോകം അതൊക്കെ കണ്ട് ലജ്ജിക്കണം. സാഹിത്യം പ്രതിരോധമാകുന്നത് എങ്ങനെ എന്ന് കണ്ട് ലജ്ജിച്ച് തല താഴ്ത്തണം. ആമിന സെയ്യിദിനും കൂട്ടാളിയായ ആസിഫ് ഫറൂഖിക്കും ഈ മലയാളിയുടെ വക ഒരു ബിഗ് സല്യൂട്ട്.

സമാപന സമ്മേളനത്തെ തുടർന്ന് പ്രശസ്ത പാകിസ്ഥാനി ഇംഗ്ലീഷ് നാടക-സിനിമ നടനും സംവിധായകനുമായ സിയ മൊഹീദിന്റെ ഒരു വായനാവതരണം ഉണ്ടായിരുന്നു. ലണ്ടനിലെ പ്രശസ്തമായ വെസ്റ്റ് എന്റ് തീയേറ്ററിൽ 'എ പാസേജ് ടു ഇന്ത്യ'യിലാണ് അദ്ദേഹം തന്റെ നാടക ജീവിതം ആരംഭിക്കുന്നത്. ആദ്യ സിനിമ 'ലോറൻസ് ഓഫ് അറേബ്യ' ആയിരുന്നു. പിന്നീട് ബി.ബി.സി യിൽ വന്ന 'എ പാസേജ് ടു ഇന്ത്യ' യുടെ ടെലി പതിപ്പിൽ പ്രധാന കഥാപാത്രമായ ഡോ. അസീസിനെ അവതരിപ്പിച്ചതും സിയ മൊഹീദിൻ ആയിരുന്നു. ഏറെക്കാലം ടെലിവിഷൻ അവതാരകനായിരുന്നിട്ടുണ്ട് അദ്ദേഹം. അങ്ങനെ ഒരാളുടെ പരിപാടിക്ക് എത്ര ജനം വന്നുകൂടുമെന്ന് ഊഹിക്കാമല്ലോ. വായന വളരെ ഹാസ്യം നിറഞ്ഞതായിരുന്നു എന്ന് ജനങ്ങളുടെ പ്രതികരണം കൊണ്ട് മനസ്സിലായി. ഇത്തവണയും ഉറുദു എന്നെ തോല്പിച്ചു. ചുറ്റും കൂടിയിരിക്കുന്ന അയ്യായിരത്തിലധികം കണ്ഠങ്ങളിൽ നിന്നും ഒന്നിച്ചുയരുന്ന ചിരിയിൽ മുങ്ങിമരിക്കാനായിരുന്നു എന്റെ വിധി.

അന്നുരാത്രിയും നിഗാദ് ചൗധരിയുടെ കഥക് നൃത്തം ഉണ്ടായിരുന്നു. തുടർന്ന് പാകിസ്ഥാനി ക്ലാസിക് സംഗീത വിരുന്നും. പാർട്ടിക്ക് പോകാനുണ്ടായിരുന്നെങ്കിലും ഏറെനേരം ഞാനത് കേട്ടിരുന്നു. ദില്ലി ഖരാനയിലെ ഉസ്താദ് നസറുദ്ദീൻ സാമിയുടെ പ്രശസ്ത ശിഷ്യനായ അലി സേഥിയാണത് നയിച്ചത്. 2013 ൽ അന്തരിച്ച പ്രശസ്ത പാകിസ്ഥാനി ഫോക് ഗായിക രേഷ്മയ്ക്ക് ഒരു ശ്രദ്ധാഞ്ജലി എന്ന നിലയിലാണ് അത് അവതരിപ്പിക്കപ്പെട്ടത്. ധ്രുപതും ഖയാലും നിറഞ്ഞാടിയ ആ സംഗീത വിരുന്ന് ഗസലിനോളം ചിലപ്പോൾ അതിനേക്കാൾ ഹൃദ്യമായിരുന്നു. ■

സാക്കിയ സർവാർ

ആവാരി ബംഗ്ലാവിന്റെ പുൽത്തകിടിയിൽ തുടർച്ച യായ മൂന്നാംദിനം രാത്രിയും വിരുന്നൊരുക്കങ്ങൾ പൂർത്തിയായിരുന്നു. പതിവുപോലെ വീഞ്ഞ്, മദ്യ ചഷകങ്ങൾ, ആവി പറക്കുന്ന ആഹാരം, കൂടിനില്പു കൾ, നേർത്ത സംഗീതം, വർത്തമാനങ്ങൾ, ചർച്ചകൾ, ചിരികൾ എല്ലാം അവിടെയുണ്ട്. ആകാറും ശ്രീദലയും എന്നെ മുറിയിൽ കാത്തിരിക്കുന്നുണ്ടാവും എന്നെനി ക്കറിയാമായിരുന്നു. മാത്രമല്ല, ഞാനൊരു മുന്തിയ മദ്യവുമായിട്ടാവും നാളെ വരിക എന്ന് അമേരിക്കൻ കോൺസുലേറ്റിലെ മാർക്ക് കെൻട്രിക് തലേ രാത്രി പിരിയുമ്പോൾ ഒരു വാഗ്ദാനവും നല്കിയിട്ടു ണ്ടായിരുന്നു. എന്നാൽ ആ പ്രലോഭനങ്ങളെ എല്ലാം ഞാൻ അൻവർ സെൻ റോയിയുടെ സ്നേഹത്തിനു മുന്നിൽ മറന്നുകളഞ്ഞു. അദ്ദേഹം എനിക്കുവേണ്ടി അവിടെ കാത്തുനില്ക്കുകയായിരുന്നു. കൂട്ടത്തിലുള്ള പാകിസ്ഥാനി എഴുത്തുകാരെ ഓരോരുത്തരെയായി എനിക്ക് പരിചയപ്പെടുത്തിത്തന്നു. അതിൽ തലമുതിർ ന്നവരും യുവഎഴുത്തുകാരും ഉണ്ടായിരുന്നു. എല്ലാ വരും ഓരോ വൈൻ എടുത്തുകൊണ്ട് ഒരു മേശയ്ക്കു ചുറ്റും ഒത്തുകൂടി. ഞാൻ കേരളത്തിൽ നിന്നാണെന്ന് കേട്ടപ്പോൾ മുതിർന്ന ഉറുദു കവിയായ അക്വീൽ അബ്ബാസ് ജാഫ്രിക്ക് ഏറെ സന്തോഷമായി. അദ്ദേഹം പെട്ടെന്ന് തന്റെ സംഘക്കാരായ യുവ എഴുത്തുകാരെ എല്ലാം വിളിച്ചുകൂട്ടി കേരളത്തിന്റെ ചരിത്രപ്രാധാ ന്യത്തെക്കുറിച്ച് വിശദമായ ഒരു സംസാരം നടത്തി. ഉപഭൂഖണ്ഡത്തിലേക്ക് ആദ്യമായി യഹൂദർ വന്നതും

ക്രിസ്ത്യാനികൾ വന്നതും ഇസ്ലാം വന്നതും പോർച്ചുഗീസ് വന്നതും കമ്യൂണിസം വന്നതും കേരളം വഴിയാണെന്ന് കേട്ടപ്പോൾ, അവസാന ചേരമാൻ പെരുമാൾ ഇസ്ലാംമതം ആശ്ലേഷിച്ചതിനെക്കുറിച്ച് കൊടുങ്ങല്ലൂരിലെ ചേരമാൻ ജുമ മസ്ജിദിനെക്കുറിച്ച് കേട്ടപ്പോൾ ഒക്കെ ചരിത്രശൂന്യരായ യുവസാഹിത്യകാരന്മാർ വാ പൊളിച്ചു. ഏതോ അതിവിശിഷ്ട സ്ഥലത്തു നിന്നും എത്തിയ അതിഥി എന്നപോലെ അവർക്കെന്നോടുള്ള ആദരവ് വർദ്ധിച്ചു. ഞാനാവട്ടെ വല്ലാത്തൊരു ദേശസ്നേഹത്താൽ വിജൃംഭിതനായിപ്പോയി. നമ്മൾ നമ്മളെക്കുറിച്ച് പറയുമ്പോഴല്ല അന്യദേശക്കാർ നമ്മെക്കുറിച്ച് പറയുമ്പോഴാണ് നമ്മുടെ ഉള്ളിൽ അറിയാതെ ഒരു കുളിരുവീഴുന്നത്. പിന്നെ അദ്ദേഹം പുതിയ കേരളത്തെക്കുറിച്ച് ചില കാര്യങ്ങൾ ഒക്കെ ചോദിച്ചറിഞ്ഞു. മലയാളികൾ നേടിയ ഇംഗ്ലീഷ് വിദ്യാഭ്യാസമാണ് നമ്മളെ ലോകത്തിന്റെ എല്ലാ

അൻവർ സെൻ റോയിക്കും അലി അക്ബർ നാദിക്കിനുമൊപ്പം

കോണുകളിലും എത്തിച്ചതും അവിടെയൊക്കെ വിജയം വരിക്കാൻ പ്രാപ്തരാക്കിയതുമെന്നായിരുന്നു അദ്ദേഹത്തിന്റെ നിരീക്ഷണം. അതിനിടെ, ഉറുദു സ്കൂളുകളിൽ ഏബ്രഹാം ലിങ്കൺ എന്ന പേര് ഇബ്രാഹിം ലിങ്കൺ എന്നും ഐസക് ന്യൂട്ടൻ എന്നത് ഇസഹാക് ന്യൂട്ടൻ എന്നുമാണ് പഠിപ്പിക്കുന്നത്. പിന്നെങ്ങനെ ഞങ്ങൾ പാകിസ്ഥാനികൾ രക്ഷപ്പെടും എന്നൊരു തമാശയും അദ്ദേഹം പങ്കുവച്ചു.

അതിനിടയിൽ, ഖുദ്ദൂസ് മിർസ എന്ന കലാനിരൂപകനാണെന്നാണ് എന്റെ ഓർമ്മ, ഞാൻ കേരളത്തിൽ നിന്നാണെന്നറിഞ്ഞപ്പോൾ ആകാംക്ഷയോടെ ചോദിച്ചത് കൊച്ചിൻ ബിനാലെ കാണാൻ പോയിരുന്നോ എന്നാണ്. ഇല്ല എന്ന് വൈക്ലബ്യത്തോടെ മറുപടി പറഞ്ഞപ്പോൾ അദ്ദേഹമെന്നെ ഒരു കുറ്റം ചെയ്തവനെപ്പോലെ തുറിച്ചു നോക്കി. നിങ്ങളുടെ കാല്ച്ചുവട്ടിൽ ഇത്രവലിയ ഒരു സംഭവം നടക്കുമ്പോൾ

എന്തുകൊണ്ട് നിങ്ങൾക്കത് കാണണമെന്ന് തോന്നിയില്ല എന്നദ്ദേഹം എന്നെ ക്രോസ് വിസ്താരം നടത്തി. സമയമുണ്ടല്ലോ പതിയെപ്പോകാം എന്നു പറഞ്ഞ് ഞാൻ തടിതപ്പാൻ നോക്കി. കുറ്റകരമായ അനാസ്ഥ എന്നദ്ദേഹം തലയാട്ടി. അല്ലെങ്കിലും നമ്മൾ അങ്ങനെയാണല്ലോ. എല്ലാം നാളെത്തേക്ക് വയ്ക്കും. നാളെനാളെ നീളെനീളെയാണല്ലോ. വിദേശത്ത് ആയിരുന്നതുകൊണ്ട് ബിനാലെയുടെ ഒന്നാം എഡിഷൻ കാണാൻ കഴിഞ്ഞിരുന്നില്ല. പുതിയ എഡിഷൻ ഡിസംബറിൽ ആരംഭിച്ചപ്പോൾ മുതൽ പോകാൻ ആഗ്രഹിക്കുകയും ഓരോരോ ഒഴികഴിവുകൾ പറഞ്ഞ് നീട്ടിവയ്ക്കുകയും ചെയ്യുകയായിരുന്നു. നാട്ടിൽ എത്തിയാലുടൻ ബിനാലെക്കു പോയിട്ടുതന്നെ കാര്യം എന്ന് ഞാൻ ആ രാത്രി തന്നെ തീരുമാനമെടുത്തു.

ഞങ്ങളുടെ ആ ഗ്രൂപ്പ് സംസാരം എങ്ങനെയൊക്കെയോ കറങ്ങി ത്തിരിഞ്ഞ് ഇന്ത്യൻ രാഷ്ട്രീയത്തിൽ എത്തി. അല്ലെങ്കിലും പാകിസ്ഥാനിൽ എന്തു സംസാരിച്ചു തുടങ്ങിയാലും അത് അവസാനം 'ഇന്ത്യ'യിൽ ആവുമല്ലോ വന്നുനില്ക്കുന്നത്. ആം ആദ്മിയും മോഡിയും ഹിന്ദുത്വ അജണ്ടയും ഒക്കെയായി വിഷയം. ദില്ലി തിരഞ്ഞെടുപ്പ് ഇന്ത്യൻ ജനാധിപത്യത്തിന്റെ ഗതി നിർണ്ണയിക്കാൻ പോന്നതാവും എന്ന് സംസാരമുണ്ടായി. അതിനിടെ ആരോ ഒരാൾ ശിവസേന അടുത്തിടെ ഉന്നയിച്ച 'മതേതരത്വം' 'സോഷ്യലിസം' എന്നീ പദങ്ങൾ ഭരണഘടന യിൽ നിന്നും നീക്കം ചെയ്യണം എന്ന ആവശ്യത്തെക്കുറിച്ച് പരാമർശിച്ചു. പെട്ടെന്ന് തൊട്ടടുത്ത പെൺകൂട്ടത്തിൽ നിന്നും നരച്ച മുടിയുള്ള ഒരു സ്ത്രീ ഞങ്ങളുടെ അടുത്തേക്ക് പുലിയെപ്പോലെ ചാടി വന്നു. 'എന്നിട്ട് ഇന്ത്യ യിലെ ഇടതുപക്ഷം ഒരക്ഷരവും മിണ്ടാതെ കേട്ടിരുന്നോ..? അതിനെതിരെ ഇന്ത്യ മുഴുവൻ പ്രതിഷേധം അലയടിക്കേണ്ടിയിരുന്നില്ലേ..?' എന്ന് യാതൊരു മുഖവുരയും കൂടാതെ അവരെന്നോടു ചോദിച്ചു. ഞാൻ അർത്ഥഗർഭമായ ഒരു ചിരിയിൽ എന്റെ മറുപടി ഒതുക്കി. ഇന്ത്യൻ രാഷ്ട്രീയത്തിൽ ഇന്ന് ഇടതുകക്ഷികൾ സ്വീകരിക്കുന്ന എല്ലാ അലസ നിലപാടുകളും ആ ചിരിയിൽ ഉണ്ടായിരുന്നു എന്നു തോന്നുന്നു. 'എനിക്ക് കേരളത്തിന്റെ ഇടതുപക്ഷ ചരിത്രം മുഴുവൻ അറിയാം.' അവർ പിന്നെയും എന്നോടു പറഞ്ഞു. 'നിങ്ങൾ കേരളത്തിൽ പോയി നിങ്ങളുടെ ഇടതുപക്ഷ സുഹൃത്തുക്കളോടു പറയൂ ഇപ്പോൾ നിങ്ങൾ പ്രതികരിക്കുന്നില്ലെങ്കിൽ മറ്റൊരു പാകിസ്ഥാനായി മാറാനാവും ഇന്ത്യയുടെയും വിധി എന്ന്. ആ അവസ്ഥയിൽ എത്തിക്കഴിഞ്ഞാലേ നിങ്ങൾക്ക് അതിന്റെ ദുരന്തം മനസ്സിലാവൂ എന്ന്' അവരുടെ ശബ്ദം വല്ലാതെ കടുത്തതായിരുന്നു. അവരുടെ മുഖം കോപം കൊണ്ട് വലിഞ്ഞു മുറുകിയിരുന്നു. ശരിക്കും ഒരു ഫിക്ഷണൽ കഥാസന്ദർഭം പോലെ തോന്നിച്ചു എനിക്കതെല്ലാം. ഇത്തിരി നേരം ഞാനവിടെ അന്തിച്ചു നിന്നു. പെട്ടെന്ന് അൻവർ സെൻ റോയ് എന്റെ സഹായത്തിനു എത്തി. മാഡത്തിനെ മനസ്സിലായില്ലേ..? ഡോ. സാക്കിയ സർവാർ. മാഡത്തിനു ഇങ്ങനെ ചില ചോദ്യങ്ങൾ

ചോദിക്കാനുള്ള അവകാശമുണ്ട്. കാരണം അവരുടെ വീട്ടിൽ വച്ചാണ് കറാച്ചിയിലെ ആദ്യത്തെ വിദ്യാർത്ഥി പ്രസ്ഥാനമായ 'ഡെമോക്രാറ്റിക് സ്റ്റുഡന്റ്സ് ഫെഡറേഷന്' രൂപം നല്കുന്നത്. അതിന്റെ പിന്നീടുള്ള ചരിത്രം അത്രയും ഇവരുടെ കുടുംബവുമായി ബന്ധപ്പെട്ടു കിടക്കുന്നു.

ആ ചരിത്രം ഒന്ന് അറിയുവാൻ എനിക്ക് ഉത്കടമായ ഒരാഗ്രഹം തോന്നി. അതുകൊണ്ടു തന്നെ അവർ മറ്റ് സംസാരങ്ങളിൽ നിന്നെല്ലാം ഒഴിഞ്ഞപ്പോൾ ഞാനവരുടെ അടുത്തുകൂടി. അതറിയണമെങ്കിൽ ഡിആർസർവാർ ഡോട്ട് വേർഡ്പ്രസ് ഡോട്ട് കോം എന്ന ബ്ലോഗ് നോക്കിയാൽ മതി. അല്ലെങ്കിൽ എന്റെ മകൾ ബീന സർവാറിനു ഒരു മെയിൽ അയച്ചാലും മതി. സാക്കിയ സർവാർ പറഞ്ഞു. സത്യത്തിൽ ആ രാത്രി ആ ബഹളങ്ങൾക്കു നടുവിൽ അതിനേ സാധ്യത ഉണ്ടായിരുന്നുള്ളൂ. എന്നാലും അവർ ചില കാര്യങ്ങൾ ഒക്കെ സംസാരിച്ചു. ഒരുകാലത്ത് ഇടതുപക്ഷ പ്രസ്ഥാനങ്ങൾക്ക് വളരെ വേരോട്ടമുണ്ടായിരുന്ന സ്ഥല മായിരുന്നു കറാച്ചി. സ്റ്റുഡന്റ്സ് ഫെഡറേഷൻ വളരെ ശക്തമായിരുന്നു. പോർട്ടിലെ ഏറ്റവും വലിയ തൊഴിലാളി യൂണിയൻ അവരുടേതായിരുന്നു. പക്ഷേ, ഇന്ന് എല്ലാം അവസാനിച്ചിരിക്കുന്നു. കുട്ടികൾക്ക് ഫെഡറേഷനില്ല, തൊഴിലാളികൾക്ക് യൂണിയനില്ല. അവരുടെ ആവശ്യങ്ങൾ ഉന്നയിക്കാൻ ആരുമില്ലാതെ അവർ തെരുവിൽ അലഞ്ഞു നടക്കുന്നു. കറാച്ചിയുടെ പുരോഗമനാശയങ്ങളെ നശിപ്പിച്ചതിൽ പ്രധാനപങ്കു വഹിച്ചത് ജമാ അത്തെ ഇസ്ലാമി ആണെന്ന് അവർ ആരോപിച്ചു. താലിബാൻ തോക്കുകൊണ്ടും അവർ വാക്കുകൊണ്ടുമാണ് സമൂഹത്തിൽ അപകടം വിതയ്ക്കുന്നത്. 'മോസ്റ്റ് വെനമസ് ഫണ്ടമെന്റൽ ഗ്രൂപ്പ് ഇൻ പാകിസ്ഥാൻ'. അവർ ചീറി. കേരളത്തിൽ അവർ പക്ഷേ വളരെ പുരോഗമനപരമായ ഒരു നിലപാടാണ് സ്വീകരിക്കുന്നത് എന്നൊരു ദുർബലമായ പ്രതിരോധം ഞാൻ ഉയർത്തി നോക്കി. പക്ഷേ, അവർ സമ്മതിച്ചില്ല. പാകിസ്ഥാനിൽ മതവിദ്വേഷം വളർത്തുന്നതിൽ അവർ പ്രധാന പങ്ക് വഹിച്ചിട്ടുണ്ട്. ഇന്ത്യ യിൽ ആർ.എസ്.എസ് വഹിച്ചതിനു തത്തുല്യമായ പങ്ക്! മറ്റെല്ലാം അവ രുടെ പൊയ്മുഖങ്ങളാണ്..!!

ഞാൻ മറുപടി ഒന്നും നൽകാൻ പോയില്ല. ബേനസീർ ഭൂട്ടോയും ഇത്തരത്തിൽ ജമാ അത്തെ ഇസ്ലാമിയുടെ കടുത്ത വിരോധിയായിരുന്നു എന്ന് അവരുടെ ആത്മകഥയായ അനുരഞ്ജനം വായിച്ചുള്ളതിന്റെ ഓർമ്മ അപ്പോൾ എന്റെ മനസ്സിൽ തെളിഞ്ഞുവന്നു. ഓരോരുത്തരും അവരവരുടെ അനുഭവ പരിസരങ്ങളിൽ നിന്നുകൊണ്ടാവും അഭിപ്രായ ങ്ങൾ രൂപീകരിക്കുക. അതിനെ വാക്കുകൾകൊണ്ടും തർക്കങ്ങൾകൊണ്ടും മറികടക്കാൻ നമുക്ക് കഴിയില്ല. നമുക്ക് നമ്മുടെ അഭിപ്രായമുള്ളതുപോലെ അവർക്ക് അവരുടെ അഭിപ്രായവും ഉണ്ട് എന്ന് സമ്മതിച്ചുകൊടുക്കുന്ന താണല്ലോ ജനാധിപത്യമര്യാദ. ■

മനീസ നഖ്‌വിയും ബെന്യാമിനും

പാകിസ്ഥാനിലെ പുരോഗമനപ്രസ്ഥാനം

നാട്ടിൽ എത്തിയശേഷമാണ് ഞാൻ ഡോ. എം. സർവാറിനെക്കുറിച്ച് കൂടുതൽ വായിച്ചു മനസ്സിലാക്കുന്നത്. കറാച്ചിയിലെ ഡൗ മെഡിക്കൽ കോളേജിലെ വിദ്യാർത്ഥി ആയിരുന്ന കാലത്താണ് അദ്ദേഹം, ഫയസ് അഹമ്മദ് ഫയസ്, ഹമീദ് അക്തർ, മാലിക് നുറാനി, സമീറുദ്ദീൻ അഹമ്മദ്, സിപ്റ്റി ഹസൻ എന്നിവരോടൊപ്പം ചേർന്ന് ഡെമോക്രാറ്റിക് സ്റ്റുഡന്റ്സ് യൂണിയൻ രൂപീകരിക്കുന്നത്. പാകിസ്ഥാനിനെ ആദ്യത്തെ ഇടതുപക്ഷ വിദ്യാർത്ഥി പ്രസ്ഥാനമായിരുന്നു അത്. 1951 മുതൽ വിദ്യാർത്ഥികളുടെ ആവശ്യങ്ങൾ മുൻനിറുത്തി അത് നിരവധി പ്രക്ഷോഭങ്ങൾ നടത്തിയിട്ടുണ്ട്. 1953 ജനുവരി എട്ടാം തീയതി പാകിസ്ഥാനിലെ വിദ്യാർത്ഥി പ്രസ്ഥാനത്തിന് ഒരു കറുത്ത ദിനമാണ്. വിദ്യാർത്ഥികളുടെ അവകാശ പ്രഖ്യാപന റാലിക്കെതിരെ പൊലീസ് നടത്തിയ വെടിവയ്പിൽ അന്ന് എട്ടു വിദ്യാർത്ഥികൾ അടക്കം പന്ത്രണ്ട് പേർ കൊല്ലപ്പെട്ടു. നൂറുകണക്കിനു വിദ്യാർത്ഥികൾ പരിക്കുപറ്റി ആശുപത്രിയിലായി. നിരവധി നേതാക്കൾ അറസ്റ്റിലായി. അക്കൂട്ടത്തിൽ നിശ്ചയമായും ഡോ. സർവാറും ഉണ്ടായിരുന്നു. മെഡിക്കൽ പരീക്ഷയിൽ അദ്ദേഹത്തിന്റെ അവസാന ഫലം വരുമ്പോഴും അദ്ദേഹം ജയിലിൽ തന്നെയായിരുന്നു. 1955ലാണ് അദ്ദേഹം പിന്നെ ജയിൽ വിമോചിതനാകുന്നത്.

പിന്നീട് സിയ ഉൾഹക്കിന്റെ ഭരണകാലത്ത് വലിയ രാഷ്ട്രീയ ശക്തിയായി നിലകൊണ്ട 'ആൾ പാകിസ്ഥാൻ സ്റ്റുഡന്റ്സ് ഓർഗനൈസേഷൻ' സംഘടിപ്പിക്കുന്നതിലും സർവാറാണ് മുന്നിൽ നിന്നത്. 2009 ൽ മരിക്കുന്നതുവരെയും അദ്ദേഹം പുരോഗമന പ്രസ്ഥാനങ്ങളുടെ മുൻനിരയിൽ നിന്ന് പ്രവർത്തിച്ചുകൊണ്ടിരുന്നു. അങ്ങനെയൊരു മനുഷ്യനോടൊപ്പം നാല്പത്തിയേഴ് വർഷക്കാലം ജീവിച്ച സാക്കിയ സർവാറിന്റെ ഉള്ളിൽ അദ്ദേഹം കൊളുത്തി വച്ച തീ ഇപ്പോഴും അണയാതെ നില്ക്കുന്നുണ്ടെന്നതിൽ എനിക്കൊരതിശയവും തോന്നിയില്ല. 'സൊസൈറ്റി ഓഫ് പാകിസ്ഥാൻ ഇംഗ്ലീഷ് ലാംഗ്വേജ് ടീച്ചേഴ്സ്' എന്നൊരു സംഘടനയ്ക്ക് രൂപം കൊടുത്ത് പ്രവർത്തിക്കുകയാണ്. നാല്പത് വർഷത്തിൽ അധികമായി വിവിധ കോളേജുകളിൽ അധ്യാപികയായി സേവനം അനുഷ്ഠിക്കുന്ന സാക്കിയ സർവാർ. പുരോഗമന പ്രസ്ഥാനങ്ങളുമായി ചേർന്നു പ്രവർത്തിക്കുന്ന ഒരു പത്രപ്രവർത്തകയും ഡോക്യുമെന്ററി ഫിലിം മേക്കറുമാണ് ഇവരുടെ മകൾ ബീന സർവാർ. ഇന്ത്യയ്ക്കും പാകിസ്ഥാനും ഇടയിൽ നിലനില്ക്കുന്ന മത്സരം അവസാനിപ്പിക്കുന്നതിനായി ടൈംസ് ഓഫ് ഇന്ത്യയും പാകിസ്ഥാനിലെ ഏറ്റവും വലിയ പത്രപ്രസാധകരായ 'ജാംഗ്' ഗ്രൂപ്പും ചേർന്ന് രൂപം കൊടുത്ത 'ആമാൻ കി ആഷ' (Hope for peace) എന്ന സമാധാന കാമ്പയിന്റെ എഡിറ്ററായും ബീന ഇപ്പോൾ പ്രവർത്തിച്ചു വരുന്നു.

പാകിസ്ഥാനികളെക്കുറിച്ച് എങ്ങനെയോ ചില തെറ്റായ ധാരണകൾ നമ്മുടെ മനസ്സിൽ കയറിക്കൂടിയിട്ടുണ്ട്. അതായത് എല്ലാവരും

എച്ച്.എം. നഖ്‌വിയോടൊപ്പം

മോശക്കാരാണ് എല്ലാവരും മതതീവ്രവാദം മനസ്സിൽ കൊണ്ടുനടക്കുന്നവരാണ് എല്ലാവരും ഇന്ത്യൻ വിരുദ്ധരാണ് എന്നൊക്കെ ഒരു സാമാന്യവത്കരണം. സത്യത്തിൽ അങ്ങനെ പൊതുസ്വഭാവമുള്ള ഒരു ജനതയും ഒരു ദേശത്തും കാണില്ല. എല്ലായിടത്തും എല്ലാത്തരം മനുഷ്യരുമുണ്ട്. അതിനൊരുദാഹരണമായിട്ടാണ് ഞാൻ സാക്കിയ സർവാറിന്റെ കാര്യം പറഞ്ഞത്.

അവരോടുള്ള സംസാരം അങ്ങനെ അവസാനിപ്പിക്കാൻ ഞാനാഗ്രഹിച്ചില്ല. ഒരു ഇസ്ലാമിക രാജ്യത്ത് തട്ടമിടാതെ നടക്കാൻ നിങ്ങളെ പ്രേരിപ്പിക്കുന്ന കാര്യമെന്താണ് എന്നൊരു ചോദ്യം ഞാനവരോട് ചോദിച്ചു.

എനിക്കിഷ്ടമില്ലാഞ്ഞിട്ട്. അവർ പറഞ്ഞു. നിങ്ങൾക്ക് ഒരു മതത്തിൽ വിശ്വാസമുണ്ടായിരിക്കാം ഇല്ലായിരിക്കാം. എന്നാൽ പൊതു ഇടങ്ങളിൽ മതചിഹ്നങ്ങൾ അണിയുന്നതിനോട് എനിക്ക് യോജിപ്പില്ല. അത് നമ്മുടെ ഇടയിലെ മതേതരത്വസ്വഭാവം തടയും. ഇത് ഞാൻ എന്റെ കുട്ടികളോട് എല്ലാം പറയും. തട്ടം ഇടാതിരിക്കാൻ അവരെ പ്രേരിപ്പിക്കും. പക്ഷേ, അവർ ഭൂരിപക്ഷവും ഭീരുക്കളാണ്. എന്റെ ആശയങ്ങൾ ഇഷ്ടമാണെങ്കിലും അതനുസരിക്കാൻ അവർക്ക് പേടിയുണ്ട്. അവർക്ക് വീട്ടിലെ സഹോദരനെ പേടിയാണ്. വഴിയിലെ മതഭ്രാന്തന്മാരെ പേടിയാണ്. ഗ്രാമസഭകളെ പേടിയാണ്. മദ്രസകളിലെ മുല്ലമാരെ പേടിയാണ്. നമ്മുടെ പെൺകുട്ടികൾ എന്തിനാണിങ്ങനെ പുരുഷന്മാരെ പേടിച്ചു ജീവിക്കുന്നതെന്ന് എനിക്കറിയില്ല. ഞങ്ങളുടെ കാലത്ത് ഞങ്ങൾ ഒരു പുരുഷനെയും വകവെച്ചിരുന്നില്ല. സർവാർ എന്നെ വെറുമൊരു ഭാര്യയെന്ന നിലയിൽ ആയിരുന്നില്ല കണ്ടിരുന്നത്. ഒരു സഹചാരി എന്ന നിലയിൽ ആയിരുന്നു. അതായിരുന്നു അദ്ദേഹത്തിന്റെ മഹത്ത്വം..! സാക്കിയ സർവാർ ആവേശത്തോടെ പറഞ്ഞുകൊണ്ടിരുന്നു. മതവിശ്വാസികളായ ക്രിസ്ത്യാനികളെക്കാളും ഹിന്ദുക്കളെക്കാളും അധികമായി തീവ്രവാദികളും മുല്ലമാരും പേടിക്കുന്നതും വെറുക്കുന്നതും ഞങ്ങളെപ്പോലെയുള്ള പുരോഗമനവാദികളായ മുസ്ലീംങ്ങളെയാണ്. ചെറുത്തുനില്പിനു മുന്നിൽ നില്ക്കുന്ന ഞങ്ങളെ ഇല്ലായ്മ ചെയ്താൽ മതവും രാജ്യവും അവരുടെ പിടിയിലാവുമെന്ന് അവർക്കുറപ്പുണ്ട്. രാജ്യത്തിലെ പാവങ്ങളെയും പീഡനമനുഭവിക്കുന്ന മുസ്ലീങ്ങളെയും രക്ഷിക്കാനാണ് അവർ ജിഹാദുകൾ എന്ന പേരിൽ ആക്രമണങ്ങളും കൊലപാതകങ്ങളും നടത്തുന്നത് എന്നാണല്ലോ അവരുടെ പക്ഷം. എന്നാൽ സുഹൃത്തെ ഞാനൊരു കാര്യം ചോദിക്കട്ടെ. ഇന്ന് ലോകത്തിൽ ഏറ്റവും അധികം പീഡനം അനുഭവിക്കുന്ന മുസ്ലിം ജനതയുള്ള രാജ്യമേതാണ്..? ഞാൻ ഉത്തരമൊന്നും പറഞ്ഞില്ലെങ്കിലും ചില പേരുകൾ എന്റെ മനസ്സിലൂടെ കടന്നുപോയി. ഇറാക്ക്, സിറിയ, പാലസ്തീൻ, യെമൻ, ആഫ്രിക്കൻ രാജ്യങ്ങൾ.. നിങ്ങൾ വിചാരിക്കുന്ന രാജ്യമൊന്നുമല്ല, മ്യാൻമർ എന്ന പഴയ ബർമ്മയാണത്. അവർ പറഞ്ഞു. കഷ്ടപ്പെടുന്ന മുസ്ലിംങ്ങളെ രക്ഷിക്കുകയാണ് ജിഹാദുകാരുടെ യഥാർത്ഥ

ലക്ഷ്യമെങ്കിൽ അവർ ഉന്നം വയ്ക്കേണ്ടിയിരുന്നത് ഏകാധിപത്യ പട്ടാളഭരണം നടക്കുന്ന മ്യാന്മറിലേക്കായിരുന്നില്ലേ..? എന്തുകൊണ്ട് അവർ അത് ചെയ്യുന്നില്ല എന്തുകൊണ്ട് അവർ അവിടേക്കു ചാവേറുകളെ അയക്കുന്നില്ല. അതിനർത്ഥം കഷ്ടപ്പെടുന്ന മുസ്ലിംങ്ങളെ രക്ഷിക്കുകയല്ല അവരുടെ ലക്ഷ്യം, അവരുടെ യഥാർത്ഥ പ്രശ്നം ജനാധിപത്യ വ്യവസ്ഥി തിയാണ്. വിദ്യാഭ്യാസം നേടുന്ന ജനതയാണ്. അത് തകർക്കുകയാണ് അവരുടെ ആവശ്യം. അതുകൊണ്ടാണ് അവർ എപ്പോഴും പാകിസ്ഥാ നെയും ഇന്ത്യയേയും ലക്ഷ്യം വയ്ക്കുന്നത്. ഇതൊക്കെ മനസ്സിലാക്കി യാൽ നിങ്ങൾക്ക് കൊള്ളാം.

ആരോ ഒരാൾ വന്ന് അവരെ മറ്റൊരു കൂട്ടത്തിലേക്ക് വിളിച്ചുകൊണ്ടു പോയതിനാൽ ആ സംസാരം അവിടെ പാതിവഴിയിൽ നിലച്ചു. വിശപ്പ് വിളി തുടങ്ങിക്കഴിഞ്ഞിരുന്നു. ഞങ്ങൾ പതിയെ ആഹാരമേശയിലേക്ക് നീങ്ങി. പാത്രത്തിലേക്ക് എന്തൊക്കെയോ വിളമ്പിക്കൂട്ടി. ഞാനും മനീസ നഖ്വിയും ഒന്നിച്ചാണ് ആഹാരത്തിനു ഇരുന്നത്. ഇരുപത് വർഷം മുൻപ് രാജ്യം വിട്ടുപോയി വാഷിംഗ്ടണിൽ സ്ഥിരതാമസമാക്കിയ പാക് ഇംഗ്ലീഷ് എഴുത്തുകാരിയാണവർ. Mass Transit, OnAir, Stay with Me, A Matter of Detail എന്നിങ്ങനെ നാലു നോവലുകളും Sarajevo Saturdays എന്ന

കറാച്ചി സാഹിത്യോത്സവത്തിൽനിന്ന്

ഒരു കഥാസമാഹാരവും അവരുടേതായി പുറത്തു വന്നിട്ടുണ്ട്. ഇപ്പോൾ അവർക്ക് കറാച്ചിയിൽ ഒരു ഫ്ളാറ്റുണ്ട്. വർഷത്തിൽ ഒരിക്കൽ അവധിക്ക് വരും. അടുത്തകാലത്തായി സാഹിത്യോത്സവവുമായി ബന്ധപ്പെടുത്തി യാണ് വരവ്. ഒരു പാകിസ്ഥാനി ഇസ്ലാം എന്ന നിലയിൽ അമേരിക്കയിലെ അവരുടെ ജീവിതത്തെക്കുറിച്ച് ചോദിച്ചറിയാനായിരുന്നു എനിക്കപ്പോൾ താത്പര്യം. 'പതിനാല് വർഷം മുൻപ് നടന്ന ഒരു സംഭവത്തിന്റെ പേരിൽ സഹപ്രവർത്തകരിൽ നിന്നും സുഹൃത്തുക്കളിൽ നിന്നും നിരന്തരം പഴി കേൾക്കുകയും സംശയത്തോടെ വീക്ഷിക്കപ്പെടുകയും ചെയ്യപ്പെടുന്ന ഒരു ജീവിതം' എന്നാണ് അവരതിന് ഒറ്റവരിയിൽ ഉത്തരം നല്കിയത്. 9/11 ലെ ഭീകരാക്രമണം ആയിരുന്നു അവർ സൂചിപ്പിച്ച ആ സംഭവം. അവർ അവരുടേതായ എല്ലാ പ്രതികാര നടപടികളും സ്വീകരിച്ചു കഴിഞ്ഞ ശേഷവും, ഇരുപത് വർഷം മുൻപ് ഈ രാജ്യത്തിന്റെ വ്യവസ്ഥിതികളോട് കലഹിച്ചുകൊണ്ട് പുറത്തുപോയ ഒരാൾ പോലും അതിന് ഉത്തരം പറയേണ്ടി വരുന്നു എന്നതാണ് സങ്കടകരം. ഒസാമ ബിൻ ലാദന്റെ ഒളിത്താവളം പാകിസ്ഥാനായിരുന്നു എന്നറിഞ്ഞതോടെ അത് പിന്നെയും കൂടിയിട്ടുമുണ്ട്. ക്രിസ്ത്യാനികൾ പൊതുവേ മതസഹിഷ്ണുതയുള്ളവരും മതേതരത്വമൂല്യങ്ങളിൽ വിശ്വസിക്കുന്നവരുമാണെന്ന് ഒരു ധാരണ യുണ്ടല്ലോ. എന്നാൽ അമേരിക്കയിലെ പ്രൊട്ടസ്റ്റന്റ് ക്രിസ്ത്യാനികൾ താലിബാനെക്കാൾ മോശം വിഭാഗമാണ്. അവരിൽ നിന്നുള്ള പെരുമാറ്റ മാണ് തീരെ സഹിക്കാനാവാത്തത്. മനീസയുടെ വാക്കുകളിൽ രോഷവും നിരാശയും ഉണ്ടായിരുന്നു.

ലോകത്തിൽ എല്ലാ മതങ്ങളുടെയും ജാതികളുടെയും ഇടയിൽ അസഹിഷ്ണുത വളർന്നുകൊണ്ടിരിക്കുന്നു. മനുഷ്യരെ മനുഷ്യരായി കാണാനല്ല വെറും മതങ്ങളായി കാണാനാണ് ഏവർക്കും ഇഷ്ടം. ഒരു കാലത്ത് കത്തോലിക്ക സഭയാണ് മനുഷ്യരെ കൊന്നൊടുക്കാനായി ഇറങ്ങിത്തിരിച്ചതെങ്കിൽ ഇന്നത് പ്രൊട്ടസ്റ്റന്റ് സഭകളാണ്. അടുത്ത ഇരുപത് വർഷത്തെ ലോകത്തിന്റെ ഭാവി എന്താണെന്ന് പ്രവചിക്കാമോ എന്ന് ഞങ്ങളുടെ സെഷനിൽ വച്ച് ഒരു വായനക്കാരൻ എഴുന്നേറ്റുനിന്ന് ചോദിച്ചിരുന്നു. ഞാനതിന് അറിയില്ല എന്നാണ് മറുപടി കൊടുത്തത്. അത് ഇന്നത്തേതിനേക്കാൾ ദുരന്തപൂർണ്ണവും ദുസ്സഹവും ആയിരിക്കും എന്ന് പറയാൻ എനിക്കിപ്പോൾ തോന്നുന്നു. ഒരു നല്ല ലോകമല്ല നാം നമ്മുടെ മക്കൾക്ക് സമ്മാനിക്കാൻ പോകുന്നത്. നാം കുറ്റം ചെയ്ത തലമുറയാണ്. എനിക്ക് ശരിക്കും സങ്കടം വന്നു.

■

അൻവർ സെൻ റോയിയുടെ വസതിയിൽ

രാഷ്ട്രീയം, ഭരണം, മരണം

ആ രാത്രി കറാച്ചി നഗരം ഒരിക്കൽ കൂടി ചുറ്റിക്കാണണമെന്നൊരു മോഹം എനിക്കുണ്ടായി. തന്റെ കാറിൽ പോയി വരാമെന്ന് മനീസ ഒരു ഓഫർ വച്ചെങ്കിലും അതുവേണ്ട ഞങ്ങൾ പൊയ്ക്കോളാം എന്നു പറഞ്ഞ് അൻവർ സെൻ റോയ് അവരെ യാത്രയാക്കി. രാത്രി ഉറക്കനേരമായില്ലെങ്കിൽ നമുക്കൊന്ന് കൂടിയിരുന്നാലോ എന്ന് അദ്ദേഹം ഒരഭിപ്രായം മുന്നോട്ടു വച്ചു. ഓ ശരി എന്ന് എനിക്ക് നൂറുവട്ടം സമ്മതം. പോകുന്ന വഴി നമ്മുടെ ബഷീർ പരിഭാഷകൻ അജ്മൽ കമാലിനെക്കൂടി കൂടെ ക്കൂട്ടാമെന്നും തീരുമാനിച്ചു. ആവാരി പുൽത്തകിടി യിലെ ബൂർഷ്വാകളുടെ രാത്രി വിരുന്നിനൊന്നും പോകാൻ താത്പര്യമില്ലാതെ നേരത്തെ വീടു പിടിച്ചിരുന്നു. അങ്ങനെ ഞങ്ങൾ ആ പാതി രാത്രിയിൽ നഗരത്തിലേക്ക് പുറപ്പെട്ടു. ഞാനും അൻവർ സെൻ റോയിയും അദ്ദേഹത്തിന്റെ ഭാര്യ പ്രമുഖ ഉറുദു കവിയത്രി അഷ്റ അബ്ബാസും ഒരു കാറിലും ഉറുദു കവി അഫ്സൽ അഹമ്മദ് സെയ്യദും അദ്ദേഹത്തിന്റെ ഭാര്യയും കവിയത്രിയുമായ തൻവീൻ അൻജുവും മറ്റൊരു കാറിലുമാണ് പോയത്. ഒരു വട്ടം കൂടി നഗരം ചുറ്റിക്കണ്ട് ആ യാത്ര ചെന്ന വസാനിച്ചത് അൻവർ സെൻ റോയിയുടെ വീട്ടിലാണ്. അതിനിടെ ഞങ്ങൾ അജ്മൽ കമാലിനെയും കൂട്ടിയിരുന്നു.

അങ്ങനെ ആ രാത്രി പന്ത്രണ്ടാം മണി കഴിഞ്ഞനേരം ഞാൻ ഒരു പാകിസ്ഥാനി എഴുത്തുകാരന്റെ ഭവനത്തിൽ പ്രവേശിച്ചു. ദീർഘകാലം അദ്ദേഹം ബിബിസി ലണ്ടനിൽ ആയിരുന്നു. ആ യൂറോപ്യൻ ജീവിതത്തിന്റെ തുടർച്ചയാണ് അദ്ദേഹം അവിടെയും നയിക്കുന്നത് എന്ന് എനിക്ക് തോന്നി. ഒരു ഇസ്ലാമിക ചിഹ്നങ്ങളും ആ ഭവനത്തിൽ ഉണ്ടായിരുന്നില്ല. വീട്ടിനുള്ളിൽ കയറിയിറങ്ങാൻ അനുവാദമുള്ള മുന്തിയ തരം നായ, ഭിത്തിയിൽ നഗ്നശരീരങ്ങളുടെ പെയ്ന്റിങ്ങുകൾ (മകൾ വരച്ചത്) ഭാര്യയും ഭർത്താവും ഒന്നിച്ചിരുന്ന് സ്വതന്ത്രമായ പുകവലി, വലിയ വീട്, വലിയ മതിൽ. എന്നാൽ ആ വീടുനു ചേർന്ന തരം മുന്തിയ കാർ ആയിരുന്നില്ല അദ്ദേഹത്തിന്റേത്. അതൊരു സാധാരണ മെഹ്റാൻ ആയിരുന്നു. അതിനിടയിൽ ഞങ്ങൾക്കിടയിൽ ഉരുത്തിരിഞ്ഞ സ്നേഹബന്ധത്തിന്റെ ഊഷ്മളതയിൽ അതിന്റെ കാരണം അന്വേഷിക്കാനുള്ള സ്വാതന്ത്ര്യം ഞാനെടുത്തു. നഗരത്തിന്റെ അക്രമസ്വഭാവം തന്നെയാണ് അതിനു കാരണം. മുന്തിയ കാർ കാണുമ്പോഴാണ് അവർക്ക് പിന്നാലെ ചീറിപ്പാഞ്ഞുവരാനും തോക്കുചൂണ്ടി മോഷണം നടത്താനും തോന്നുക. അതുകൊണ്ടുതന്നെ പണമുണ്ടെങ്കിലും കറാച്ചിയിൽ മുന്തിയതരം വാഹനം വാങ്ങാൻ ആളുകൾക്ക് വിമുഖതയാണ്. രണ്ടു മൊബൈൽ കൈയിൽ കൊണ്ടു നടക്കുന്നതുപോലെ ഒരു തന്ത്രം.

അൻവർ സെൻ റോയിയും ഭാര്യയും

നഗരത്തിന്റെ ഈ അധോലോകസ്വഭാവത്തെ ചെറുക്കാൻ സർക്കാരിനും രാഷ്ട്രീയ കക്ഷികൾക്കും ഒന്നും ചെയ്യാൻ കഴിയുന്നില്ലേ..? ഞാൻ ചോദിച്ചു.

എങ്ങനെ കഴിയും, ആസിഫ് അലി സർദ്ദാരിയുടെ പാകിസ്ഥാൻ പീപ്പിൾസ് പാർട്ടിയും ഉത്തർപ്രദേശ്, ബീഹാർ എന്നിവിടങ്ങളിൽ നിന്നും കുടിയേറിയവരുടെ പാർട്ടിയായ മുത്തഹിദ ഖൌമി മൂവ്മെന്റും ആണ് ഈ അധോലോകങ്ങളെ പോറ്റി വളർത്തുന്നതിൽ മുന്നിൽ നില്ക്കുന്നത്. അവർ ഇനിയും വളരുക തന്നെ ചെയ്യും. അദ്ദേഹം പറഞ്ഞു.

അതിനിടെ അഷ്റ അബ്ബാസ് കാവയുമായി വന്നു. അതുകുടിച്ചപ്പോൾ കൺപോളകളെ വലിച്ചടച്ചുകൊണ്ടിരുന്ന ക്ഷീണം ആവിയായിപ്പോയി. പിന്നെ സംസാരവും ചർച്ചയും കേരളത്തെക്കുറിച്ചായി. ചർച്ച എന്നു പറയുന്നതിനേക്കാൾ അധികമായി കേരളത്തെക്കുറിച്ച് അവർ കൂടുതൽ ചോദിച്ചറിയുകയായിരുന്നു എന്നു പറയുന്നതാണ് ശരി. നൂറുശതമാനം സാക്ഷരത എന്ന നമ്മുടെ നേട്ടം തന്നെ അവർക്കൊരദ്ഭുതമായിരുന്നു. നമ്മുടെ പുസ്തകവായനയും പത്രങ്ങളുടെ കോപ്പികളുടെ എണ്ണവും അവരെ അമ്പരപ്പിച്ചു. വർഷത്തിൽ ആറുമാസവും മഴ എന്നു കേട്ടപ്പോൾ വർഷത്തിൽ ഏറിയാൽ പത്തോ പതിനഞ്ചോ മഴ മാത്രം ലഭിക്കുന്ന കറാച്ചിക്കാരനുണ്ടാവുന്ന അസൂയ ഊഹിക്കാമല്ലോ. നമ്മുടെ ജലാശയങ്ങളെക്കുറിച്ചും ഭൂപ്രകൃതിയെക്കുറിച്ചും വീടുവഞ്ചികളെക്കുറിച്ചും അഞ്ഞൂറു കിലോമീറ്റർ നീണ്ടുകിടക്കുന്ന കടൽത്തീരത്തെക്കുറിച്ചും മഴക്കാടുകളെക്കുറിച്ചും കടുവാ സങ്കേതങ്ങളെക്കുറിച്ചും തേയിലത്തോട്ടങ്ങളെക്കുറിച്ചും ഏലക്കാടുകളെക്കുറിച്ചും റബ്ബർ എസ്റ്റേറ്റുകളെക്കുറിച്ചും മിതശീതോഷ്ണാവസ്ഥയെക്കുറിച്ചും മൂന്ന് അന്തർദേശീയ വിമാനത്താവളങ്ങളെക്കുറിച്ചും നമ്മുടെ മതസൗഹാർദ്ദത്തെക്കുറിച്ചും നാം കൈവരിച്ചു എന്നവകാശപ്പെടുന്ന യൂറോപ്യൻ ജീവിതനിലവാരത്തെക്കുറിച്ചും പറഞ്ഞ് ആ അസൂയയുടെ ആക്കം വർദ്ധിപ്പിക്കാൻ ഞാൻ ശ്രമിക്കുകയും ചെയ്തു. മലയാളത്തിലെ ഏറ്റവും മുന്തിയ സാഹിത്യവാരികയുടെ കോപ്പികൾ എത്ര എന്ന് ചോദിച്ചപ്പോൾ ഞാൻ 'അത് അത്രയ്ക്കില്ല ഏറിയാൻ അൻപതിനായിരമോ അറുപതിനായിരമോ മാത്രം' എന്ന് സങ്കോചത്തോടെ ഉത്തരം പറഞ്ഞു. അത് കേട്ട് അവർ ഒരു നിമിഷത്തേക്ക് സിഗരറ്റുവലി നിറുത്തി ആർത്ത് ചിരിച്ചു. ഒരു കാര്യത്തിലെങ്കിലും മലയാളിയെ തോൽപിച്ചല്ലോ എന്നായിരിക്കും ആ ചിരിയുടെ അർത്ഥം എന്ന് ഞാൻ വിചാരിച്ചു പോയി. അറുപതിനായിരമാണോ ഒരു ചെറിയ സംഖ്യ..? പാകിസ്ഥാനിൽ അത് രണ്ടായിരമോ മൂവായിരമോ മാത്രമാണ് എന്ന് അജ്മൽ കമാൽ പറഞ്ഞപ്പോൾ മാത്രമാണ് ആ ചിരി സ്വയം പരിഹാസത്തിൽ നിന്ന് ഉണ്ടായതാണെന്ന് ഞാൻ തിരിച്ചറിയുന്നത്.

അതേ സമയം അവർ ചോദിച്ച ചില സാധാരണ സ്ഥിതിവിവരണക്കണക്കുകൾക്കു മുന്നിൽ ഞാനല്പം പതറുകയും ചെയ്തു. കോഴിക്കോട്,

കൊച്ചി, തിരുവനന്തപുരം നഗരങ്ങളിലെ ജനസംഖ്യ എത്ര..? കേരളത്തിൽ മുസ്ലിം ക്രിസ്ത്യൻ വിഭാഗങ്ങൾ എത്ര ശതമാനം വീതം..? വർഷം എത്ര വിദേശ പുസ്തകങ്ങൾ മലയാളത്തിലേക്ക് പരിഭാഷപ്പെടുത്തുന്നുണ്ടാവും..? കേരളത്തിൽ ഇനി എത്ര ജൂതന്മാർ അവശേഷിക്കുന്നുണ്ട്..? കേരളത്തിൽ നിന്നും പാകിസ്ഥാനിലേക്ക് കുടിയേറിയ മുസ്ലീംങ്ങളുടെ എണ്ണം അറിയാമോ.? കേരളത്തിൽ എത്ര രാഷ്ട്രീയ കക്ഷികളുണ്ട്..?

ആരായാലും ചുറ്റിപ്പോകില്ലേ..? നമ്മിൽ എത്രപേർക്ക് വെബ് സൈറ്റുകളുടെ പിന്തുണയില്ലാതെ ഇതിനൊക്കെ ഉത്തരം പറയാനാവും..? എന്നാലും തോറ്റുകൊടുക്കാൻ ജന്മനായുള്ള അഹന്ത സമ്മതിക്കാത്തതു കൊണ്ട് ഒരു കൊട്ടത്താപ്പിനു ചില ഉത്തരങ്ങൾ വച്ചുകാച്ചി. തിരുവനന്തപുരത്ത് പത്തു ലക്ഷമെന്നും കൊച്ചിയിൽ ഇരുപത്തിയഞ്ച് ലക്ഷമെന്നും കോഴിക്കോട്ട് ആറുലക്ഷമെന്നും ആണ് ഞാൻ പറഞ്ഞത്. (സത്യത്തിൽ അത് യഥാക്രമം എഴ്, ഇരുപത്തിരണ്ട്, നാലര എന്നിങ്ങനെയാണെന്ന് പിന്നീട് മനസ്സിലാക്കി. അവർ പിറ്റേന്നു പോയി വെബ്സൈറ്റു നോക്കിക്കാണില്ല എന്നാശ്വസിക്കാം അല്ലേ..?) കേരളത്തിൽ മുസ്ലിം ഇരുപത്തിനാല് ശതമാനമെന്നും ക്രിസ്ത്യൻ പതിനഞ്ച് ശതമാനമെന്നും പറഞ്ഞു (അത് 24.7 ഉം 19 ഉം ആണത്രേ.) കേരളത്തിൽ അവശേഷിക്കുന്നത് നൂറിൽ താഴെ ജൂതന്മാർ മാത്രമായിരിക്കുമെന്നും ബാക്കി ചോദ്യങ്ങൾക്ക് ദൈവത്തിനുപോലും ഉത്തരം കണ്ടെത്താൻ കഴിയുമെന്നു തോന്നുന്നില്ലെന്നും പറഞ്ഞ് ഞാൻ വല്ലവിധത്തിലും ആ ക്വിസ് മത്സരത്തിൽ നിന്നും രക്ഷപ്പെട്ടു.

നമ്മുടെ പൊതുഗതാഗത സംവിധാനത്തെക്കുറിച്ച് പറഞ്ഞപ്പോഴാണ് അവർ ശരിക്കും അസൂയപ്പെട്ടത്. നമ്മുടെ ഓരോ ഗ്രാമത്തിലൂടെയും കൃത്യമായ സമയക്രമം പാലിച്ചുകൊണ്ട് ഒരു ബസ് കടന്നുപോകുന്നുണ്ട് എന്നും കേരളത്തിലെ ഓരോ ഇടവഴികളെയും കൂട്ടിയിണക്കുന്ന ഒരു വലിയ സംവിധാനമാണതെന്നും കേട്ടപ്പോൾ അവർ അമ്പരന്നുപോയി. പൊതുമേഖലയിൽ ആയാലും സ്വകാര്യമേഖലയിൽ ആയാലും അങ്ങനെ ഒന്ന് പാകിസ്ഥാനിൽ ചിന്തിക്കാൻ പോലും കഴിയില്ലത്രേ. പ്രത്യേകിച്ച് കറാച്ചിയിൽ. പൊതുമേഖലയിൽ ചില പരീക്ഷണങ്ങൾ അവർ നടത്തി നോക്കിയെങ്കിലും അതൊക്കെ ഒന്നാന്തരം പരാജയങ്ങൾ ആയിരുന്നു. ഇപ്പോൾ നേരവും കാലവുമില്ലാതെ കുറച്ചു സ്വകാര്യ ബസുകൾ ഓടുന്നുണ്ട് എന്നു മാത്രം. അതിനെ പൊതു ഗതാഗതം എന്നൊന്നും വിളിച്ചു കൂടാ.

കേരളത്തിൽ എല്ലാം നല്ലതെന്ന് അവർ കണ്ടു. സന്തോഷിച്ചു. എന്നെങ്കിലും ഒരിക്കൽ കേരളം കാണണമെന്ന് വെറുതെ ഒരു മോഹം പറഞ്ഞു. എന്നാൽ ഒരു കാര്യം മാത്രം അവർക്ക് എത്ര വിശദീകരിച്ചുകൊടുത്തിട്ടും മനസ്സിലായതേയില്ല. എന്നുമാത്രമല്ല ആ അറിവിന്റെ ആധികാരികതയിൽ അവർ എന്നെ അവിശ്വസിക്കുന്നുണ്ട് എന്നുപോലും എനിക്ക് തോന്നി.

ഇന്ത്യൻ നാഷണൽ കോൺഗ്രസും മുസ്ലിം ലീഗും ഒന്നിച്ചാണ് കേരളത്തിൽ ഭരണം നടത്തുന്നത് എന്ന പ്രസ്താവനയാണ് അവരെ വല്ലാതെ അങ്കലാപ്പിലാക്കിയത്. അതെങ്ങനെ സാധ്യമാകും എന്നാണ് അവർ നിഷ്കളങ്കമായി കണ്ണുമിഴിച്ച് ചോദിച്ചത്. ഒരു ഭൂപ്രദേശത്തിന്റെ വിഭജനത്തിനു കാരണക്കാരായ, ഇത്രയധികം നിരപരാധികൾ കൊല്ലപ്പെടാൻ കാരണക്കാരായ, ഇത്രയധികം പലായനങ്ങൾക്ക് കാരണക്കാരായ കോടിക്കണക്കിനു ജനങ്ങളെ എന്നന്നേക്കും ശത്രുക്കളാക്കിയ രണ്ടുകക്ഷികൾ എങ്ങനെ ഭരണത്തിൽ ഒന്നിക്കുന്നു എന്ന് ആത്മാർത്ഥമായും അവർക്ക് മനസ്സിലായതേയില്ല. ഒരു യുക്തികൊണ്ടും അവർക്കതിനെ വിശദീകരിക്കാൻ കഴിയുമായിരുന്നില്ല. ആ മാനസികാവസ്ഥ ഒരുപക്ഷേ നമുക്ക് തെക്കേ ഇന്ത്യക്കാർക്ക് മനസ്സിലായി എന്നു വരില്ല. എന്നാൽ ഓരോ പാകിസ്ഥാനിയുടെ ഉള്ളിലും ഏറ്റവും കുറഞ്ഞത് കുടിയേറ്റക്കാരുടെ ഭൂമിയായ ഓരോ കറാച്ചിക്കാരന്റെ ഉള്ളിലും ആ വിഭജനത്തിന്റെ, ആ പലായനങ്ങളുടെ, മരണങ്ങളുടെ, നീണ്ട അനിശ്ചിതത്വത്തിന്റെ ഒക്കെ മുറിവ് ഇനിയും ഉണങ്ങാതെ വടുകെട്ടികിടപ്പുണ്ട്. ഇരുഭാഗത്തുമായി നൂറ്റിയിരുപത് ലക്ഷം ജനങ്ങളാണ് അതനുഭവിച്ചത്. അവർക്കറിയാം ഈ രാഷ്ട്രീയ കക്ഷികളുടെ സ്വാർത്ഥതകൊണ്ട്, തെറ്റായ തീരുമാനങ്ങൾ കൊണ്ട് എന്താണ് അവർക്ക് നഷ്ടപ്പെട്ടുപോയതെന്ന്. തൃപ്തിയോടെ പോയവരല്ല, ഭീതിയോടെ പോയവരാണ് കൂടുതൽ. അകന്നുപോയ ബന്ധുക്കൾ, നഷ്ടപ്പെട്ടു പോയ ജന്മഭൂമി, ഇട്ടേച്ചു പോരേണ്ടി വന്ന വസ്തു വകകൾ. കുഴിച്ചിട്ട നിധികൾ. ഉപേക്ഷിക്കേണ്ടി വന്ന നിക്ഷേപങ്ങൾ. തിരിച്ചു കിട്ടാത്ത പണയ വസ്തുക്കൾ. വേട്ടയാടുന്ന ഓർമ്മകളുടെ വലിയ കൂമ്പാരങ്ങൾ. അന്നും നമ്മൾ ഏറക്കുറെ സുരക്ഷിതരായിരുന്നു. ഭാഗ്യവാന്മാർ. അതുകൊണ്ടാണ് രാഷ്ട്രീയം നമുക്ക് വെറും ഭരണമാകുന്നത്. എന്നാൽ അവർക്കത് മരണമായിരുന്നു. മരണം. ∎

കറാച്ചിയിൽ എത്ര മാപ്പിളമാരുണ്ട്..?

ചില സ്വപ്നങ്ങൾ മനസ്സിലിട്ടുകൊണ്ടാണ് നമ്മൾ ഓരോ യാത്രകളും ആരംഭിക്കുന്നത്. സംഭവിക്കാൻ ഏറെ പ്രയാസമാണ് എന്നറിയാമെങ്കിലും നാമതിനെ കൂടെ കൊണ്ടുനടക്കുന്നു ഒരുപക്ഷേ ആ യാത്ര അവസാനിക്കും വരേക്കും. കറാച്ചിയിലേക്ക് പുറപ്പെടുമ്പോൾ അത്തരത്തിൽ നടക്കാനിടയില്ലാത്ത രണ്ട് മോഹങ്ങൾ എന്റെയുള്ളിലുണ്ടായിരുന്നു. ഒന്ന്, പണ്ടൊരിക്കൽ അനിതാപ്രതാപ് ശ്രീലങ്കയിലെ പുലിമടയിൽ പോയി പ്രഭാകരനെ കണ്ടതുപോലെ കറാച്ചിയിലെ ഏതോ ഉള്ളറയിൽ ഒളിച്ചുപാർക്കുന്ന ദാവൂദ് ഇബ്രാഹിം എന്ന അധോലോകനായകനെ കാണുകയും അയാളെ ഇന്റർവ്യൂ ചെയ്യുകയും വേണം. ആരും ചിരിക്കേണ്ട. കാണുമ്പോൾ എന്തിനാണ് മാപ്പിളേ ചെറുസ്വപ്നങ്ങൾ കാണുന്നത് മഹാസ്വപ്നങ്ങൾ തന്നെ കണ്ടേക്കാം എന്നു വിചാരിച്ചു എന്നേയുള്ളൂ. രണ്ടാമത്തേത് ചിരി വരുന്നത്ര ഭീകരസ്വപ്നമായിരുന്നില്ല. വിഭജനകാലത്തിനും അതിനു മുൻപുമായി വലിയോരു മലയാളി സമൂഹം കറാച്ചിയിൽ എത്തിപ്പെട്ടിട്ടുണ്ടായിരുന്നു. ഒരുകാലത്ത് സിലോൺ, മലയ, റംഗൂൺ എന്നീ ദേശങ്ങളിലേക്കെന്നപോലെ മലയാളി തൊഴിൽ തേടിപ്പോകുന്ന പ്രധാനപ്പെട്ട നഗരങ്ങളിൽ ഒന്നായിരുന്നു കറാച്ചിയും. പാൻ കടകൾ, ഹോട്ടലുകൾ, തുണിക്കടകൾ, ബിസ്കറ്റ് കടകൾ, ചായ മക്കാനികൾ എന്നിവയുടെ നടത്തിപ്പുകാരായി അവരവിടെ കൂടി. ഒരു കാലത്ത് തിരൂരിൽ

നിന്നും കറാച്ചിയിലേക്ക് വലിയ തോതിൽ വെറ്റില കച്ചവടം നടന്നിരുന്നുവത്രേ. എന്നാൽ 1921 ലെ മാപ്പിള ലഹളക്കാലത്താണ് ആ കൂടിയേറ്റത്തിൽ ഏറെയും നടന്നത്. കൊല്ലപ്പെട്ടേക്കുമെന്ന ഭീതി കൊണ്ടുമാത്രം അന്ന് അവിടേക്ക് ചേക്കേറിയവർ ഏറെയാണ്. പിന്നെ തിരിച്ചു വരാനാവാതെ അവിടെ പെട്ടുപോയവർ. ജീവിതം മെച്ചപ്പെടുമെന്ന് മോഹിച്ച് സ്വമനസ്സാലെ അവിടെ നിന്നവർ. പത്തറുപത് വർഷങ്ങൾക്കും മുൻപുള്ള കഥയാണ്. അന്ന് കൈക്കുഞ്ഞായി പോയിട്ടുള്ളവർ പോലും ഇന്ന് പെൻഷൻ പ്രായം കഴിഞ്ഞിരിക്കണം. അതിനും മുൻപുള്ള തലമുറ യൊക്കെ അവിടെ മൺമറഞ്ഞിരിക്കണം. വളരെ കുറച്ചുപേർ അടുത്തിടെ തിരികെ വന്നു. പൗരത്വപ്രശ്നം എന്ന അഴിയാക്കുരുക്കിൽ പെട്ട് നട്ടം തിരിയുന്നു. എന്നാലും അന്നു പോയവരിൽ ആരെയെങ്കിലും ഒരാളെ യെങ്കിലും, വേണ്ട അവരിൽ ഒരു രണ്ടാം തലമുറക്കാരനെയെങ്കിലും കാണണം എന്നതായിരുന്നു എന്റെ രണ്ടാമത്തെ ആഗ്രഹം.

പണ്ടൊരിക്കൽ ഒരു യിസ്രായേൽ യാത്ര നടത്തിയപ്പോഴും അങ്ങനെ ഒരാഗ്രഹം ഞാൻ മനസ്സിൽ കരുതിയിരുന്നു. മട്ടാഞ്ചേരിയിൽ നിന്നും കുടിയേറിയ ഒരു മലയാളി ജൂതനെയെങ്കിലും.. പക്ഷേ എൺപതു ലക്ഷത്തോളം വരുന്ന ലോക ജൂതന്മാർക്കിടയിൽ നിന്നും എണ്ണായിരത്തിൽ താഴെമാത്രം അംഗസംഖ്യയുള്ള മലയാളി ജൂതനെ എവിടെപ്പോയി കണ്ടുപിടിക്കാൻ. അന്നത് സാധിച്ചില്ല. അപ്പോൾ പിന്നെ ഇരുപത്തിമൂന്നു കോടി ജനങ്ങൾക്കിടയിൽ ചിതറിപ്പാർക്കുന്ന വെറും ആറായിരം മാത്രം വരുന്ന മലബാറികളെ കറാച്ചിയിൽ എങ്ങനെ കണ്ടുകിട്ടാൻ. കടൽ ത്തീരത്തു വീണുപോയ കടുകുമണി തിരയുന്നതുപോലെ ആവില്ലേ അത്. അതറിയാവുന്നതുകൊണ്ട് ഞാൻ ആ മോഹം ആരോടും പങ്കുവച്ചിരുന്നില്ല. എന്നാൽ ഞങ്ങളുടെ ആ രാത്രി സംസാരത്തിനിടയിൽ എപ്പോഴോ അജ്മൽ കമാൽ എന്നും രാവിലെ നടക്കാനിറങ്ങുമ്പോൾ ഒരു മലബാറി യുടെ കടയിൽ നിന്നാണ് ചായ കുടിക്കുന്നത് എന്നു പറഞ്ഞതും ഞാൻ എന്റെ ആഗ്രഹത്തിന്റെ തടിപ്പെട്ടി വലിച്ചു തുറന്നതും ഒന്നിച്ചായിരുന്നു. അതിനെന്താ നമുക്ക് രാവിലെ തന്നെ പൊയ്ക്കളയാം എന്ന് അജ്മൽ കമാൽ എനിക്ക് ആവേശം തന്നു.

എന്നാൽ അതത്ര എളുപ്പമായിരുന്നില്ല. പിറ്റേദിവസം എന്റെ മടക്കയാത്രയാണ്. വൈകിട്ട് അഞ്ചുമണിക്കാണ് വിമാനം. എന്നു പറഞ്ഞാൽ രണ്ടരയ്ക്കെങ്കിലും റിപ്പോർട്ട് ചെയ്യേണ്ടതുണ്ട്. അതല്ല പ്രശ്നം. അതിലും വലിയ ഒരു ജോലി കറാച്ചിയിൽ എനിക്ക് പൂർത്തിയാക്കാനുണ്ട്. രാവിലെ പൊലീസ് സ്റ്റേഷനിൽ പോയി റിപ്പോർട്ട് ചെയ്യുകയും രാജ്യം വിട്ടുപോകാനുള്ള അനുമതിപേപ്പർ കരസ്ഥമാക്കുകയും വേണം. എങ്കിൽ അതു കഴിഞ്ഞാലുടൻ വിളിക്കൂ. ഞങ്ങൾ വന്ന് കൂട്ടിക്കൊണ്ടു പോയി ഉച്ചയ്ക്ക് മുൻപ് ഹോട്ടലിൽ എത്തിക്കാം എന്ന് അൻവർ സെൻ റോയ് വാഗ്ദാനം ചെയ്തു. എനിക്ക് എന്തെന്നില്ലാത്ത സന്തോഷം തോന്നി.

അവസാനം തീരെ നിനച്ചിരിക്കാതെ ഞാൻ ഒരു കറാച്ചി മലയാളിയെ കാണാൻ പോകുന്നു. യിസ്രായേലിൽ തോറ്റുപോയെങ്കിലും ആകസ്മിക സാധ്യതകളിൽ ഞാനത്ര നിർഭാഗ്യവാനല്ലെന്ന് പിന്നെയും പല അനുഭവങ്ങൾകൊണ്ട് എനിക്ക് മനസ്സിലായിട്ടുണ്ട്. പിന്നൊരിക്കൽ വയനാടൻ കാടുകളിലേക്ക് ഒരു യാത്ര പോകാൻ ഒരവസരം ലഭിച്ചു. വന സഞ്ചാരത്തിനിറങ്ങുമ്പോൾ ഒരു കാട്ടുജീവിയെ എങ്കിലും കാണണേ എന്നാണ് നമ്മൾ ഓരോരുത്തരുടെയും മോഹം. എന്നാൽ ഞങ്ങളന്ന് ആന, കാട്ടുപോത്ത്, കലമാൻ, പന്നി, കുരങ്ങൻ, കട്ടുകോഴി, കഴുകൻ എന്നിങ്ങനെ ഒരു ഡസൻ ജീവികളെ എങ്കിലും കണ്ടുകാണും. ഇതാണോ ഇത്ര വലിയ ഭാഗ്യം എന്ന് ചോദിക്കാൻ വരട്ടെ. ഉറക്കെ വർത്തമാനം പറഞ്ഞും അലസമായി ജീപ്പോടിച്ചും ഞങ്ങൾ മുന്നേറുമ്പോൾ കാട്ടുപാത യിൽ അതാ നാലു കടുവകൾ നിരന്നു കിടക്കുന്നു. ഞങ്ങളെക്കണ്ടതും അവന്മാർ എഴുന്നേറ്റ് ഉൾക്കാട്ടിലേക്ക് ഓടി മറഞ്ഞുകളഞ്ഞു. ഞങ്ങളുടെ കണ്ണുകൾക്കു മാത്രമേ ആ ദൃശ്യഭാഗ്യം കിട്ടിയുള്ളൂ. ക്യാമറകൾക്ക് അവ പിടി തന്നില്ല. കഴിഞ്ഞ പതിനാറ് വർഷമായി അതേ പാതയിലൂടെ നിരന്തരം ജീപ്പോടിക്കുന്ന ഡ്രൈവറും പത്തുവർഷമായി അതേ വനത്തിന്റെ മേൽനോട്ടം വഹിക്കുന്ന റേഞ്ചറും തലയിൽ കൈവച്ചു പോയി. കാരണം ഇത്ര കാലത്തിനിടയിൽ അവർക്ക് അങ്ങനെയൊരു കാഴ്ച യ്ക്കുള്ള ഭാഗ്യം ലഭിച്ചിട്ടുണ്ടായിരുന്നില്ല. വയനാടൻ കാടുകളുടെ വിസ്തീർണ്ണം നൂറ്റിപ്പത്ത് ചതുരശ്ര കിലോമീറ്റർ ആണ്. അത്രയും വലിയ ആ വനാതിർത്തിക്കുള്ളിൽ ഇതുവരെ കണ്ടെത്തിയിട്ടുള്ളത് ആകെ ഇരുപത്തിമൂന്ന് കടുവകളെ മാത്രമാണ്. അവയിൽ നാലെണ്ണത്തെയാണ് ഞങ്ങൾ ഒന്നിച്ചു കണ്ടത്.

സാധ്യത സിദ്ധാന്തങ്ങൾ പ്രകാരമുള്ള കണക്ക് പരിശോധിച്ചാൽ മുപ്പത്തിയെണ്ണായിരത്തി മുന്നൂറ് ജനങ്ങൾക്കിടയിൽ വെറും ഒന്ന് എന്നതായിരുന്നു അനുപാതമെങ്കിലും കറാച്ചി നഗരത്തിൽ തിങ്ങിപ്പാർ ക്കുന്ന ഇരുപത്തിമൂന്ന് കോടി ജനങ്ങൾക്കിടയിൽ നിന്നും ഒരു മലബാ റിയെ ഞാൻ കണ്ടുമുട്ടുക തന്നെ ചെയ്തു.

■

പൊലീസ്സ്റ്റേഷനിൽ ഒരു റോമിയോ

പിറ്റേന്നു രാവിലെ ഒൻപതിനു എനിക്ക് പൊലിസ് സ്റ്റേഷനിലെത്തേണ്ടതുണ്ടായിരുന്നു. രാത്രി വന്നു കിടന്നപ്പോൾ സമയം ഏതാണ്ട് മൂന്നര കഴിഞ്ഞിരുന്നു. അവരിൽ പലരും കോളേജ് അധ്യാപകരും മാധ്യമപ്രവർത്തകരുമാണ്. അവർക്കും രാവിലെ ജോലിക്കു പോകേണ്ടതുണ്ടായിരുന്നു. എന്നിട്ടും ഉറക്കം വന്ന് തലകുത്തി വീഴുന്നതുവരെ ഞങ്ങള വടെ വർത്തമാനം പറഞ്ഞിരുന്നു.

പിരിയുന്നതിനു മുൻപ് തൻവീർ അൻജും അവരുടെ കവിതാസമാഹാരത്തിന്റെ ഒരു ഇംഗ്ലീഷ് ഉറുദു പതിപ്പ് എനിക്ക് സമ്മാനിച്ചു. 'Fire Works on a Windowpane' എന്നാണതിന്റെ പേര്. ഒരു പേജിൽ ഉറുദുവും അടുത്ത പേജിൽ അതിന്റെ തന്നെ തർജ്ജമയും വരുന്ന ഒരു ദ്വിഭാഷാപുസ്തകം. തൻവീർ തന്നെയാണ് ചില കവിതകൾ ഇംഗ്ലീഷിലേക്ക് തർജ്ജമ ചെയ്തിരിക്കുന്നത്. അമേരിക്കയിലെ യൂണിവേഴ്സിറ്റി ഓഫ് ടെക്സാസിൽ നിന്നും ഭാഷാശാസ്ത്രത്തിൽ പി.എച്ച്.ഡി കരസ്ഥമാക്കിയിട്ടുള്ള ഒരു കോളേജ് അധ്യാപികയാണവർ.

ജയ്പൂരിൽ വച്ചേ എനിക്ക് പരിചയമുള്ള പാക് കനേഡിയൻ നോവലിസ്റ്റ് മുഷാറഫ് അലി ഫറൂഖി യാണ് അതിലെ മറ്റുചില കവിതകൾ പരിഭാഷപ്പെടുത്തിയിരിക്കുന്നത് എന്നുകണ്ട് ഞാൻ സന്തോഷിച്ചു. (അദ്ദേഹത്തിന്റെ between Clay and Dust എന്ന

നോവലും എന്റെ Goat Days ഉം ഒരേ വർഷമാണ് മാൻ ഏഷ്യൻ സാഹിത്യപുരസ്കാരത്തിന്റെ പരിഗണനപ്പട്ടികയിൽ വന്നത്) കറാച്ചിയിൽ എത്തുമ്പോൾ തമ്മിൽ കാണാൻ അവസരമുണ്ടാകുമോ എന്നാരാഞ്ഞ് ഞാൻ അദ്ദേഹത്തിനു ഒരു മെയിൽ അയച്ചിരുന്നു. എന്നാൽ ലാഹോറിൽ മറ്റൊരു പരിപാടിയുമായി തിരക്കിലായതിനാൽ ഇത്തവണ കാണാൻ കഴിയില്ലെന്നും ലോകത്തിന്റെ ഏതെങ്കിലും ഒരു കോണിൽ അധികം വൈകാതെ കണ്ടുമുട്ടാം എന്ന അദ്ദേഹത്തിന്റെ മറുപടി എന്നെ അല്പം നിരാശയിൽ ആക്കിയിരുന്നു. അതേപോലെ കാണാം എന്നു വിചാരിച്ചിരുന്ന മറ്റൊരാൾ Map for Lost Lovers, The Blind Man's Garden എന്നീ പ്രശസ്ത നോവലുകളുടെ രചയിതാവ് നദീം അസ്ലം ആയിരുന്നു. ഞങ്ങൾക്ക് തമ്മിലും ഒരു ജയ്പൂർ പരിചയമുണ്ട്. എന്നാൽ അദ്ദേഹവും കറാച്ചിയിൽ എത്തിയിരുന്നില്ല. സുഹൃത്തിനെ കണ്ടില്ലെങ്കിലും സുഹൃത്ത് പരിഭാഷപ്പെടുത്തിയ കവിതകൾ കിട്ടിയ സന്തോഷത്തോടെയാണ് ഞാനന്ന് മടങ്ങിയത്. അല്ലെങ്കിലും ആ രാത്രി സന്തോഷിക്കാൻ ഏറെ വകകൾ ഉണ്ടായിരുന്നല്ലോ.

രാവിലെ ഞാനുണർന്നപ്പോഴേക്കും ആകാർ പട്ടേൽ ലാഹോറിലേക്കു പോയിക്കഴിഞ്ഞിരുന്നു. അദ്ദേഹത്തിനു അവിടെയും ചില പരിപാടികളിൽ പങ്കെടുക്കാനുണ്ട്. അതുകഴിഞ്ഞേ നാട്ടിലേക്കുള്ളൂ. അതുകൊണ്ട് പിരിയുന്നതിനുമുൻപ് തമ്മിൽ കണ്ട് ഒരു ബൈ പറയാൻ സാധിച്ചില്ല. സാരമില്ല കറങ്ങിത്തിരിഞ്ഞ് വേറെ എവിടെയെങ്കിലും വച്ച് കണ്ടു മുട്ടാതിരിക്കുമോ..?!! (അടുത്തിടെ അദ്ദേഹം രാജ്യാന്തര മനുഷ്യാവകാശ സംഘടനയായ ആംനസ്റ്റി ഇന്റർനാഷണലിന്റെ ഇന്ത്യയിലെ എക്സി ക്യൂട്ടീവ് ഡയറക്ടറായി ചുമതലയേറ്റു എന്നൊരു വാർത്ത കണ്ടിരുന്നു.)

ചാടിപ്പിടിച്ച് ബ്രേക്ക് ഫാസ്റ്റ് കഴിച്ച് ചെന്നപ്പോഴേക്കും പൊലീസ് സ്റ്റേഷനിൽ പോകാനായി ഫെലിക്സ് അക്ഷമനായി നില്ക്കുക യായിരുന്നു. കൂടെ ശ്രീദലസ്വാമിയും ഉണ്ടായിരുന്നു. തലേരാത്രി അമേരി ക്കൻ കമ്പനിയിൽ കൂടാതെ മുങ്ങിയതിനു അവർ എന്നോടു പരിഭവം പറഞ്ഞു. ഞാൻ പാക് കമ്പനിയിൽ കുടുങ്ങിപ്പോയ കഥ വിവരിച്ച് ക്ഷമ ചോദിച്ചു.

പൊലീസ് സ്റ്റേഷനിൽ വലിയ തിരക്കുണ്ടായിരുന്നില്ല. എന്റെ പേപ്പറുകൾ വേഗം ശരിയാക്കിക്കിട്ടി. എന്നാൽ അവിടുത്തെ ഒരുദ്യോ ഗസ്ഥനു ശ്രീദലയെ കണ്ടപ്പോൾ ചുമ്മാ ഒരു ചുറ്റിക്കളി. ഇതു ശരിയല്ല വേറൊരു ഫോം പൂരിപ്പിക്കൂ. ഞാൻ പറയുന്നതു മാതിരി ഒരു അപ്ലിക്കേഷൻ ലെറ്റർ എഴുതിത്തരൂ, വിലാസം വ്യക്തമല്ലാത്തതിനാൽ വേറൊരെണ്ണം എഴുതൂ.. എന്നിങ്ങനെ വെറുതെ ചില വച്ചു താമസിപ്പിക്കലുകൾ. അതി നിടെ അയാൾ മഹാവര ഉദ്ധരിക്കുന്നു. സൂഫി വചനങ്ങൾ പറയുന്നു, കിഷോർ കുമാറിന്റെ സിനിമാഗാനം പാടുന്നു. ആകപ്പാടെ ഒരു

പഞ്ചാരക്കുട്ടപ്പൻ ഇടപാട്. അയാളുടെ മുഖത്ത് വിരിയുന്ന ശൃംഗാരഭാവം കണ്ടാൽ ആർക്കും ഓക്കാനം വരും. എല്ലാ ഓഫീസുകളിലും ഉണ്ടാവും ഇങ്ങനെ ചില മെനക്കേട് കൃമികൾ അല്ലേ..? ശ്രീദലയാവട്ടെ പുച്ഛം നിറഞ്ഞ നോട്ടങ്ങൾകൊണ്ടും കറുത്ത മുഖം കൊണ്ടും അയാളെ പരമാവധി അവഗണിക്കാൻ നോക്കി. അത് തിരിച്ചറിഞ്ഞിട്ടാവണം അയാൾ വിടുതൽ പേപ്പറിൽ ഒപ്പിടാതെ ഓഫീസ് വിട്ട് പുറത്തുപോയി. ഞങ്ങൾക്ക് പിന്നെയും വെറുതെ കാത്തിരിക്കേണ്ടി വന്നു. പിന്നെ മറ്റൊരുദ്യോഗസ്ഥൻ വന്ന് കാരുണ്യപൂർവ്വം ശ്രീദലയുടെ പേപ്പറുകൾ ശരിയാക്കിക്കൊടുക്കുക യായിരുന്നു. അപ്പോഴേക്കും സമയം പതിനൊന്നുമണി കഴിഞ്ഞിരുന്നു. ഞങ്ങൾ പറന്ന് ഹോട്ടലിൽ എത്തിയപ്പോഴേക്കും അൻവർ സെൻ റോയ് ദീർഘനേരമായി അവിടെ എന്നെയും കാത്തു നില്ക്കുകയായിരുന്നു. ∎

അജ്മൽ കമാൽ എന്ന റിബൽ

വിടുതൽ പേപ്പറുകൾ മുറിയിലേക്ക് കൊണ്ടെറിഞ്ഞിട്ട് ഞാൻ അപ്പോൾ തന്നെ അൻവർ സെൻറോയ്ക്കൊപ്പം പുറത്തേക്കു പോയി. പോകുന്ന വഴി അദ്ദേഹം ഏത് സാഹിത്യ സ്നേഹിയേയും ത്രസിപ്പിക്കുന്ന ഒരു വിവരം അത്രയും വിനയത്തോടുകൂടി പങ്കുവച്ചു. ലണ്ടനിലായിരുന്ന കാലത്ത് മൂന്ന് നോബൽ സമ്മാന ജേതാക്കൾക്കൊപ്പം ഇതുപോലെ ഒന്നിച്ചിരുന്ന് യാത്ര ചെയ്യാനും അവരോടൊപ്പം മണിക്കൂറുകൾ ചിലവിടാനും അവരുടെ അഭിമുഖം നടത്താനും അദ്ദേഹത്തിനു ഭാഗ്യം ലഭിച്ചിട്ടുണ്ട്. മരിയോ വർഗാസ് യോസ, വൊലെ സോയിങ്ക, ഹെർത മുള്ളർ എന്നിവരായിരുന്നു അവർ. അതിൽ യോസയോടൊപ്പം നോബൽ സമ്മാനം ലഭിക്കുന്നതിനു മുൻപും പിൻപും യാത്ര ചെയ്തിട്ടുണ്ട്. അതു പറയുമ്പോഴും അദ്ദേഹത്തിന്റെ മുഖത്ത് ഭാവഭേദങ്ങൾ ഒന്നുമില്ല. അഭിമാനത്താൽ വിജൃംഭിതമായിട്ടുമില്ല. അപ്പോഴും പഴയ നിർമ്മമത തന്നെ. അന്നേരം ഞാൻ വെറുതെ അദ്ദേഹത്തിന്റെ വിരലിൽ ഒന്നു തൊട്ടു. യോസയെ തൊട്ട വിരലല്ലേ. അതിലൊന്ന് തൊടുന്നതുപോലും ഭാഗ്യമാണ്. യോസയും സോയിങ്കയും വാക്കുകളിലും പ്രഭാഷണങ്ങളിലും അതികേമന്മാർ ആണ്. എന്നാൽ മുള്ളർ ഒരു പതിഞ്ഞ സ്വഭാവക്കാരിയും. അദ്ദേഹം തന്റെ അനുഭവം പങ്കുവച്ചു. യോസയെ കേരളത്തിൽ ഒന്ന് എത്തിക്കണമെന്ന് ഏറെക്കാലമായി വെറുതെ മോഹിക്കുന്നതാണ്.

ആരെങ്കിലും അത് സാധ്യമാക്കുമോ? ആ വാക്ചാതുരി കേൾക്കാൻ നമുക്ക് ഭാഗ്യമുണ്ടാകുമോ..? ഒന്നിനുമല്ലാതെയും വെറുതെ മോഹിക്കാമല്ലോ.

മ്യൂസിക്കൽ ഫൗണ്ടൻ റൗണ്ട് എബൗട്ടിനരികെ വണ്ടി ഒതുക്കി ഞങ്ങൾ നേരെ പോയത് അജ്മൽ കമാലിന്റെ ബുക്ക് ഷോപ്പിലേക്കാണ്. കറാച്ചിയിലെ പഴയ ഷോപ്പിംഗ് സെന്ററുകളിൽ ഒന്നായ മദീന സിറ്റി മാളിന്റെ മൂന്നാം നിലയിലാണ് അത് സ്ഥിതി ചെയ്യുന്നത്. അബ്ദുള്ള ഹാറൂൺ റോഡിൽ ഇടുങ്ങിയ നിരവധി തുണിക്കടകൾകൊണ്ട് നിറഞ്ഞ ഒരു പഴഞ്ചൻ കെട്ടിടമായിരുന്നു മദീന സിറ്റി മാൾ. അകത്തു കയറി നോക്കിയപ്പോൾ ലിഫ്റ്റ് പ്രവർത്തിക്കുന്നില്ല. പടി കയറിപ്പോകുമ്പോൾ നമ്മുടെ ചില കെട്ടിടങ്ങൾ ഓർമ്മ വന്നു. ഭിത്തിയിലും മൂലകളിലും എല്ലാം പാൻ ചവച്ചു തുപ്പിയതിന്റെ പാടുകളും സിഗരറ്റ് കുറ്റികളുടെ കൂമ്പാരങ്ങളും. മൂന്നാം നിലയിലെ ഇടനാഴിയിൽ എത്തിയപ്പോൾ ഒരു വലിയ ആവിക്കപ്പലിന്റെ എഞ്ചിൻ മുറിയിൽ എത്തിയതുമാതിരി ഒരു വലിയ മുഴക്കം. ആ നട്ടുച്ചയ്ക്കും അരണ്ട വെളിച്ചം മാത്രമുള്ള ആ ഇടനാഴിയിലൂടെ പതിയെ മുന്നോട്ടു നടക്കുമ്പോഴാണ് ആ മുഴക്കത്തിന്റെ കാരണം പിടി കിട്ടുന്നത്. ആ നിലയിലുള്ള എല്ലാ ഓഫീസുകളുടെയും മുന്നിൽ ഓരോ ജനറേറ്റർ പ്രവർത്തിക്കുകയാണ്. അടച്ചുകെട്ടിയ ഒരു തുരങ്കത്തിനുള്ളിൽ നൂറ് ജനറേറ്ററുകൾ കൊണ്ടുവച്ച് പ്രവർത്തിപ്പിച്ചാൽ എന്താവും അവസ്ഥ. അതായിരുന്നു അപ്പോൾ ആ ഇടനാഴി. അസഹനീയമായിരുന്നു ആ ശബ്ദം.

ഇടനാഴി രണ്ടുമൂന്നു വളവുകൾ തിരിഞ്ഞെത്തിയത് ആർഭാടങ്ങൾ ഒന്നുമില്ലാതെ വെറുതെ സിറ്റി പ്രസ് ബുക്ക് ഷോപ്പ് എന്നെഴുതിയ ഒരു ഓഫീസിനു മുന്നിലാണ്. വാതിൽ ഉള്ളിൽ നിന്നും പൂട്ടിയിരിക്കുകയായിരുന്നു. ബെല്ലടിച്ച് ഇത്തിരിനേരം കാത്തു നിന്നപ്പോൾ വാതിൽ തുറക്കപ്പെട്ടു. അകത്ത് ഒന്നും കാണുന്നില്ല. പാതിരാത്രിക്ക് തുല്യമായ ഇരുട്ട്. കടന്നുവരൂ എന്നൊരു ശബ്ദം കൊണ്ടുമാത്രം ഉള്ളിൽ അജ്മൽ കമാൽ ഉണ്ടെന്നു മനസ്സിലായി. പുസ്തകത്തട്ടുകൾക്കിടയിലൂടെ തപ്പിത്തടഞ്ഞ് ഉള്ളിലൊരു മുറിയിൽ ചെന്നപ്പോൾ ഭാഗ്യം അവിടെ ചെറിയ വെളിച്ചമുണ്ട്. ആ മുറിയാണ് അജ്മൽ കമാൽ നടത്തുന്ന ആജ് എന്ന ത്രൈമാസികയുടെയും പ്രസാധനസ്ഥാപനത്തിന്റെയും ഓഫീസ്. അവിടുത്തെ അരണ്ട വെളിച്ചതിൽ ഇരുന്ന് അജ്മലും അദ്ദേഹത്തിന്റെ ഒരു സഹചാരിയും കൂടി ഏതോ ലേഖനത്തിന്റെയോ കഥയുടെയോ ഡിടിപി ചെയ്യുകയായിരുന്നു. നഗരത്തിൽ പതിവായി കറന്റ് കട്ട് ഉണ്ടെന്നും എന്നാൽ ഇന്ന് അതല്ലെന്നും എന്തോ റിപ്പയർ പണിക്കുവേണ്ടി രാവിലെ ഓഫ് ചെയ്തതാണെന്നും പിന്നിതുവരെയും വന്നിട്ടില്ലെന്നും അദ്ദേഹം പറഞ്ഞു.

സഹതാപമർഹിക്കും വിധം തീരെ ശുഷ്കമായിരുന്നു ആ ഓഫീസ്. എന്നാൽ അവിടെ നിന്നുമാണ് വിശ്വപ്രസിദ്ധങ്ങളായ കഥകൾ പലതും

ഉറുദുവിലേക്ക് ഇറങ്ങിച്ചെന്നുകൊണ്ടിരിക്കുന്നത്. ഇന്ന് ഉറുദുവിൽ ഇറങ്ങുന്നതിൽ ഏറ്റവും സാഹിത്യമൂല്യമുള്ള മാസികയായിട്ടാണ് 1981ൽ പ്രസിദ്ധീകരണമാരംഭിച്ച, ആജ് കരുതപ്പെടുന്നത്. അതിലൂടെയാണ് മാർകേസിനെയും യോസയേയും ബോർഹസിനെയും ബൊലാനോയേയും ജോസഫ് കോൺറാടിനെയും തുടങ്ങി ബഷീറിനെയും തകഴിയെയും പാമുകിനെയും വരെ ഉറുദുവായനക്കാർ ആദ്യമായി പരിചയപ്പെടുന്നത്. ഞാൻ പെട്ടെന്ന് ഓർത്തത് ഷെൽവിയേയും മൾബെറിയുടെ കോഴിക്കോട്ടെ ഓഫീസുമാണ്. ഒരുകാലത്ത് മലയാളത്തിലേക്ക് മൂന്നാം ലോക എഴുത്തുകാരെ കൊണ്ടുവന്നത് ഷെൽവി ആയിരുന്നല്ലോ. ഷെൽവിയെപ്പോലെ തന്നെ എല്ലാ അർത്ഥത്തിലും അജ്മൽ കമാലും ഒരു റിബലാണ്. ചിന്തയിലും ജീവിതത്തിലും എല്ലാം. മെറ്റലർജിക്കലിലും ബിസിനസ് അഡ്മിൻസ്ട്രേഷനിലും ബിരുദങ്ങൾ നേടിയിട്ടുണ്ട്. ഒരു വലിയ സാമ്പത്തിക സ്ഥാപനത്തിലെ പ്രോജക്ട് അനലിസ്റ്റ് എന്ന പദവി ഉപേക്ഷിച്ചാണ് സ്വന്തമായി പ്രസാധനം തുടങ്ങുന്നത്. ഇന്നതൊരു മുഴുവൻ സമയ തൊഴിലായി അടങ്ങാത്ത ആവേശത്തോടെ കൊണ്ടുനടക്കുന്നു. ഗോവയിൽ നിന്നുള്ള ഒരു ഹിന്ദുവിനെയാണ് വിവാഹം കഴിച്ചിരിക്കുന്നത്. അതുകൊണ്ടുതന്നെ ഇന്ത്യയിലെ ഒരു നിത്യസന്ദർശകനാണ്. പാകിസ്ഥാന്റെ എല്ലാ രാഷ്ട്രീയ മതനിലപാടുകളോടും കടുത്ത വിയോജിപ്പുള്ള ആൾ. റിബൽ ആണെന്ന് പറഞ്ഞത് ഇതുകൊണ്ടൊന്നുമല്ല. തലേ രാത്രിയിലെ സംഭാഷണത്തിനിടയിൽ അദ്ദേഹം സ്വജീവിതത്തിലെ ഒരനുഭവം പറഞ്ഞു. രാജ്യം വിട്ട് പുറത്തുപോകാൻ ആദ്യമായി അവസരം കിട്ടിയപ്പോൾ ആദ്യമായി ചെയ്തത് കുറച്ച് പന്നിയിറച്ചി വാങ്ങിക്കഴിക്കുകയായിരുന്നു എന്ന്!! തന്റെ വ്യക്തി സ്വാതന്ത്ര്യത്തിനുമേൽ അവകാശം സ്ഥാപിക്കാൻ ശ്രമിക്കുന്ന മതത്തിനോടും രാഷ്ട്രീയത്തിനോടും എനിക്കങ്ങനെയേ പകരം ചോദിക്കാനാവുമായിരുന്നുള്ളൂ എന്നതാണ് അദ്ദേഹത്തിന്റെ നിലപാട്. നമ്മുടെ ചിന്തകൾക്കും വിചാരങ്ങൾക്കും അപ്പുറം നില്ക്കുന്ന ഒത്തിരി മനുഷ്യർ ഈ ഭൂമിയിലുണ്ട് എന്നറിയാവുന്നതുകൊണ്ടും അവരിൽ ചിലരെ എങ്കിലും ഇതിനു മുൻപ് പരിചയപ്പെട്ടിട്ടുണ്ട് എന്നതുകൊണ്ടും ഞാൻ അന്നേരം മറുപടി ഒന്നും പറയാൻ പോയില്ല.

ആ ഇരുട്ടിലും വെളിച്ചത്തിലും ഇരുന്ന് ഞങ്ങൾ കുറച്ച് ഫോട്ടോ എടുത്തു. അദ്ദേഹമെനിക്ക് ബഷീറിന്റെ കഥകളുടെ ഉറുദു തർജ്ജമയുടെ ഒരു കോപ്പിയും ആജിന്റെ ഒരു ലക്കവും സമ്മാനമായി തന്നു. പിന്നെ അന്നത്തെ പ്രധാന ഉദ്ദേശ്യമായ കറാച്ചി മലയാളിയെ കണ്ടുപിടിക്കുക എന്ന ലക്ഷ്യത്തിലേക്ക് ഞങ്ങൾ ഒന്നിച്ച് ഇറങ്ങി നടന്നു. ■

അൻവർ സെൻ റോയ്ക്കൊപ്പം

മുഹാജിർ

കറാച്ചിയിൽ നിന്ന് മടങ്ങി വന്നശേഷമാണ് ഉർവശി ബൂട്ടാലിയയുടെ 'The Other Side of Silence' എന്ന പുസ്തകം ഞാൻ വായിക്കുന്നത്. വിഭജനത്തിലൂടെ 'മറുകര'യിൽ ആയിപ്പോയ തന്റെ അമ്മാവനെത്തേടി പാകിസ്ഥാനിലേക്ക് പോകുന്ന ഒരു കഥ അവർ അതിൽ വിവരിക്കുന്നുണ്ട്. കുറച്ചുകൂടി സമയവും അന്വേഷണ പാടവവും ഉണ്ടായിരുന്നെങ്കിൽ സമാനമായ ഒരു യാത്ര എനിക്കും നടത്താമായിരുന്നു എന്ന് ഞാനപ്പോൾ ഖേദത്തോടെ ഓർത്തു. വളരെ വർഷങ്ങൾക്കു മുൻപ് സൗദിയിൽ നേഴ്സ് ജോലിക്കു പോയ അകന്ന ബന്ധത്തിലുള്ള അർദ്ധസഹോദരി ഒരു പാകിസ്ഥാനിയെ പ്രണയിച്ച് വിവാഹം കഴിക്കുകയും കറാച്ചിയിലേക്ക് പോവുകയും ചെയ്തിട്ടുണ്ട്. പിന്നെ ഒരിക്കലും അവർ കേരളത്തിലേക്ക് മടങ്ങി വന്നിട്ടേയില്ല. അതീവ സുന്ദരിയായിരുന്ന അവരുടെ മുഖം ഇപ്പോഴും എന്റെ ഓർമ്മയിൽ ഉണ്ട്. കറാച്ചിയിൽ അവർ എവിടെയാണുള്ളത് എന്നതിനെ സംബന്ധിച്ച് നാട്ടിൽ ആർക്കും ഒരു വിവരവും ഇല്ല. എന്നാലും കിട്ടാവുന്നത്ര വിവരങ്ങളുമായി പോയിരുന്നെങ്കിൽ അവരെ കണ്ടെത്താനുള്ള ഒരു ശ്രമം നടത്തി നോക്കാമായിരുന്നു. എങ്കിൽ ആ യാത്ര എത്ര അർത്ഥവത്താകുമായിരുന്നു.

നാല്പതു വർഷങ്ങൾക്കുശേഷം തന്റെ രക്തത്തിനെ കണ്ടുമുട്ടുന്ന വേളയിൽ ഉർവശി ബൂട്ടാലിയ അനുഭവിച്ച സന്ത്രാസം അവർ തന്റെ പുസ്തകത്തിൽ

വിവരിക്കുന്നുണ്ട്. നഷ്ടപ്പെട്ടുപോയ ബന്ധുവിനെ തേടിയല്ല ഞാൻ പോകു ന്നത്. വളരെ അപരിചിതനായ ഒരാളെത്തേടി. ഏതോ ഒരു മലയാളിയെ തേടി. എങ്കിൽ പോലും സമാനമായ ഒരു സന്ത്രാസം ആ യാത്രാവേളയിൽ അനുഭവിച്ചതായി ഞാനിപ്പോൾ ഓർമ്മിക്കുന്നു. അങ്ങനെയെങ്കിൽ ആ അർദ്ധ സഹോദരിയെ കണ്ടെത്താൻ കഴിഞ്ഞിരുന്നുവെങ്കിൽ ഞാനനുഭവിക്കുമായിരുന്ന ഹൃദയവികാരം എന്താകുമായിരുന്നു..?!!

സാന്ദർഭികമായി പറഞ്ഞു കൊള്ളട്ടെ. സമാനമായ ഒരു പുസ്തകമാണ് ആതിഷ് തസീറിന്റെ ചരിത്രത്തിന് അപരിചിതൻ (Stanger To History). പാകിസ്ഥാനിലെ ഒരു രാഷ്ട്രീയ നേതാവായിരുന്ന സൽമാൻ തസീറിന്റെയും പഞ്ചാബിയായ പത്രപ്രവർത്തക തവ്‌ലിൻ സിംഗിന്റെയും ഹ്രസ്വവിവാഹജീവിതത്തിൽ ജനിച്ച ആതിഷ്, തന്റെ അച്ഛനെയും അതിലൂടെ ഇസ്ലാമിനെയും തേടിയുള്ള ഒരു യാത്രയാണ് ആ പുസ്തകം. ഇസ്ലാം പ്രധാനമതമായിരിക്കുന്ന തുർക്കി മുതൽ പാകിസ്ഥാൻ വരെയുള്ള വിവിധ രാജ്യങ്ങളിലൂടെ നടത്തിയ യാത്രയുടെ വെളിച്ചത്തിൽ ആ ദേശങ്ങളിൽ ഇന്ന് എന്തു നടക്കുന്നു എന്നതിന്റെ കൃത്യമായ ഒരു വിശകലനം ആ പുസ്തകത്തിൽ ഉണ്ട്. വർഷങ്ങൾക്കപ്പുറം തന്റെ യൗവ്വനാരംഭത്തിൽ ആദ്യമായി അച്ഛനെ കാണാനായി പാകിസ്ഥാനിലേക്കു പോകുമ്പോൾ ആതിഷ് അനുഭവിച്ച സന്ത്രാസവും ഈ പുസ്തകത്തിലെ ഹൃദ്യമായ ഭാഗങ്ങളിൽ ഒന്നാണ്.

പോകുന്ന വഴി ഞങ്ങൾ പെട്രോൾ അടിക്കാൻ ഒരു പമ്പിൽ കയറി. ഇന്ത്യയിലെ എണ്ണക്കമ്പനികൾ ഈടാക്കുന്ന അധികവില താരതമ്യം ചെയ്തുകൊണ്ടു വരുന്ന പല ഫേസ്ബുക്ക് പോസ്റ്റുകളിലും പാകിസ്ഥാനിലെ പെട്രോൾ വിലയായി അതിശയോക്തിയോടുകൂടി പറയുന്നത് ഇരുപത്തിയാറ് രൂപ എന്നാണ്. എന്നാൽ അതിലൊരു വാസ്തവവുമില്ല. യഥാർത്ഥത്തിൽ അവിടെ പെട്രോളിനു വില എഴുപത് പാകിസ്ഥാനി രൂപയാണ്. എന്നുപറഞ്ഞാൽ ഇന്ത്യൻ രൂപാക്കണക്കിൽ നാല്പത്തിനാലു രൂപ വന്നേക്കും. അപ്പോഴും ഇന്ത്യയിലെ എണ്ണക്കമ്പനികളുടെ ആർത്തി ഇത്തിരി അധികമാണെന്ന് പറയേണ്ടി വരും.

തിരക്കു നിറഞ്ഞ ഒരു പഴയ തെരുവിൽ വണ്ടി ഒതുക്കി ഞങ്ങളിറങ്ങി. കുതിരവണ്ടിക്കാരും ഓട്ടോറിക്ഷാകളും കൈവണ്ടികളും കഴുതവണ്ടികളും തെരുവുകച്ചവടക്കാരും എല്ലാം കൂടി ഒരു ബഹളം. ഇത്തിരി നടന്നപ്പോൾ ഇതാണ് ഞാൻ പറഞ്ഞ കട എന്ന് അജ്മൽ കമാൽ കൈചൂണ്ടി. തെരുവിന്റെ കോണിലുള്ള വളരെ പഴയ ഒരു കടയുടെ മുകളിൽ 'റോയൽ ടീ' എന്നൊരു വലിയ ബോർഡ്. കടയുടെ കാലവും ബോർഡിന്റെ കാലവും തമ്മിൽ തീരെ പൊരുത്തപ്പെടാത്തതുപോലെ. പൊരുത്തപ്പെടില്ല. പുതിയ കാലത്തെ ശീതളപാനിയക്കാരന്റെ സമ്മാനമാണ് പാതിപ്പരസ്യം നിറഞ്ഞ ആ പുതിയ ബോർഡ്. അങ്ങ് ദൂരെ കറാച്ചിയിൽ ഒരു മലയാളിയെ കണ്ടുമുട്ടാനുള്ള ആവേശത്തോടെ ഞാൻ ആ കടയ്ക്കുള്ളിലേക്കു ചാടിക്കയറി. നാലോ അഞ്ചോ ടേബിൾ മാത്രമുള്ള ഒരു ചെറിയ ചായക്കടയായിരുന്നു അത്. ക്യാഷ് കൗണ്ടറിൽ ഒരു പഠാൻ വംശജൻ ഇരിപ്പുണ്ട്. വിളമ്പുകാരായി മറ്റ് രണ്ട് പാകിസ്ഥാനികളും. പുറത്തേക്ക് ഇറക്കിയിട്ടിരിക്കുന്ന ബഞ്ചിലിരുന്ന ചിലർ ആ ഉച്ചനേരത്തും ചായ കുടിക്കുന്നു. ഒരു മലയാളി മുഖവും ഞാനെവിടെയും കണ്ടില്ല. പെട്ടെന്ന്

ഞാൻ നിരാശനായി. ഇത്ര ആവേശപ്പെട്ടു വന്നിട്ട് അങ്ങനെയൊരാളെ കാണാൻ പറ്റിയില്ലെങ്കിൽ..

പിന്നാലെ കയറിവന്ന അജ്മൽ കമാൽ ക്യാഷ് കൗണ്ടറിൽ ഇരുന്ന പഠാനിയോട് എന്തോ ചോദിച്ചു. അയാൾ എന്തോ ഒന്ന് മറുപടി പറഞ്ഞു. നിങ്ങളുടെ കൂട്ടുകാരൻ പള്ളിയിൽ പോയിരിക്കുകയാണ്. ഇപ്പോൾ വരും എന്ന് അജ്മൽ കമാൽ വിളിച്ചു പറഞ്ഞപ്പോഴാണ് അവർ തമ്മിൽ നടത്തിയ സംസാരം എനിക്കു പിടികിട്ടുന്നത്. എനിക്ക് സമാധാനമായി. അയാൾ ഇവിടെ ഉണ്ടല്ലോ. വരുമല്ലോ. അതിലേറെ എന്നെ അപ്പോൾ സന്തോഷിപ്പിച്ചത് അജ്മൽ കമാലിന്റെ നിങ്ങളുടെ കൂട്ടുകാരൻ എന്ന വിശേഷണമാണ്. എനിക്കൊരു പരിചയവുമില്ലാത്ത, ഒരിക്കലും നേരിൽ കണ്ടിട്ടില്ലാത്ത ഒരാളെ കൂട്ടുകാരൻ എന്ന് വിശേഷിപ്പിക്കുക രസമുള്ള കാര്യമാണ്. ഓരേ ദേശത്തു നിന്നും രണ്ട് കാലത്ത് അന്യദേശത്ത് എത്തപ്പെട്ടിരിക്കുന്ന രണ്ടുപേർ. അതിൽ ഒരാൾ മറ്റൊരാളെ തേടിവന്നിരിക്കുന്നു. അവർ ഇനി മേലിൽ കൂട്ടുകാരാവാതെ തരമില്ല എന്ന് അദ്ദേഹം ഉറപ്പിച്ചു കാണണം. ഞങ്ങൾ ഓരോ ചായ പറഞ്ഞ് ഇരുന്നു. പെട്ടെന്ന് അടുക്കളയിൽ നിന്നും ഹോട്ടലിലേക്കു തുറക്കുന്ന കിളിവാതിലിൽ ഒരു മുഷിഞ്ഞ മുഖം പ്രത്യക്ഷപ്പെട്ടു. എവിടെയോ കണ്ടുമറന്നതു പോലെ ഒരു തോന്നൽ. 'അദ്ദേഹവും ഒരു മലയാളിയാണ്' ഞാൻ സംശയിച്ചിരിക്കുമ്പോൾ അജ്മൽ കമാൽ പറഞ്ഞു. അതെ. അദ്ദേഹം ഒരു മലയാളി തന്നെ. ആ ദ്രാവിഡ മുഖമാണ് എന്നിൽ ഓർമ്മ മണത്തത്. ഞാൻ എഴുന്നേറ്റു ചെന്ന് മലയാളിയാണോ എന്ന് മലയാളത്തിൽ ചോദിച്ചു. അതെ എന്ന് വിളറിയ

അബ്ദുൾ റൗഫിനൊപ്പം

ഒരു ചിരി തിരിച്ചുകിട്ടി. പേര്..? അബ്ദുൾ റൗഫ്. നാട്ടിലെവിടെയാണ്. എന്റെ മൂന്നാമത്തെ ചോദ്യം. ഉത്തരം പക്ഷേ ഉറുദുവിൽ ആയിരുന്നു. ബാപ്പ മലപ്പുറത്തുകാരനായിരുന്നു. ഞാൻ ജനിച്ചതും വളർന്നതും കറാച്ചി യിലാണ്. ഞാനൊരിക്കലും കേരളത്തിൽ വന്നിട്ടില്ല. മലയാളം കേട്ടാൽ എനിക്കു മനസ്സിലാവും. എന്നാൽ തിരിച്ചു പറയാനറിയില്ല.

ഒരു രണ്ടാം തലമുറക്കാരൻ. കറാച്ചിയിലെ മാപ്പിള ഡയസ്പോറയുടെ നേർസന്തതി. പ്രവാസജീവിതത്തിൽ ഗവേഷണം നടത്തുന്നവർക്ക് കിട്ടാ വുന്നതിൽ വച്ച് ഏറ്റവും വലിയ ഒരു ഇര. ഒരുകാലത്ത് അറുപത്തി അയ്യായിരത്തിനും മേലെ ആയിരുന്നുവത്രേ കറാച്ചിയിലെ മലബാറി മാപ്പിളമാരുടെ എണ്ണം. ഇന്നത് കുറഞ്ഞ് കുറഞ്ഞ് ആറായിരത്തിനും താഴെ ആയിരിക്കുന്നു. മഹമൂദാബാദ്, ഗുൽഷനെ ഇഖ്ബാൽ, ഷെർഷാഹ്, മുസ്ലിം മലബാർ കോളനി എന്നീ തെരുവുകളിലും കോളനികളിലുമാണ് അവർ ഇപ്പോൾ പാർക്കുന്നത്. എഴുപതുകൾ വരെയും ചായത്തട്ടുകളുമായി തെരുവുകൾ തോറും നടക്കുന്ന മലബാറി, കറാച്ചിയിലെ ഒരു സ്ഥിരം കാഴ്ച ആയിരുന്നു എന്ന് അൻവർ സെൻ റോയിയും അജ്മൽ കമാലും ഓർമ്മിക്കുന്നു. 1965ലെ യുദ്ധം വരെയും അവർക്ക് കേരളവുമായി നിത്യസമ്പർക്കമുണ്ടായിരുന്നു. അതിനുശേഷമാണ് രാജ്യങ്ങൾ തമ്മിലുള്ള ബന്ധം ഇത്ര വഷളാവുന്നത്. പോക്കുവരവ് ദുഷ്കരമാവുന്നത്. കണ്ണികൾ പതിയെ അറ്റു പോകുന്നത്. 1971ലെ യുദ്ധം കൂടി ആയപ്പോഴേക്കും ആ പിളർപ്പ് പൂർത്തിയായി. പുതിയ മേച്ചിൽപുറം തേടി കറാച്ചിയിൽ എത്തി യവർ അതിന്റെ പകിട്ട് കുറയുന്നു എന്നറിഞ്ഞ് പതിയെ മറ്റിടങ്ങളിലേക്കു ചേക്കേറാൻ തുടങ്ങി. ചിലർ അമേരിക്കയിലേക്ക്, ചിലർ യൂറോപ്പിലേക്ക്, ചിലർ നാട്ടിലെ മാപ്പിളമാരെപ്പോലെ തന്നെ ഗൾഫിലേക്ക്. ബാക്കിയായവർ ഇന്നും പാകിസ്ഥാനി ആയതായി തോന്നിയില്ല. അവനിന്നും അവിടെ മലബാറിയാണ്. വരുത്തനാണ്. മുഹാജിർ എന്ന വിളിപ്പേരിനു മാത്രം അർഹനാണ്. ലോകത്ത് എവിടെയും എല്ലാ പ്രവാസികളുടെയും വിധി ഒന്നുതന്നെ. അവൻ എവിടെയും തിരസ്കൃതനാണ്.

ഞാൻ അടുക്കളയ്ക്കുള്ളിലേക്കു കയറിച്ചെന്ന് നമുക്കൊരു ഫോട്ടോ എടുക്കാം എന്ന് അബ്ദുൾ റൗഫിനോടു പറഞ്ഞു. വേണോ എന്ന് തന്റെ അടുക്കളക്കരി പുരണ്ട വസ്ത്രത്തെ നോക്കി അയാൾ മടിച്ചു. ഒരു കുഴപ്പവുമില്ലെന്ന് ഞാനാശ്വസിപ്പിച്ചു. അയാൾ വിനയപൂർവ്വം ഫോട്ടോക്കു നിന്നുതന്നു. കേരളത്തിൽ ഒന്ന് വരണമെന്ന് ആശയുണ്ടായിരുന്നു. ബാപ്പ മരിച്ചു. ഇനി അത് നടക്കുമോ എന്നറിയില്ല. അതുപറയുമ്പോൾ ഒരു തിരസ്കൃതന്റെ വേദന അബ്ദുൾ റൗഫിന്റെ മുഖത്തു നിന്നും കൃത്യമായി വായിച്ചെടുക്കാൻ കഴിയുമായിരുന്നു. ∎

GAUBA
s & Calendars
RY 2015
16 23
17 24
18 25
19 26
20 27
21 28
22

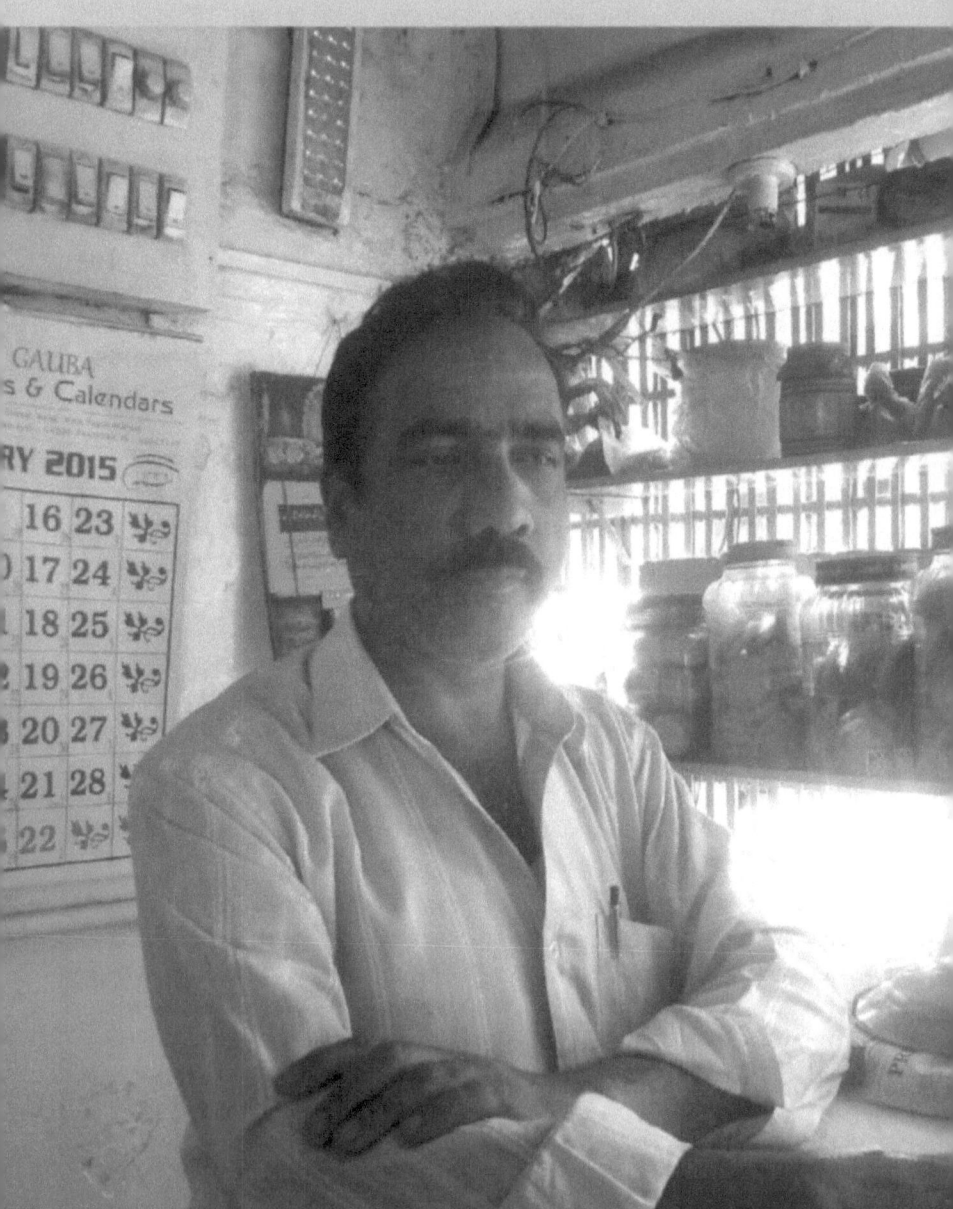

കുടിയേറ്റം, പ്രവാസം, നിഷ്കാസനം

കേരളത്തിൽ നിന്നും പോയി കറാച്ചിയിൽ സ്ഥിരതാമസമാക്കിയ മാപ്പിളമാരുടെ ഇടയിൽ ഏറ്റവും പ്രശസ്തനായ വ്യക്തി ആരായിരിക്കണം..? ഒരുപക്ഷേ അത് ബി.എം. കുട്ടി ആയിരിക്കാനാണ് സാധ്യത. തിരൂർ സ്വദേശി ആയിരുന്നു അദ്ദേഹം. 1949ൽ തന്റെ പത്തൊൻപതാം വയസ്സിൽ മദ്രാസിൽ പഠിച്ചുകൊണ്ടിരിക്കുന്ന കാലത്ത് അതുപേക്ഷിച്ച് ബോംബയിലേക്കു പുറപ്പെട്ടുപോവുകയും അവിടെ നിന്ന് ലാഹോറിലും പിന്നെ കറാച്ചിയിലും എത്തിപ്പെട്ട് അവിടെ സ്ഥിരതാമസമാക്കുകയും ബിർജിസ് എന്ന പാകിസ്ഥാനി പെൺകുട്ടിയെ വിവാഹം കഴിക്കുകയും പിന്നീട് അറുപത് വർഷക്കാലം സജീവമായ ഇടതുപക്ഷ രാഷ്ട്രീയ പ്രവർത്തനങ്ങളിൽ ഏർപ്പെട്ടു അവിടെ ജീവിക്കുകയും പല തവണ ജയിൽശിക്ഷ അനുഭവിക്കുകയും ചെയ്ത ആളാണ് ബി.എം.കുട്ടി. അടുത്ത കാലത്ത് അദ്ദേഹത്തിന്റെ '60 Years in Self Exile : No Regrets; A Political Autobiography' എന്ന ആത്മകഥ പുറത്തു വന്നിരുന്നു. മറ്റേതെങ്കിലും മലയാളി പാകിസ്ഥാൻ രാഷ്ട്രീയത്തിൽ അത്ര സജീവമായി ഇടപെട്ട് ജീവിച്ചിട്ടുണ്ടോ എന്ന് സംശയമാണ്. ബാക്കിയുള്ളവരൊക്കെ എവിടെയും എത്തിപ്പെട്ട പ്രവാസിയേയും പോലെ ആൾക്കൂട്ടത്തിൽ ലയിച്ച് അരികുപറ്റി ജീവിക്കുകയാവാം ചെയ്തത്.

നിസ്കരിക്കാൻ പോയെന്ന് പറയപ്പെടുന്ന നമ്മുടെ മലയാളിയെ അത്ര നേരമായിട്ടും കാണാതെ ഞാൻ പിന്നെയും അസ്വസ്ഥനായി. എനിക്ക് തിരികെ പോകാനുള്ള സമയം അടുത്തു വരികയായിരുന്നു. ഹോട്ടലിൽ ചെന്ന് പെട്ടി അടുക്കി എയർപോർട്ടിൽ എത്തേണ്ടതുണ്ട്. അതിനു ഇരുപത് കിലോമീറ്ററിൽ അധികം ദൂരമുണ്ട്. അതിനിടയിൽ വഴിയിലെവിടെയെങ്കിലും ട്രാഫിക് ബ്ലോക്കിൽ പെട്ടുപോയാൽ പെട്ടതുതന്നെ.

ഈ പരിസരത്തുള്ളതെല്ലാം ഹനഫി മസ്ജിദുകളാണ്. മലബാറികൾ പൊതുവേ ഷാഫി മസ്ജിദുകളിലേ പോകാറുള്ളു. അതിത്തിരി ദൂരെയാണ്. അതാവും വൈകുന്നത് എന്ന് അജ്മൽ കമാൽ എന്നെ സമാധാനിപ്പിച്ചു. വിവിധ ഇസ്ലാമിക പഠിപ്പീരുകളെക്കുറിച്ചും വിഭാഗങ്ങളെക്കുറിച്ചും ഇത്തിരിയൊക്കെ അറിയാമെന്നു കരുതിയിരുന്ന എനിക്കത് പക്ഷേ, ഒരു പുതിയ അറിവായിരുന്നു. സുന്നിയിലെ തന്നെ രണ്ട് അവാന്തരവിഭാഗങ്ങൾ ഒരു പള്ളിയിൽ പോകില്ല എന്നതും ഞാനോർത്തു. കേരളത്തിലെ ന്യൂനപക്ഷമായ സെന്റ്. തോമസ് ക്രിസ്ത്യാനികൾക്കിടയിൽ മാത്രം എത്രയധികം അവാന്തരവിഭാഗങ്ങൾ. അവർക്കെല്ലാം സ്വന്തമായ വിശ്വാസരീതികൾ. പള്ളികൾ. ആചാരാനുഷ്ഠാനങ്ങൾ. എല്ലാ മതങ്ങളിലും ഇങ്ങനെയൊക്കെ തന്നെയാണ് അല്ലേ..?

ഭാഗ്യം. അധികം വൈകുന്നതിനു മുൻപ് ഒരു മലയാളി മുഖം കടയ്ക്കുള്ളിലേക്ക് കടന്നു വന്നു. ഞാൻ എഴുന്നേറ്റു ചെന്ന് അയാളുടെ കൈ പിടിച്ചു. കേരളത്തിൽ നിന്നും വന്ന ഒരെഴുത്തുകാരനാണെന്ന് സ്വയം പരിചയപ്പെടുത്തി. നിങ്ങളെ കാണാനാണ് ഇപ്പോൾ വന്നതെന്നും ഇത്ര നേരം കാത്തിരുന്നതെന്നും പറഞ്ഞപ്പോൾ ആ മുഖം പെട്ടെന്ന് സന്തോഷം കൊണ്ട് വിടർന്നു. ദൂരെ ഒരു നഗരത്തിൽ ഒറ്റയ്ക്കു കഴിയുന്ന തന്നെ തേടി ഒരാൾ വന്നതിന്റെ സന്തോഷം തന്നെയായിരുന്നു അത്. ഒറ്റയ്ക്കായി പോയവർക്കേ ആ സന്തോഷം മനസ്സിലാവൂ.

യൂസഫ് എന്നായിരുന്നു അയാളുടെ പേര്. തലശ്ശേരിക്കടുത്ത് പാനൂരാണ് സ്വദേശം. ബാപ്പയോടൊപ്പം അവിടെ എത്തിയതാണ്. പിന്നെ അവിടത്തുകാരനായി. കഴിഞ്ഞ മുപ്പത് വർഷത്തിൽ അധികമായി ആ ചായക്കട നടത്തുന്നു. കൂടെ അഞ്ച് തൊഴിലാളികൾ പണിയെടുക്കുന്നുണ്ട്. ഒരു പഠാനി, രണ്ട് സിന്ധികൾ, ഒരു പഞ്ചാബി, ഒരു പാതി മലയാളി. ഒരു മൾട്ടിനാഷണൽ കമ്പനി എന്ന് അജ്മൽ കമാൽ ഒരു തമാശ പറഞ്ഞു. ഈ സാറിന്റെ ഭാര്യ ഒരു മലയാളിയാണെന്ന് നഗരത്തിൽ ഒരു സംസാരമുണ്ട് നേരാണോ..? എന്ന് യൂസഫ് അന്നേരം എന്നോട് ഒരു സംശയം ചോദിച്ചു. പലനഗരങ്ങളിലും അങ്ങനെ പലരെക്കുറിച്ചും പല സംസാരങ്ങളുമുണ്ടാവും. എന്നാൽ അതിലൊന്നും ഒരു സത്യവുമുണ്ടാവില്ല, തന്റെ ഭാര്യ ഒരു ഗോവൻ ആണെന്ന് അജ്മൽ കമാൽ അല്പം താമശയോടെ പറഞ്ഞു കൊടുത്തു.

ഇന്ത്യൻ ഗോവനോ കറാച്ചിഗോവനോ എന്ന യൂസഫിന്റെ മറുചോദ്യം എന്നിൽ അല്പം അങ്കലാപ്പുണ്ടാക്കി. പോർച്ചുഗീസുകാരോടൊപ്പം ഇവിടെ എത്തുകയും വിഭജനകാലത്ത് തിരിച്ചു പോകാതിരിക്കുകയും ചെയ്ത ഒരു ചെറിയ ഗോവൻ ക്രിസ്ത്യൻ കമ്യൂണിറ്റി കറാച്ചിയിൽ ഉണ്ട്. ഇപ്പോൾ പതിനയ്യായിരത്തിൽ അധികം വരില്ല അവരുടെ അംഗസംഖ്യ. ഇവിടുത്തെ പഴക്കം ചെന്ന സംഘടനകളിൽ ഒന്നാണ് കറാച്ചി ഗോവൻ അസ്സോസി യേഷൻ. അവരുടെ ജീവിതത്തെ അടിസ്ഥാനമാക്കിയാണ് മുഹമ്മദ് ഹനീഫിന്റെ അടുത്തിടെ ഇറങ്ങിയ നോവൽ 'Our Lady of Alice Bhatti' രചിക്കപ്പെട്ടിരിക്കുന്നത്. എന്നാൽ എന്റെ ഭാര്യ ഇന്ത്യൻ ഗോവനാണ്. ഒരു ഹിന്ദു. അജ്മൽ കമാൽ എനിക്കുവേണ്ടി വിശദികരിച്ചു. മെച്ചപ്പെട്ട ജീവിതം മോഹിച്ച് പുറപ്പെട്ടുപോയ മറ്റൊരു സമൂഹം എന്ന് ഞാൻ മനസ്സിൽ വിചാരിച്ചു. അങ്ങനെ എത്രയധികം കുടിയേറ്റ സമൂഹങ്ങൾ ലോകത്തെ മ്പാടുമായി ചിതറിക്കിടക്കുന്നു.

പുറപ്പെട്ടുപോയ മറ്റുള്ളവരെപ്പോലെ കേരളവുമായുള്ള ബന്ധം അങ്ങനെ അറ്റുപോയിട്ടില്ല യൂസഫിന്. കാരണം അയാളുടെ ഭാര്യയും രണ്ടുമക്കളും ഇപ്പോഴും കേരളത്തിലാണുള്ളത്. കുട്ടികൾ ഇവിടെ പഠിക്കുന്നു. വിസ കിട്ടാനുള്ള എല്ലാ ബുദ്ധിമുട്ടുകളും താണ്ടി യൂസഫ് മൂന്നു വർഷത്തിൽ ഒരിക്കൽ കേരളത്തിൽ എത്തി ഭാര്യയേയും കുട്ടികളെയും കണ്ടു മടങ്ങുന്നു. മറ്റൊരു തരം ഗൾഫ് ജീവിതം.

അതെ. ഗൾഫാണെന്നു കരുതി തെറ്റിദ്ധരിക്കപ്പെട്ട് കറാച്ചിയിൽ എത്തപ്പെട്ട കുറച്ച് മലയാളികളും ഇവിടെയുണ്ട്. യൂസഫ് പറഞ്ഞു. നമ്മുടെ സിനിമയായ നാടോടിക്കാറ്റിലെപ്പോലെ മുംബൈയിൽ നിന്നും ഉരുവിൽ കയറ്റി ദുബായ് ആണെന്നു വിശ്വസിപ്പിച്ച് കറാച്ചിയുടെ തീരത്ത് ഇറക്കി വിടപ്പെട്ടവർ. അവർ പിന്നെ എങ്ങനെയെങ്കിലും ഇവിടുത്തെ പാസ്പോർട്ട് കരസ്ഥമാക്കുന്നു. ഏതെങ്കിലും സാധാരണ ഹോട്ടലുകളിൽ ജോലിയെടുത്ത് ഇവിടത്തുകാരനായി ജീവിക്കുന്നു.

ഒരുകാലത്ത് കറാച്ചിയിൽ നിറയെ മലബാറി ഹോട്ടലുകൾ ഉണ്ടായി രുന്നു എന്ന് യൂസഫ് ഓർമ്മിക്കുന്നു. എന്നാലിന്ന് തന്റേതുൾപ്പെടെ നാലോ അഞ്ചോ എണ്ണം കാണുമായിരിക്കും. എല്ലാവരും എങ്ങനെയെങ്കിലും രക്ഷപെട്ടു പോവുകയല്ലേ.. ഒരു കാലത്ത് എന്തൊരു നല്ല നഗരമായിരുന്നു ഇത്. ഇപ്പോൾ ഏതുസമയമാണ് ഒരു ബോംബു സ്ഫോടനം ഉണ്ടാകു ന്നതെന്ന് ഭയന്നാണ് ജീവിക്കുന്നത്. മടുത്തു. ഹോട്ടൽ ഉപേക്ഷിക്കണം. എനിക്ക് മടങ്ങണം. എങ്ങനെയെങ്കിലും ഇന്ത്യൻ പാസ്പോർട്ട് കരസ്ഥ മാക്കണം. ഇന്ത്യക്കാരനായി, എന്റെ ഭാര്യയ്ക്കും കുട്ടികൾക്കും ഒപ്പം നാട്ടിൽ ജീവിക്കണം. ഒരു യഥാർത്ഥ പ്രവാസിയുടെ സ്വപ്നം. നടക്കുമോ..? നടക്കട്ടെ. ഈ അതിർത്തികൾ ഇല്ലായിരുന്നുവെങ്കിൽ.. മതങ്ങളും രാഷ്ട്രീ യവും ചേർന്ന് ജനങ്ങളെ ഇങ്ങനെ ഭിന്നിപ്പിക്കാതെ ഇരുന്നുവെങ്കിൽ.. ■

Do the DEW
Mountain Dew

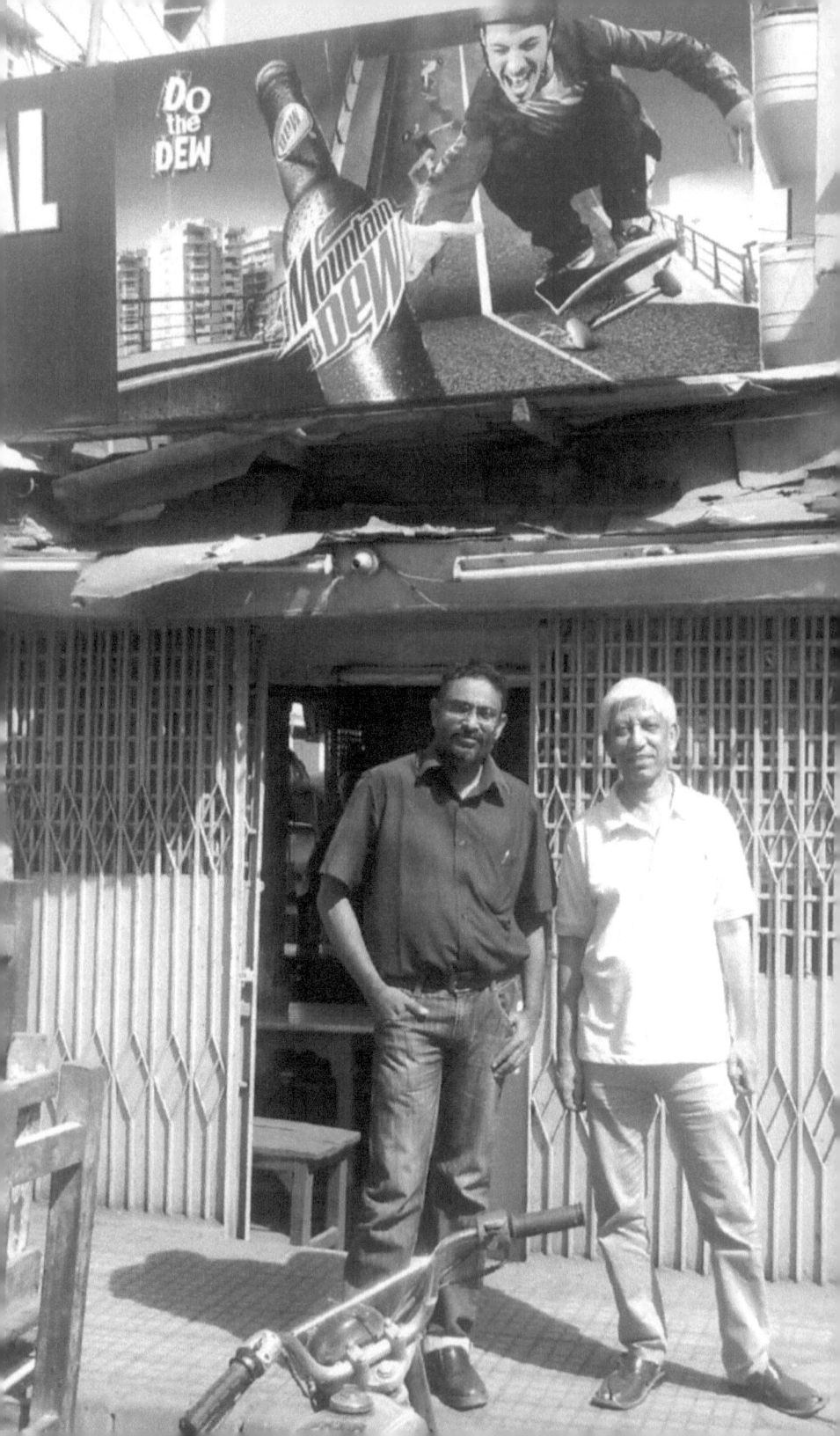

നഷ്ടപ്പെട്ടുപോയ സ്വപ്നഭൂമി

പിന്നെയും കുറേനേരം കൂടി അവിടെ നില്ക്കണമെന്നും യൂസഫിന്റെ ഓർമ്മയിലെ കറാച്ചിയെപ്പറ്റി കൂടുതൽ കാര്യങ്ങൾ ചോദിച്ചറിയണം എന്നുമുണ്ടായിരുന്നു. എന്നാൽ സമയം അനുവദിക്കുന്നുണ്ടായിരുന്നില്ല. ഓർമ്മയിൽ സൂക്ഷിക്കാൻ ഞങ്ങൾ ഒന്നിച്ചു നിന്ന് കുറച്ച് ഫോട്ടോകൾ എടുത്തു. അടുത്ത തവണ നാട്ടിൽ എത്തുമ്പോൾ വിളിക്കണം എന്നു പറഞ്ഞ് ഫോൺ നമ്പർ കൈമാറി. യാത്ര പറഞ്ഞ് ഇറങ്ങാൻ തുടങ്ങിയപ്പോൾ പക്ഷേ, യൂസഫ് തടഞ്ഞു. തന്നെ കാണാൻ ഇവിടം വരെ വന്നിട്ട് ഉച്ചയ്ക്ക് തന്റെ കടയിൽ നിന്ന് ഇത്തിരി ചാവലും മീൻ കറിയും കഴിച്ചിട്ടുപോയാൽ മതി എന്ന് അയാൾ നിർബന്ധം പിടിച്ചു. ആ സ്നേഹനിർബന്ധം നിരസിക്കാൻ എനിക്കായില്ല. യൂസഫിന്റെ മലബാറി മീൻ കറി ഇവിടെ പ്രസിദ്ധമാണെന്നും കഴിച്ചിട്ടേ നമ്മൾ പോകുന്നുള്ളൂ എന്ന് അജ്മൽ കമാലും പറഞ്ഞു. അങ്ങനെ ഞങ്ങൾ ആ ധൃതിക്കിടയിലും യൂസഫിന്റെ റോയൽ ടീ യിൽ നിന്നും മീൻകറി കൂട്ടി ചാവൽ കഴിച്ചു. പൊഴിവാക്ക് പറയുന്നതല്ല, നല്ല സ്വാദുള്ള മീൻകറിയായിരുന്നു അത്. വൈകിട്ടു വന്നിരുന്നെങ്കിൽ കൂടുതൽ മലയാളികളെ കാണാമായിരുന്നു എന്ന് യൂസഫ് പറഞ്ഞു. അടുത്തൊരു മലബാർ മുസ്ലിം ജമാഅത്ത് ഉണ്ട്. അവിടെ സ്ഥിരമായി മലയാളികൾ വന്നുകൂടാറുണ്ട്.

ഇപ്പോൾ പോവുകയാണെന്നും ഇനി ഒരിക്കൽ വരുമ്പോഴാവട്ടെ എന്നും ഞാൻ സ്വയം സമാധാനിക്കാനെന്നവണ്ണം പറഞ്ഞു. അങ്ങനെ ഒരു വീണ്ടും വരവ് ഉണ്ടാകുമോ..? ഈ നഗരത്തിലേക്ക്. ഒരിക്കലും ഉണ്ടാവാൻ സാധ്യതയില്ലെന്നറിയാം, എങ്കിലും അങ്ങനെ തന്നെ മോഹിക്കാം. അതല്ലേ ജീവിതം.

വീണ്ടും ഞങ്ങൾ അൻവർ സെൻ റോയിയുടെ കാറിലേക്ക്. ധൃതിയിൽ ഹോട്ടലിലേക്ക്. വഴിയിൽ ഞങ്ങളുടെ കാർ ചെക്കിംഗിനുവേണ്ടി പൊലീസ് പിടിച്ചിട്ടു. പിന്നെയും സമയം വൈകുമോ എന്ന് ഞാൻ ആശങ്ക പ്രകടിപ്പിച്ചു. അതുസാരമില്ല. അൻവർ നിമിഷങ്ങൾക്കകം അത് മോചിപ്പിച്ചു കൊണ്ടു വന്നോളും എന്ന് അജ്മൽ കമാൽ നിസ്സാരപ്പെട്ടു. അത് ശരിയായിരുന്നു. അദ്ദേഹം കാറിൽ നിന്നിറങ്ങി തന്റെ ഐഡന്റിറ്റി വെളിപ്പെടുത്തിയതും പൊലീസുകാരൻ സല്യൂട്ട് ചെയ്തതും ഒന്നിച്ചായിരുന്നു. നമ്മൾ വിചാരിക്കുന്നതിലധികം പിടിപാട് അദ്ദേഹത്തിനു ഈ നഗരത്തിലുണ്ട്. കാറിലിരുന്ന് അജ്മൽ കമാൽ പറഞ്ഞു. നഗരത്തിലെ നാല് പ്രമുഖ പത്രങ്ങളുടെ സ്ഥാപക പത്രാധിപരായിരുന്നു അൻവർ. നാലെണ്ണവും വൻ വിജയമായി. വിജയിയായ പത്രാധിപർ എന്നാണ് അദ്ദേഹം നഗരത്തിൽ അറിയപ്പെടുന്നതു തന്നെ. പോരാത്തതിന് ഇപ്പോൾ ജോലി ചെയ്യുന്നത് ബി.ബി.സിയിലും. ഏതു പൊലീസുകാരനും ഒന്നു ഭയക്കില്ലേ..?

കാറിൽ തിരിച്ചു കയറാൻ പൊലീസുകാരൻ തന്നെയാണ് അദ്ദേഹത്തിനു വാതിൽ തുറന്നുകൊടുത്തത്. വണ്ടി പിടിച്ചിട്ട് യാത്ര വൈകിപ്പിച്ചതിൽ അയാൾ ആവുന്നത്ര വിനയത്തോടെ ക്ഷമ പറയുന്നുണ്ടായിരുന്നു. എന്നാൽ അദ്ദേഹം അയാളെ തോളിൽ തട്ടി സമാശ്വസിപ്പിക്കുകയാണു ചെയ്തത്. എനിക്ക് ആ മനുഷ്യനോടുള്ള ആദരവ് പിന്നെയും കൂടിയതേയുള്ളൂ. പത്രരംഗത്തെ കുലപതിയാണദ്ദേഹം. എന്നാൽ അതിന്റെ ഒരു ഭാവവും ആ മുഖത്തുമില്ല വാക്കുകളിലുമില്ല. എല്ലാവരോടും സ്നേഹവും വിനയവും മാത്രം. അധികാരം ആർത്തിയോടെ ഉപയോഗിക്കുന്നവനല്ല, അധികാരം ഉണ്ടായിട്ടും അതുപയോഗിക്കാതെ മറച്ചു പിടിക്കുന്നവനാണ് മഹത്ത്വമുള്ളവൻ. അൻവർ സെൻ റോയ് അങ്ങനെയൊരാളായിരുന്നു. അതുകൊണ്ടാണ് ഹോട്ടൽ മുറ്റത്തുവച്ച് അന്ന് ഞങ്ങൾ കെട്ടിപ്പിടിച്ച് പിരിയുമ്പോൾ എനിക്ക് കറാച്ചിയിൽ നിന്നും കിട്ടിയത് വെറുമൊരു വായനക്കാരനെയോ സുഹൃത്തിനെയോ അല്ല, ഒരു ജേഷ്ഠസഹോദരനെയാണെന്ന് ഹൃദയത്തിൽ തൊട്ട് ഞാൻ പറഞ്ഞത്.

മുറിയിലേക്ക് ഓടിപ്പാഞ്ഞുചെന്ന് പെട്ടിയടുക്കിയെടുത്ത് ഞാനപ്പോൾ തന്നെ ഇറങ്ങി. ചെക്ക് ഔട്ട് ചെയ്തപ്പോഴേക്കും വണ്ടി എത്തി. ഹോട്ടൽ മുറ്റത്ത് അപ്പോൾ സാഹിത്യോത്സവത്തിന്റെ കൊടിയിറക്കം നടക്കുകയായിരുന്നു. അഴിച്ചുമാറ്റുന്ന ടെന്റുകൾ, തോരണങ്ങൾ, ബോർഡുകൾ. ബാനറുകൾ. അടുക്കിയൊതുക്കുന്ന ബാക്കിയായ പുസ്തകങ്ങൾ. കസേരകൾ കയറ്റി അകന്നുപോകുന്ന പിക്കപ്പ് വാനുകൾ. ഇനി അടുത്ത

വർഷം. പുതിയ എഴുത്തുകാർ. പുതിയ സംവാദങ്ങൾ. പുതിയ ചർച്ചകൾ. സാഹിത്യം അവിടെ നിന്നും കളം ഒഴിയാതെയിരിക്കട്ടെ.

അപ്പോൾ സമയം രണ്ടര കഴിഞ്ഞിരുന്നു. എനിക്ക് മൂന്നുമണിക്കകം വിമാനത്താവളത്തിൽ എത്തേണ്ടതുണ്ടായിരുന്നു. അതു പേടിക്കേണ്ട സാബ്. എത്ര ട്രാഫിക് ബ്ലോക്കായാലും സാബിനെ ഞാനവിടെ എത്തിച്ചിരിക്കും എന്ന് ഡ്രൈവർ അമീർ ഹസൻ എനിക്ക് വാക്കുതന്നു. പിന്നത്തെ അയാളുടെ കൊടുംവേഗത കണ്ടപ്പോൾ പറഞ്ഞത് അബദ്ധമായിപ്പോയോ എന്ന് ഞാൻ സംശയിച്ചു. പത്തു മിനുറ്റ് വൈകിയാലും ഒരു കുഴപ്പവുമില്ല അമീർ, എന്ന് എനിക്കയാളോട് പിന്നിൽ നിന്ന് പറയേണ്ടി വന്നു. അയാൾ വണ്ടിയുടെ സ്പീഡ് കുറച്ച് സംസാരം തുടങ്ങി. ലക്നോവിൽ നിന്നും കുടിയേറിയവരാണ് അമീറിന്റെ കുടുംബം. ഗ്രാമത്തിൽ വലിയ ഭൂസ്വത്തും വലിയ വീടും ഉണ്ടായിരുന്നെന്ന് അമീർ കേട്ടിട്ടുണ്ട്. എല്ലാം ഇട്ടെറിഞ്ഞിട്ടാണ് കറാച്ചിക്ക് പോരേണ്ടി വന്നത്. ഇപ്പോൾ ഒരു ടാക്സി കമ്പനിക്കുവേണ്ടി ഡ്രൈവർ പണിയെടുക്കുന്നു. തുച്ഛമായ ശമ്പളമേയുള്ളു സാബ്. യാത്രക്കാർ നല്കുന്ന ടിപ്സുമാത്രമാണ് ഒരാശ്രയം. വീട്ടുച്ചെലവ് നോക്കണം. മൂന്ന് കുട്ടികളെ പഠിപ്പിക്കണം. മുംബൈയിലൊക്കെ ഡ്രൈവേഴ്സിനു ഇപ്പോ വലിയ ശമ്പളം ഉണ്ടെന്ന് കേട്ടിട്ടുണ്ട്. ആ രാജ്യം വിട്ടു പോന്നത് വലിയ അബദ്ധമായിപ്പോയി എന്ന് തോന്നുന്നു. കൊല്ലപ്പെടുമോ എന്ന പേടികൊണ്ട് അന്ന് ഓടിപ്പോന്നതാണ്. മരിക്കുന്നതിനു മുൻപ് ഇന്ത്യയൊന്ന് കാണണം. അമീർ ഹസൻ പറഞ്ഞു.

ഒരു ശരാശരി പാകിസ്ഥാനിയുടെ പ്രതിനിധിയാണയാൾ. അവരുടെ നിഷ്കളങ്കമായ മോഹങ്ങളും നിരാശകളും സ്വപ്നങ്ങളുമാണ് അയാൾ പങ്കുവച്ചത്. അവർക്ക് ഒരു ശത്രു രാജ്യമല്ല, നഷ്ടപ്പെട്ടുപോയ ഒരു സ്വപ്നഭൂമി തന്നെയാണ് ഇന്ത്യ.

■

ment

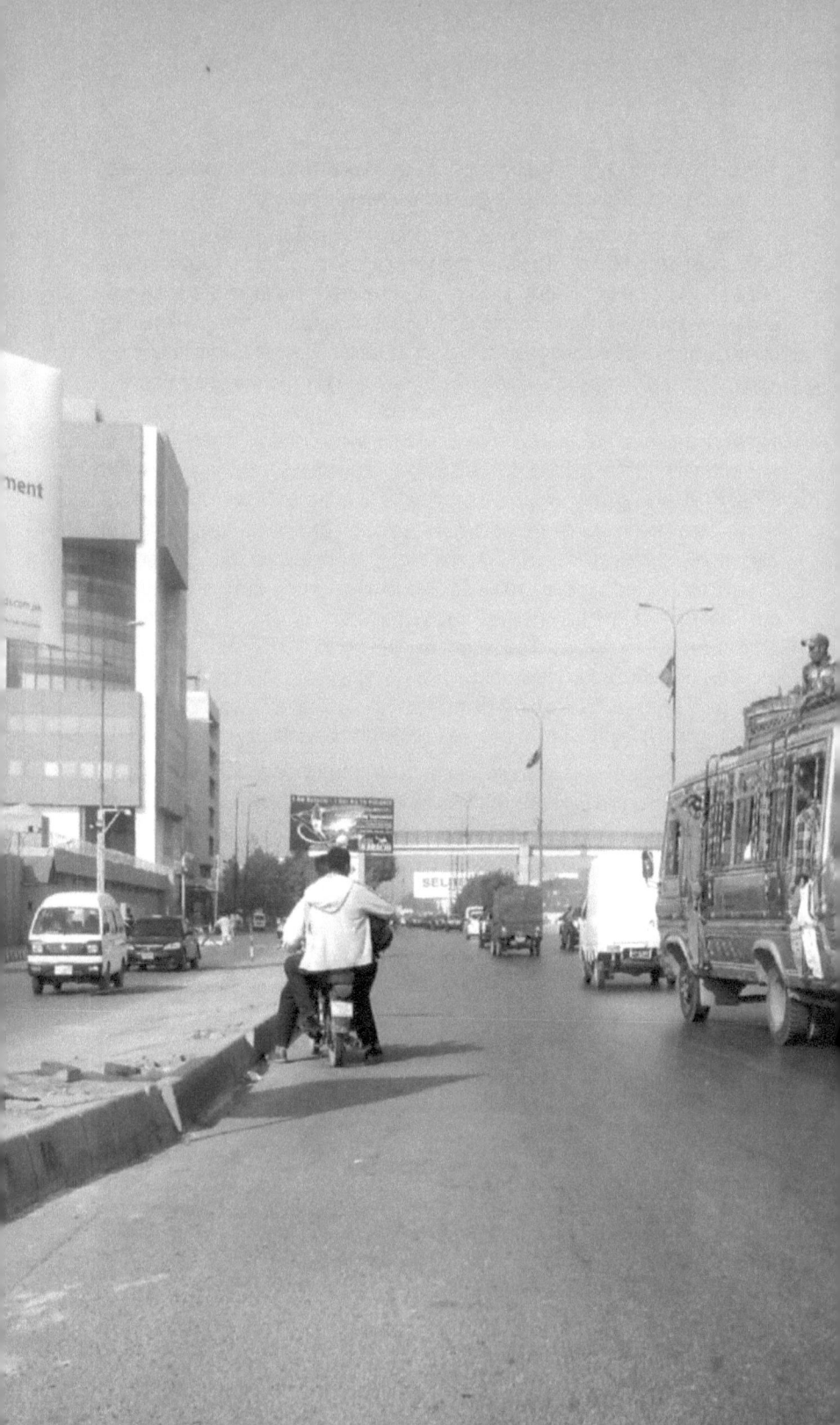

മടക്കയാത്ര

പറഞ്ഞതിനും ഒരു മിനിറ്റു മുൻപേ അമീർ എന്നെ വിമാനത്താവളത്തിൽ എത്തിച്ചു. ഫെലിക്സും ചെന്നിറങ്ങിയപ്പോൾ എന്നെ സ്വീകരിക്കാനായി കാത്തു നിന്ന ചുറുചുറുക്കുകാരി പെൺകുട്ടിയും അവിടെ യാത്ര അയയ്ക്കാനായി കാത്തുനില്ക്കുന്നുണ്ടായിരുന്നു. ഫെലിക്സിന്റെ ടെൻഷൻ അപ്പോഴും മാറിയിട്ടില്ല. എത്തിയ അതിഥികളെല്ലാം മടങ്ങി എന്നുറപ്പായ ശേഷമേ ഇനി അത് മാറു എന്നെ നിക്ക് തോന്നി. എന്നാൽ അപ്പോഴത്തെ ടെൻഷനു കാരണം മറ്റൊന്നായിരുന്നു. ഉച്ചയ്ക്കുണ്ടായിരുന്ന മുംബൈ വിമാനത്തിൽ പോകേണ്ടിയിരുന്ന ഹാർപ്പർ കോളിൻസിന്റെ എഡിറ്റർ കാർത്തികയ്ക്ക് എമിഗ്രേഷൻ പ്രശ്നം കാരണം പോകാൻ കഴിഞ്ഞിട്ടില്ല. അവരെ എയർപോർട്ടിൽ തടഞ്ഞു വച്ചിരിക്കുകയാണ്. എന്തോ ഒരു തെറ്റിദ്ധാരണ കാരണം കാർത്തിക പോലീസ് സ്റ്റേഷനിൽ പോയി റിപ്പോർട്ട് ചെയ്യുകയോ വിടുതൽ സർട്ടിഫിക്കറ്റ് കരസ്ഥമാക്കുകയോ ചെയ്തിരുന്നില്ല. അറുപതു പിന്നിട്ട നയൻതാര സൈഗാൾ അതിൽ നിന്നും ഒഴിവാക്കപ്പെട്ടതുകൊണ്ട് താനും ഒഴിവാക്കപ്പെട്ടു എന്നാണ് കാർത്തിക വിചാരിച്ചത്. ഫെലിക്സ് തന്റെ സ്വാധീനം ഉപയോഗിച്ച് ആരെയൊക്കെ വിളിച്ചു പറഞ്ഞിട്ടും എമിഗ്രേഷനിൽ സമ്മതിക്കുന്നില്ല. പൊലീസ് സ്റ്റേഷനിൽ പോയി പേപ്പറുണ്ടാക്കി തിരിച്ചു വരാനാണ് അവർ പറഞ്ഞത്. ഒരു സ്ത്രീയാണെന്ന സൗജന്യം പോലും അവർ അനുവദിക്കുന്നില്ല. കാലത്ത് ഞങ്ങളെ ഹോട്ടലിൽ കൊണ്ടിറക്കിയ നിമിഷം മുതൽ അയാൾ

153

അതിന്റെ പിന്നാലെയാണ്. അവസാനം ആ പേപ്പറെല്ലാം ശരിയാക്കി കൊടുത്തത് ആ ചുറുചുറുക്കുകാരി പെൺകുട്ടിയാണ്. അവളുടെ സഹോദരൻ പൊലീസിലെ വലിയ ഉദ്യോഗസ്ഥനാണ്. തന്റെ ഉത്തര വാദിത്വത്തിൽ പെട്ട കാര്യമല്ലെങ്കിൽ കൂടിയും, പെൺകുട്ടി കാർത്തിക യേയും കൊണ്ട് പൊലീസ് സ്റ്റേഷനിലേക്ക് ഓടി. സഹോദരൻ അപ്പോ ഴേക്കും അവിടെ വിളിച്ചു പറഞ്ഞിരുന്നു. അതുകൊണ്ട് എൻട്രിയും എക്സിറ്റും ഒക്കെ അന്നേരം തന്നെ അടിച്ച് വിടുതൽ പേപ്പറുമായി എയർ പോർട്ടിലേക്ക് ഓടിയെത്തിയപ്പോഴേക്കും വിമാനത്തിന്റെ വാതിൽ അടച്ചു കഴിഞ്ഞിരുന്നു. എത്ര അപേക്ഷിച്ചിട്ടും പിന്നത് തുറന്നില്ല. പൈലറ്റിന്റെ വിവേചനാധികാരമാണത്. ആർക്കും അതിനെ ചോദ്യം ചെയ്യാൻ കഴിയില്ല.

പിന്നെ, അന്നുതന്നെയുള്ള മറ്റേതെങ്കിലും ഒരു വിമാനത്തിൽ കാർത്തികയെ കയറ്റി വിടാനുള്ള വിളിയിലും ആധിയിലുമായിരുന്നു ഫെലിക്സും പെൺകുട്ടിയും. അതുകൊണ്ട് ഓടിപ്പാഞ്ഞു ചെന്നിട്ടും ഇത്തിരി നേരം എനിക്കവിടെ വെളിയിൽ കാത്തുനില്ക്കേണ്ടി വന്നു. അൽപം കഴിഞ്ഞപ്പോൾ ഞാൻ പോകുന്ന അതേ എയർ ലങ്ക വിമാന ത്തിലേക്ക് ഒരു ടിക്കറ്റും സംഘടിപ്പിച്ചുകൊണ്ട് ഒരാൾ വന്നു. ഞാൻ കൊളംബോ വഴി കൊച്ചിയിലേക്ക്. കാർത്തിക കൊളംബോ വഴി മുംബൈ വഴി ഡൽഹിയിലേക്ക്. ഇനി ഏതു രാജ്യത്തു പോയാലും, അവർ വേണ്ടെന്നു പറഞ്ഞാലും ആദ്യം പോയി പൊലീസ് സ്റ്റേഷനിൽ റിപ്പോർട്ട് ചെയ്യും എന്ന് പിന്നെ കണ്ടപ്പോൾ കാർത്തിക തമാശ പറഞ്ഞു. അന്നത്തെ ദിവസം അവർ അത്രയ്ക്കും ടെൻഷൻ അടിച്ചിരിക്കണം.

അപ്പോഴും എമിഗ്രേഷനിൽ ഒരു തിരക്കും ഉണ്ടായിരുന്നില്ല. പ്രത്യേകിച്ച് ഒരു ചോദ്യോത്തരവും ഇല്ലാതെ അത് കടന്നുകിട്ടുകയും ചെയ്തു. ലോഞ്ചിൽ കാർത്തിക ഉണ്ടായിരുന്നു. അവരെ ടിക്കറ്റ് ഏല്പിച്ച ശേഷമാണ് പെൺകുട്ടിക്ക് സമാധാനമായത്. കാലത്ത് നാലുമണിക്ക് തുടങ്ങിയ ഓട്ടമാണ്. തുള്ളി വെള്ളം കുടിച്ചിട്ടില്ല. ഇനി ഇത്തിരിനേരം ഇരിക്കട്ടെ എന്നു പറഞ്ഞുകൊണ്ട് അവൾ അടുത്തുള്ള സോഫയിലേക്ക് വീണു. അവൾ അത്രയ്ക്കും തളർന്നിരുന്നു. പോയി വല്ലതും കഴിച്ച് ഫ്രഷ് ആവൂ. ഞങ്ങൾ കയറിപ്പൊയ്ക്കൊള്ളാം എന്ന് സമാധാനിപ്പിച്ചിട്ടും അവൾ പോയില്ല. ഞങ്ങൾ വിമാനത്തിൽ കയറുന്നതുവരെയും അവൾ ഞങ്ങളെ അനുഗമിച്ചു. അവൾ അവളുടെ ജോലി ഭംഗിയായി പൂർത്തിയാക്കി എന്നുറപ്പായതിനുശേഷം മാത്രമാണ് മടങ്ങിയത്. ചെയ്യുന്ന പണിയോട് ചെറുപ്രായത്തിൽ തന്നെ ഇത്രയധികം ആത്മാർത്ഥത കാണിക്കുന്ന അധികം പേരെ ഞാൻ കണ്ടിട്ടില്ല. അതുകൊണ്ടുതന്നെ അവളുടെ ജീവിതം വിമാനത്താവളത്തിൽ അതിഥികളെ സ്വീകരിച്ച് ഒടുങ്ങില്ലെന്നുറപ്പ്. അവൾ ജീവിതത്തിൽ വലിയ ഉയരങ്ങൾ താണ്ടിക്കയറുക തന്നെ ചെയ്യും. ബുദ്ധിയല്ല വിജയങ്ങൾക്ക് കാരണം, മനോഭാവമാണ് എന്ന് ഞാൻ വിചാരിക്കുന്നു. വിശ്വസിക്കുന്നു. ∎

മർകസെ യഖീൻ ഷാദ് ബാദ്

പാകിസ്ഥാനി എനിക്കൊരിക്കലും അദ്ഭുത വസ്തുവോ ഭീകരജീവിയോ ആയിരുന്നില്ല. അങ്ങനെ യൊരു പ്രത്യേക ജീവിവംശത്തെ കാണാനുമല്ല ഞാൻ കറാച്ചിക്ക് പോയത്. ഇരുപത്തിയൊന്നു വർഷത്തെ ഗൾഫ് ജീവിതത്തിനിടയിൽ എനിക്ക് ധാരാളം പാകിസ്ഥാനി സുഹൃത്തുക്കൾ ഉണ്ടായി ട്ടുണ്ട്. എന്റെ നിരവധി സഹപ്രവർത്തകർ പാകിസ്ഥാ നികൾ ആയിരുന്നു. ബാച്ചിലർ ജീവിത കാലത്ത് അവരോടൊപ്പം ഫ്ളാറ്റ് പങ്കിട്ടിട്ടുണ്ട്. അടുക്കള പങ്കിട്ടുണ്ട്. ആഹാരം പങ്കിട്ടിട്ടുണ്ട്. ഒന്നിച്ച് ക്രിക്കറ്റ് കളിച്ചിട്ടുണ്ട്. പാർട്ടികൾ കൂടിയിട്ടുണ്ട്. നോമ്പ് തുറന്നിട്ടുണ്ട്. അതിലൊക്കെ ഉപരി എന്റെ ബോസ് ഒരു ഫൈസലബാദുകാരൻ ആയിരുന്നു. അദ്ദേഹ ത്തിന്റെ സ്നേഹവും സഹകരണവും എന്റെ സാഹിത്യവളർച്ചയ്ക്ക് ഏറെ ഗുണകരമായിട്ടുണ്ട്. അതുകൊണ്ടുതന്നെ മറ്റേതൊരു രാഷ്ട്രത്തിൽ നിന്നുവരുന്ന മനുഷ്യരെപ്പോലെയും അവരെയും എനിക്ക് വെറും മനുഷ്യരായി മാത്രമേ തോന്നി യിട്ടുള്ളൂ. കുറ്റവും കുറവുകളും ഏറെ നന്മയുമുള്ള ഒരുപറ്റം നിഷ്കളങ്കരായ മനുഷ്യർ എന്ന്. അതു കൊണ്ടു തന്നെയാണ് ഏറെപേർ സന്ദേഹം പ്രകടി പ്പിച്ചപ്പോഴും ഞാൻ ഒരാധിയുമില്ലാതെ കറാച്ചി യിലേക്കു പോയത്. അവിടെയുള്ളതും കുറെ പച്ചയായ മനുഷ്യജീവിതങ്ങൾ മാത്രമാവുമെന്ന് എനിക്കുറ പ്പായിരുന്നു. അഞ്ചു ദിവസത്തെ അനുഭവം ആ

വിശ്വാസം എന്നിൽ അരക്കിട്ടുറപ്പിക്കുക മാത്രമാണ് ചെയ്തത്. അവിടുത്തെ സാധാരണക്കാർക്ക് ഇന്ത്യ ഒരു വെറുക്കപ്പെട്ട രാജ്യമല്ല. ഇന്ത്യ അവർക്ക് നഷ്ടപ്പെട്ടുപോയ ഒരു സാധ്യതയാണ്. ക്രിക്കറ്റ് സ്റ്റേഡിയത്തിൽ ആവേശപ്പെടുന്ന കാണികളെ വച്ച് ഒരു രാജ്യത്തിലെ ജനതയെ അളക്കുന്നത് ക്രൂരമാണ്. അയൽവക്കക്കാരന്റെ അസൂയ മാത്രമേ അവർക്ക് നമ്മോടുള്ളൂ.

അതേസമയം ആ രാജ്യം വലിയ വെല്ലുവിളികൾ നേരിടുകയാണ്. അനുദിനം അതിന്റെ ശക്തി ക്ഷയിച്ചുകൊണ്ടിരിക്കുന്നു. ജനാധിപത്യം ദുർബലപ്പെട്ടുകൊണ്ടിരിക്കുന്നു. ഏകാധിപത്യം ശക്തിപ്പെടുന്നു. മതതീവ്രവാദം പിടിമുറുക്കുന്നു. പാവങ്ങൾക്കുള്ള പണം പട്ടാളം കാർന്നു തിന്നുന്നു. എന്നിട്ടും ഏതുനിമിഷവും ആരെങ്കിലും ഒക്കെ ആക്രമിച്ചു കിഴടക്കിയേക്കാവുന്ന ഒരവസ്ഥ. അതിനെ പേടിച്ചു കഴിയുന്ന ഒരു ജനത. ഏറെ വെറുപ്പുണ്ടായിട്ടും നിവൃത്തികേടുകൊണ്ട് അമേരിക്കയുടെ ദാസ്യം സ്വീകരിച്ചു കഴിയേണ്ട അവസ്ഥ. എപ്പോൾ ചൈനയുടെ ദാസ്യം സ്വീകരിക്കണം എന്ന് വിചാരിച്ചു കഴിയുന്ന അവസ്ഥ.

ഇതായിരുന്നോ മഹാനായ കവി അല്ലാമ മുഹമ്മദ് ഇഖ്ബാൽ സ്വപ്നം കണ്ട ഒരു രാജ്യം..? ഇതിനായിരുന്നോ മുഹമ്മദാലി ജിന്ന ഇത്രയധികം പോരാട്ടങ്ങൾ നടത്തിയത്..? ഇതിനുവേണ്ടിയായിരുന്നോ ഇത്രയധികം ജനങ്ങൾ തെരുവിൽ കൊല്ലപ്പെട്ടത്..? പിന്നെ എവിടെയാവാം അവർക്ക് പിഴച്ചത്..? അതിനുത്തരം കണ്ടെത്തേണ്ടത് അവർ തന്നെയാണ്. ഓരോ പാകിസ്ഥാനി പൗരനും തങ്ങളുടെ ഭരണഘടന രണ്ടുവട്ടം വായിച്ച് തങ്ങൾക്കുള്ള യഥാർത്ഥ അധികാരം എന്തെന്ന് മനസ്സിലാക്കണമെന്ന് ആകാർ പട്ടേൽ ഞങ്ങളുടെ സെഷനിൽ പറഞ്ഞിരുന്നു. അതെ. തങ്ങളുടെ അധികാരം എന്തെന്ന് വ്യക്തമായി അറിയാത്തവരാണവർ. അതിന്റെ കുറവാണ് അവർ നേരിടുന്നത്. ഒരു മോശം രാജ്യത്തിന്റെ മോശം വ്യവസ്ഥയിൽ ജീവിക്കാൻ വിധിക്കപ്പെട്ട കുറെ പാവം ജനങ്ങൾ എന്നാണ് വിമാനം പറന്നുയരുമ്പോൾ എന്റെ മനസ്സിൽ ബാക്കിയായ വിചാരം.

മർക്കസെ യഖീൻ ഷാദ് ബാദ്...!!

■

പിൻകുറിപ്പ്

പുഴയും കടവും, പാകിസ്ഥാനി ജീവിതത്തിലെ രൂപകങ്ങളും

വി. മുസഫർ അഹമ്മദ്

പല രാജ്യങ്ങൾ ചുറ്റിക്കറങ്ങിയ ഒരു ചെറുപ്പക്കാരനെ, മാഹി ക്കാരനായ അഭിലാഷ് സുരേന്ദ്രനെ, ഈയടുത്ത് പരിചയ പ്പെട്ടിരുന്നു. 32 വയസ്സുള്ള അയാൾ 34 രാജ്യങ്ങൾ ചുറ്റിയടിച്ചിട്ടുണ്ട്. യാത്രകൾക്കിടയിൽ ഒരിക്കൽ ബുഡാപെസ്റ്റിൽ വെച്ച് അഭിലാഷ് കൈശാഫ് അൻജും എന്ന പാകിസ്ഥാനിയെ പരിചയപ്പെട്ടു. കൈശാഫും യാത്രികനാണ്. അറേബ്യയിലെ ബദുക്കളെപ്പോലെ ഒരാൾ. വെള്ളം കെട്ടിക്കിടന്നാൽ ദുഷിച്ചു പോകുമെന്നും അതിനാൽ എപ്പോഴും ഒഴുകിപ്പരക്കണമെന്നും വിശ്വസിക്കുന്ന ഒരുവൻ. മനുഷ്യൻ യാത്ര ചെയ്യാതിരുന്നാൽ കെട്ടിക്കിടക്കുന്ന വെള്ളം പോലെ മലിനമാകുമെന്ന് ഈ രണ്ടു യാത്രികരും ഒരേ പോലെ മനസ്സിലാക്കിയിരിക്കുന്നു. എന്നാൽ ഇവർ രണ്ടു പേരും കാണാൻ അതിയായി ആഗ്രഹിക്കുന്ന രണ്ടു രാജ്യങ്ങൾ അവർക്ക് ഇതു വരെ സന്ദർശിക്കാൻ കഴിഞ്ഞിട്ടില്ല. പല വാതിലുകളും മുട്ടി നോക്കിയിട്ടും അവരതിൽ പരാജയപ്പെട്ടു. അഭിലാഷിന് പാകിസ്ഥാൻ സന്ദർശിക്കണം. കൈശാഫിന് ഇന്ത്യയും. പക്ഷേ ഏതു വിധത്തിൽ ശ്രമിച്ചിട്ടും അവർക്ക് ഈ യാത്രയ്ക്കുള്ള വിസ കിട്ടുന്നേയില്ല.

ബെന്യാമിന്റെ കറാച്ചി യാത്രാ പുസ്തകം 'ഇരട്ട മുഖമുള്ള നഗരം' വായിച്ച് തുടങ്ങിയപ്പോൾ ഇന്നും വിസയ്ക്കുവേണ്ടി ശ്രമിച്ചുകൊണ്ടേയിരിക്കുന്ന അഭിലാഷിനേയും കൈശാഫിനേയും ഓർമയിൽ വന്നു. എഴുതിവെച്ച വാക്കുകളുടെ ബലത്തിലാണ് ബെന്യാമിന് കറാച്ചി സാഹിത്യോൽസവത്തിലേക്ക് കടന്നു ചെല്ലാനും ഒരു പാക് പുസ്തകം എഴുതാനും സാധിച്ചിരിക്കുന്നത്. ഒരെഴുത്തുകാരന്റെ വിസ സ്വന്തം പുസ്തകങ്ങൾ തന്നെയെന്ന് ഒരിക്കൽ കൂടി തെളിയിക്കപ്പെട്ടിരിക്കുന്നു.

ഇന്ത്യ-പാക് ബന്ധത്തെ (കശ്മീരിന്റെ അവകാശത്തച്ചൊല്ലി യുണ്ടായ) അങ്ങേയറ്റം സങ്കീർണ്ണമാക്കിയ യുദ്ധത്തിന്റെ 50-ാം വാർഷിക വേളയിലാണ് 'ഇരട്ട മുഖമുള്ള നഗരം' പുറത്തിറ ങ്ങുന്നത്. 2015 സപ്തംബറിൽ ഇന്ത്യ-പാക് യുദ്ധത്തിന് 50 വയസ്സ് തികയുകയാണ്. ആ 50 വർഷങ്ങളെ ഈ പുസ്തകം നേരിട്ട് അഭിസംബോധന ചെയ്യുന്നില്ല, അതിനുമുമ്പ് നടന്ന വിഭജന ത്തേയും. ഇക്കാലയളവിൽ ഇരു രാജ്യങ്ങളിലേയും മനുഷ്യ ജീവിതത്തെ പ്രമേയമാക്കി എത്രയോ പുസ്തകങ്ങൾ പല ഭാഷ കളിലായി ഇറങ്ങിയിട്ടുണ്ട്. ആ പുസ്തകങ്ങളെല്ലാം ഒരു കാര്യം ആവർത്തിച്ചു പറഞ്ഞിട്ടുണ്ട്, ഇരു രാജ്യങ്ങളിലേയും സാധാരണ ക്കാരായ മനുഷ്യർ അനുഭവിച്ച, അനുഭവിച്ചുകൊണ്ടിരിക്കുന്ന കെടുതികളെക്കുറിച്ച്. അതിൽ ഒരു നേർ ജീവിത കഥ കേട്ടാൽ മാത്രം കാര്യങ്ങൾ എത്ര ഭീകരമാണെന്ന് എളുപ്പത്തിൽ മനസ്സി ലാക്കാൻ കഴിയും.

അതിർത്തിയിൽ പാകിസ്ഥാൻ ഗ്രാമത്തിൽ ഗർഭിണിയായ ഒരു സ്ത്രീ പുഴയിൽ കുളിക്കാനിറങ്ങി. അവർ എത്രയോ വർഷ ങ്ങളായി ആ കടവിലാണ് കുളിക്കുകയും വസ്ത്രങ്ങൾ അലക്കു കയും ചെയ്യുന്നത്. അവർക്ക് ഏറെ പരിചിതമാണ് ആ പുഴയും കടവും. ഒരു സായാഹ്നത്തിൽ പതിവുപോലെ കുളിക്കാനും അലക്കാനും വന്ന അവരെ അപ്രതീക്ഷിതമായി വന്നെത്തിയ അടിയൊഴുക്ക് വലിച്ചുകൊണ്ടുപോയി. നീന്തലറിയാവുന്നതിനാൽ അവർ അതിജീവിച്ചു. മറ്റൊരു കടവിൽ ചെന്ന് കയറി. പക്ഷെ ആ കടവ് ഇന്ത്യയിലായിരുന്നു. അവർ ഇന്ത്യൻ ജയിലിലായി. തടവറ യിൽ കുഞ്ഞിനെ പ്രസവിച്ചു. കുട്ടിക്ക് ഏഴ് വയസ്സുള്ളപ്പോഴാണ് ആ അമ്മയ്ക്ക് സ്വന്തം ഗ്രാമത്തിൽ തിരിച്ചെത്താൻ കഴിഞ്ഞത്. ഈ വർഷങ്ങളത്രയും നിയമത്തിന്റെ നൂലാമാലയിൽ അവർ കുടുങ്ങി.

ഇത്തരത്തിലുള്ള മനുഷ്യകഥകളേയും ബെന്യാമിൻ ഈ പുസ്തകത്തിൽ പിന്തുടരുന്നില്ല. അത്തരത്തിലുള്ള അനുഭവ ങ്ങളിലേക്കോ അറിവുകളിലേക്കോ ചെന്നെത്താവുന്ന സന്ദർഭ ങ്ങൾ അദ്ദേഹത്തിന് അധികം ലഭിച്ചില്ല. അഞ്ചുദിവസമായിരുന്നു സാഹിത്യോത്സവം. അതിനിടെ വീണു കിട്ടിയ ചില സന്ദർഭങ്ങൾ കറാച്ചി ജീവിതം കാണാൻ ഉപയോഗിച്ചു. ആ സമയമത്രയും അവിടെ കണ്ടുമുട്ടിയ മനുഷ്യജീവിതങ്ങൾ പകർത്താനും ശ്രമിച്ചു. ഇപ്പോൾ വായനക്കാരന്റെ മുന്നിലിരിക്കുന്ന പുസ്തകം അങ്ങനെ യാണ് ജന്മം കൊണ്ടത്. അങ്ങേയറ്റം പരിമിതികൾക്കുള്ളിൽ നിന്നാണ് ഈ പുസ്തകത്തെ രൂപപ്പെടുത്തിയിരിക്കുന്നത്. പരിമിതികളെ സാധ്യതയാക്കുന്നത് എങ്ങനെയെന്ന് ഈ രചന നമ്മെ ബോധ്യപ്പെടുത്തുന്നു. സാഹിത്യോത്സവത്തിന് അകത്തും

പുറത്തും സഞ്ചരിച്ച എഴുത്തുകാരന്റെ വാക്കുകളാണ് ഈ താളുകളിൽ വായനക്കാരനെ കാത്തിരിക്കുന്നത്. ഇന്ന് കറാച്ചി എന്ന നഗരം, അവിടെയുള്ള മനുഷ്യർ, പോലീസ് - മത-രാഷ്ട്രീയ സംവിധാനങ്ങൾ എങ്ങനെ പ്രവർത്തിക്കുന്നു എന്ന് ആഖ്യാന കലയുടെക്കൂടി സാധ്യതകൾ ഉപയോഗിച്ച്, വഴിയോരക്കാഴ്ചകളെ രൂപകങ്ങളായി പരിവർത്തിപ്പിച്ച് അനുവാചക ലോകത്തിന് നൽകാനാണ് ബെന്യാമിന്റെ ശ്രമം. ഈ എഴുത്തുകാരൻ ഇതിനു മുമ്പുള്ള രചനകളിൽ (ഫിക്ഷനിലും നോൺ ഫിക്ഷനിലും) പൗരജീവിത പ്രശ്നങ്ങളെക്കുറിച്ച് എന്തുമാത്രം ഉൽക്കണ്ഠ കാണിച്ചുവോ, അതേ അളവിലുള്ള ആശങ്കകളും ഉൽക്കണ്ഠകളും ഇവിടേയും നമുക്ക് കാണാം.

നെറ്റിയിൽ മുട്ടിച്ച റിവോൾവർ, ഇരട്ട മൊബൈലുകൾ

കറാച്ചി നഗരത്തിലൂടെയുള്ള യാത്രയിൽ ഒരിടത്ത് ഒരു കാറുടമയും പോലീസുകാരനും വാക്കേറ്റമുണ്ടാകുന്നതും പൊടുന്നനെ കാറുടമ പോലീസുകാരന്റെ നെറ്റിയിൽ പോക്കറ്റിൽ നിന്നെടുത്ത റിവോൾവർ മുട്ടിച്ച് പിടക്കുന്നതിനെക്കുറിച്ചും ഗ്രന്ഥകാരൻ പറയുന്നു. അധിക നേരം അവിടെ നിന്നാൽ എന്തും സംഭവിക്കാമെന്നതിനാൽ എഴുത്തുകാരനും സുഹൃത്തും അവിടെ നിന്ന് നൊടിയിടകൊണ്ട് രക്ഷപ്പെടുകയാണ്. ആയുധങ്ങൾ രക്ഷകരാവുന്നതിനേക്കാൾ കൂടുതൽ ശിക്ഷകരായി മാറുന്നതിന്റെ നേർക്കാഴ്ച കൂടിയാണത്. ആയുധങ്ങൾ ഏതു രാജ്യത്തേയും ശിക്ഷിക്കുകയാണ് യഥാർത്ഥത്തിൽ ചെയ്യുന്നതെന്ന, ഒരുപക്ഷേ നിരവധി പേജുകളിൽ എഴുതി നിറയ്ക്കാൻ കഴിയുന്ന ഒരാശയത്തെ, അതിവേഗത്തിൽ മാഞ്ഞുപോയ ഒരു വഴിയോരക്കാഴ്ചയിൽ നിന്ന് അതിനെക്കുറിച്ചുള്ള ഏതാനും വാക്കുകളിലൂടെ സമർഥമായി അവതരിപ്പിക്കുകയാണ് ബെന്യാമിൻ. പോലീസും പട്ടാളവും ജനങ്ങളെ നിരന്തരമായി നേരിടുന്ന ഒരു വ്യവസ്ഥയിൽ അവരെ നേരിടാനും (നമ്മുടെ മാധ്യമ-ജുഡീഷ്യറി ഭാഷയനുസരിച്ച് 'നിയമം കയ്യിലെടുക്കുക' എന്ന അവസ്ഥ) ആയുധങ്ങൾ തന്നെ പ്രത്യക്ഷപ്പെടും. ഈ ആയുധങ്ങളുടെ സ്വൈരം കെടുത്തലിൽ ഒരു ജനത എത്തിപ്പെട്ടതിന്റെ കല്ലിൽ കൊത്തിവെച്ചതു പോലുള്ള അടയാളമാണ് ഈ വഴിയോരക്കാഴ്ച. ഇന്ത്യയിലും ഇതേ അവസ്ഥയ്ക്ക് നിരവധി ഉദാഹരണങ്ങളുണ്ട്. സമാധാനത്തിനുവേണ്ടി ആണവായുധം എന്ന് പറയുന്നതു പോലെത്തന്നെയാണ് സമാധാന ജീവിതം സാക്ഷാത്കരിക്കാനായി ആയുധങ്ങൾ ശേഖരിക്കുന്നതും. മനുഷ്യന്റെ യഥാർഥ പ്രശ്നങ്ങൾ തിരിച്ചറിയാൻ കഴിയാത്ത രാഷ്ട്രീയ-സാമൂഹിക

സംവിധാനങ്ങൾ യഥാർത്ഥത്തിൽ അരാഷ്ട്രീയത്തെ ഉൽപ്പാദിപ്പിക്കുന്നു. അത്തരം സ്ഥലങ്ങളിൽ ആയുധങ്ങൾ മേൽക്കൈ വഹിക്കും. ഈ ആയുധങ്ങൾ ഒരിക്കലും ആരേയും രക്ഷിക്കുകയുമില്ല. ഭീതിയുടേയും ആക്രമണത്തിന്റേയും ഇടനാഴിയായി കറാച്ചി നഗരം മാറിയതായി ഈ പുസ്തകത്തിലുള്ള നിരീക്ഷണം ആ നിലയിൽ വളരെ പ്രധാനപ്പെട്ടതാണ്.

ഇരട്ട മൊബൈൽ ഫോണാണ് ഈ പുസ്തകത്തിലെ മറ്റൊരു പ്രധാന രൂപകം. നഗരവാസികൾ വീടിനു പുറത്തിറങ്ങി യാത്ര ചെയ്യുമ്പോൾ വില കൂടിയ മൊബൈൽ ഫോണുകൾ ഉപയോഗിക്കാൻ ഭയപ്പെടുന്നു. അത്തരമൊരു മൊബൈൽ പുറത്തെടുത്താൽ അത് തട്ടിപ്പറിക്കാൻ ചിലർ വരുമെന്നതാണ് കാരണം. അതിനാൽ നഗരത്തിലേക്കിറങ്ങുമ്പോൾ അവർ വില കുറഞ്ഞ, തട്ടിപ്പറിക്കാൻ വരുന്നവരെ ഒരു നിലയിലും ആകർഷിക്കാത്ത ഫോണുകൾ ഉപയോഗിക്കുന്നു. സാമാന്യം ഭേദപ്പെട്ട നിലയിൽ താമസിക്കുന്ന ഒരാളുടെ വീടിന്റെ കാർ പോർച്ചിൽ വില കുറഞ്ഞ, പഴയ മോഡലിലുള്ള ഒരു കാറും ബെന്യാമിൻ കാണുന്നുണ്ട്. വില കൂടിയ കാറുമായി നഗരവീഥിയിൽ സഞ്ചരിക്കുന്നയാൾ മോഷ്ടാക്കളുടെ ശ്രദ്ധ ആകർഷിക്കും എന്നതിനാലാണിത്. ഒരിക്കൽ പാകിസ്ഥാന്റെ സാംസ്കാരിക തലസ്ഥാനമായിരുന്ന നഗരം ഇക്കാലം കൊണ്ട് എങ്ങനെ ഭയത്തിന്റെ തലസ്ഥാനമായി മാറിയിരിക്കുന്നു എന്നതിനെക്കുറിച്ച് ഈ രൂപകങ്ങൾ നമ്മോട് സംസാരിക്കുന്നു. കറാച്ചിയിൽ 65 വർഷത്തിലധികമായി കഴിയുന്ന എഴുത്തുകാരനും രാഷ്ട്രീയ പ്രവർത്തകനുമായ മലയാളി ബി.എം.കുട്ടി അദ്ദേഹത്തിന്റെ ആത്മകഥയായ 'സ്വയം തിരഞ്ഞെടുത്ത 60 വർഷത്തെ പ്രവാസം, ഖേദമൊന്നുമില്ലാതെ' എന്ന പുസ്തകത്തിൽ 70തുകൾക്കു ശേഷം കറാച്ചി നഗരം പതിയെ പതിയെ എങ്ങനെ അധോലോകമായി മാറി എന്ന് വ്യക്തമായും പറയുന്നുണ്ട്. തിരൂർ സ്വദേശിയായ ബി.എം.കുട്ടി വിഭജനത്തിനു ശേഷം കറാച്ചിയിലേക്ക് കുടിയേറുകയും പാക്കിസ്ഥാനിയായ ബിർജസിനെ വിവാഹം കഴിക്കുകയും അവിടെ ഇടതുപക്ഷ രാഷ്ട്രീയ പ്രസ്ഥാന വേദികളിൽ സജീവ സാന്നിധ്യമായി മാറുകയും ചെയ്തയാളാണ്. ജനപക്ഷ രാഷ്ട്രീയത്തിന്റെ പിൻവാങ്ങലാണ് കറാച്ചിയെ അധോലോകത്തിന്റെ പിടിയിലേക്ക് തള്ളിയിട്ടതെന്ന കുട്ടിയുടെ നിരീക്ഷണത്തെ മറ്റൊരു തലത്തിൽ സ്ഥിരീകരിക്കുകയാണ് ബെന്യാമിൻ. കേരളത്തിലെ ചില നഗരങ്ങൾ മാഫിയകളുടേയും ഗുണ്ടകളുടേയും പിടിയിൽ അമരുന്ന കാഴ്ച സമീപ കാലത്ത് ശക്തിപ്പെട്ടു വരികയാണ്. ഇവരെ നേരിടാൻ ആർജവമുള്ള രാഷ്ട്രീയ പ്രസ്ഥാനങ്ങളുടെ പിൻവാങ്ങലാണ് ഇത്തരമൊരവസ്ഥയ്ക്ക് കാരണം. മുംബൈയിൽ ട്രേഡ്

യൂണിയൻ പ്രസ്ഥാനങ്ങൾ ക്ഷയിക്കുന്നതിന്റെ ആദ്യ ലക്ഷണങ്ങൾ കാണിച്ചു തുടങ്ങിയപ്പോഴാണ് പതിയെ ആ നഗരം അധോലോകത്തിന്റെ പിടിയിൽ അമർന്നതെന്ന നിരീക്ഷണങ്ങൾ മുൻ കാലത്ത് വന്നിട്ടുള്ളതാണ്. അക്കാലത്ത് മുംബൈയെ നിയന്ത്രിച്ച ദാവൂദ് ഇബ്രാഹിം ഇപ്പോൾ കറാച്ചിയിലാണ് ജീവിക്കുന്നത്. അങ്ങനെയൊരാൾ അവിടെ ജീവിക്കുന്നില്ലെന്ന് പാക്കിസ്ഥാൻ ആവർത്തിച്ച് പറയുന്നുണ്ടെങ്കിലും.

തട്ടവും പർദയുമിടാത്ത പെണ്ണുങ്ങൾ, സാക്കിയ സർവാറും

പാകിസ്ഥാനിൽ തട്ടവും പർദയുമിടാത്ത ധാരാളം സ്ത്രീകളെ കണ്ടതായും അത് തന്റെ മുൻവിധികളെ അട്ടിമറിച്ചതായും എഴുത്തുകാരൻ പറയുന്നു. കോഴിക്കോട് നഗരത്തിൽ ഒന്ന് ചുറ്റിയടിക്കുമ്പോൾ കാണുന്നയത്ര പർദധാരിണികളെ കറാച്ചിയിൽ കാണാൻ കഴിഞ്ഞില്ലെന്നാണ് നിരീക്ഷണം. സ്ത്രീകൾ സാൽവാറും കമ്മീസും അണിയുന്നു. അത് തങ്ങളുടെ സംസ്കാരം കലർന്ന വസ്ത്രമാണെന്നുമവർ പറയുന്നു. തീർച്ചയായും എല്ലാവരുമല്ല, ഒരു വിഭാഗം. അവർ മിഡിൽ ക്ലാസ്സിലും അപ്പർ മിഡിൽ ക്ലാസ്സിലും പെട്ടവരുമാണ്. സാഹിത്യോത്സവത്തിൽ പങ്കെടുക്കാൻ വന്ന സ്ത്രീകളാണ് തങ്ങളുടെ വസ്ത്രധാരണത്തെക്കുറിച്ച്, മതരാഷ്ട്രമാണെങ്കിലും അറേബ്യൻവൽക്കരണത്തെ പ്രതിരോധിക്കാനുള്ള ശ്രമത്തെക്കുറിച്ച് എഴുത്തുകാരനോട് പ്രധാനമായും സംസാരിക്കുന്നത്. പൊതു ഇടങ്ങളിൽ മതചിഹ്നങ്ങൾ ഒഴിവാക്കണമെന്ന നിലപാടാണ് അവർക്കുള്ളത്. ഇക്കാര്യത്തെ സാമാന്യവൽക്കരിക്കാൻ കഴിയുമെന്ന് തോന്നുന്നില്ലെങ്കിലും അത്തരമൊരു ജീവിത നിലപാടിനെ കണ്ടെത്താൻ കഴിഞ്ഞതിലുള്ള ആനന്ദം ബെന്യാമിൻ പങ്കുവയ്ക്കുന്നു.

പാകിസ്ഥാനിലെ ഇടതു രാഷ്ട്രീയ പ്രസ്ഥാനത്തിൽ സജീവ സാന്നിധ്യമായിരുന്ന ഡോ. സാക്കിയ സർവറാണ് വസ്ത്രധാരണവുമായി ബന്ധപ്പെട്ട നിലപാട് മുന്നോട്ടുവയ്ക്കുന്നത്. അവർ പാകിസ്ഥാനെ കുഴപ്പത്തിൽ ചാടിച്ചതിൽ മുഖ്യ പങ്ക് ജമാഅത്തെ ഇസ്ലാമിക്കാണെന്നും പറയുന്നുണ്ട്. താലിബാൻ തോക്കു കൊണ്ടും ജമാഅത്തെ ഇസ്ലാമി വാക്കു കൊണ്ടും പാകിസ്ഥാനെ നശിപ്പിച്ചു കളഞ്ഞു എന്നവർ പറയുന്നു. കേരളത്തിൽ ജമാഅത്തെ ഇസ്ലാമിക്ക് പുരോഗമന മുഖമാണെന്ന ബെന്യാമിന്റെ വാദത്തെ അവർ പൂർണ്ണമായും തള്ളിക്കളയുന്നു. ഇന്ത്യയിൽ മോഡി ഭരണത്തോടെ ശക്തിപ്പെട്ട വർഗീയവൽക്കരണത്തെ പ്രതിരോധിക്കാൻ ഇടതുപക്ഷം കാര്യമായി ഒന്നും ചെയ്യുന്നില്ലെന്ന അറിവാണ് സാക്കിയയെ ഞെട്ടിക്കുന്നത്. അങ്ങനെയെങ്കിൽ

ഇന്ത്യയും പാക്കിസ്ഥാനാകാൻ (മതരാഷ്ട്രമാകാൻ) അധികം വൈകില്ലെന്ന മുന്നറിയിപ്പും അവർ നൽകുന്നു.

ലോകത്ത് ഇന്ന് ഏറ്റവും കൂടുതൽ കഷ്ടപ്പെടുന്ന മുസ്ലിംകൾ മ്യാൻമറിലാണെന്നും (റോഹിങ്ക്യൻ മുസ്ലിംകളെ ഉദ്ദേശിച്ച്) അവരെ സഹായിക്കുവാൻ മുസ്ലിം സംഘടനകളൊന്നും തയ്യാറാകുന്നില്ലെന്നും പ്രശ്നങ്ങളില്ലാത്തിടത്ത് പ്രശ്നങ്ങൾ കുത്തിപ്പൊക്കുകയാണ് മുസ്ലിം സംഘടനകൾ ചെയ്യുന്നതെന്നും അവർ ആരോപിക്കുന്നുണ്ട്.

ബഷീറും കൊച്ചിൻ ബിനാലേയും

വൈക്കം മുഹമ്മദ് ബഷീറിനെ നേരിൽ കണ്ടിട്ടുണ്ടോ, കൊച്ചിൻ ബിനാലെ കാണാൻ പോയില്ലേ എന്ന രണ്ട് ചോദ്യങ്ങൾ എഴുത്തുകാരനെ തേടി വന്നു. ബഷീർ ഉറുദുവിലേക്ക് മൊഴിമാറ്റ പ്പെട്ടിട്ടുണ്ട്. അജ്മൽ കമാൽ എന്ന പ്രസാധകനാണ് ബഷീറിനെ ക്കുറിച്ച് ചോദിക്കുന്നത്. ബെന്യാമിൻ ബഷീറിനെ നേരിൽ കണ്ടി ട്ടില്ല. മലയാളത്തിലെ ഏറ്റവും പ്രധാനപ്പെട്ട എഴുത്തുകാരനെ എന്തുകൊണ്ട് നേരിൽ കണ്ടില്ലെന്ന ചോദ്യം ഈ കറാച്ചി യാത്രികൻ പ്രതീക്ഷിച്ചിരുന്നില്ലെന്ന് തോന്നുന്നു. പക്ഷേ അത് സംഭവിച്ചു. എഴുതപ്പെട്ട വാക്ക് എത്രയോ ദൂരങ്ങൾ താണ്ടി സ്വന്തം രക്തത്തെ തിരിച്ചറിയുന്നതുപോലുള്ള, ഈ പുസ്തകത്തിലെ ഏറ്റവും പ്രധാനപ്പെട്ട മലയാളി സാംസ്കാരിക സന്ദർഭങ്ങളിൽ ഒന്നാണത്. ബഷീറിനെപ്പോലെ ഒരെഴുത്തുകാരൻ മലയാളിയെ എവിടേയും പിന്തുടരുന്നു എന്നതിന്റെ മികച്ച ഉദാഹരണം കൂടിയാണ് ഈ സന്ദർഭം. ബിനാലെ ഉടനെ കണ്ടില്ലെങ്കിൽ മാനം പോകുമെന്ന നിലയിലും ബെന്യാമിൻ എത്തിച്ചേരുന്നുണ്ട്. ചുറ്റുപാടും നടക്കുന്ന കാര്യങ്ങളിൽ മലയാളി എഴുത്തുകാർ ചിലപ്പോൾ നിസ്സംഗരാകുന്നുവെന്നതിന്റെ വിമർശനം കൂടിയായി ഇതിനെ കാണാൻ കഴിയുമെന്ന് തോന്നുന്നു. അതോടൊപ്പം ബഷീറും തകഴിയും കെ.ടി. മുഹമ്മദും മാത്രമാണ് മലയാളത്തിൽ നിന്നും ഉറുദുവിലേക്ക് മൊഴിമാറ്റം ചെയ്യപ്പെട്ടതെന്നും പലപ്പോഴും മലയാള സാഹിത്യം ലോക വേദികളിൽ അവതരിപ്പിക്കാൻ പാകത്തിലുള്ള വിവർത്തന ശ്രമങ്ങൾ തീർത്തും കുറവാണെന്ന ഒരെഴുത്തുകാരന്റെ തിരിച്ചറിവും ഈ ഭാഗത്ത് വായനക്കാരന് കാണാൻ കഴിയും.

കോൺഗ്രസും ലീഗും
ഒന്നിച്ചു ഭരിക്കുന്ന കേരളം

ഈ പുസ്തകത്തിലെ ഏറ്റവും രസകരമായ പാക്കിസ്ഥാനി നിരീക്ഷണം/വിമർശനം കോൺഗ്രസും മുസ്ലിം ലീഗും ഒന്നിച്ച്

ഭരിക്കുന്ന കേരളത്തെക്കുറിച്ചുള്ളതാണ്. രണ്ട് രാജ്യങ്ങൾക്ക്, വിഭജനങ്ങൾക്ക് കാരണമായി പ്രവർത്തിച്ച രണ്ട് പാർട്ടികൾ ഇന്ന് കേരളത്തിൽ മുന്നണിയായി നിന്ന് ഭരണം പങ്കിടുന്നു എന്ന കാര്യം രാഷ്ട്രീയത്തെക്കുറിച്ച് സാമാന്യ ധാരണയുള്ള പാകിസ്ഥാനികൾക്ക് അംഗീകരിക്കാൻ കഴിയുന്നതല്ല. ആ വിമർശനം അവർ ഉന്നയിക്കുന്നുമുണ്ട്. ജിന്നയുടെ ലീഗല്ല കേരളത്തിലെ ലീഗെന്ന വാദമൊന്നും അവർക്ക് ദഹിക്കാനും സാധ്യതയില്ല. അതിനെ അടിവരയിട്ട് കൊണ്ട് ബെന്യാമിൻ ഇങ്ങനെ നിരക്ഷിക്കുന്നു- 'നമുക്ക് രാഷ്ട്രീയം ഭരണമാണ്, പാകിസ്ഥാനികൾക്ക് അത് മരണമായിരുന്നു'.

'പാകിസ്ഥാനി'യായ അർധ സഹോദരി

സൗദി അറേബ്യയിൽ ജോലി ചെയ്യുന്നതിനിടെ പാകിസ്ഥാനിയെ പ്രണയിച്ച് വിവാഹം കഴിച്ച് കറാച്ചിയിലേക്കു പോയ അകന്ന ബന്ധത്തിൽ പെട്ട തന്റെ അർധ സഹോദരിയെ എഴുത്തുകാരൻ ഓർക്കുന്നു. അവരെ പോയിക്കാണാൻ കഴിഞ്ഞിരുന്നെങ്കിൽ എന്നയാൾ ആശിക്കുകയും ചെയ്യുന്നുണ്ട്. (അവരുടെ മുഖം ഓർമയുടെ മഞ്ഞുപടലങ്ങൾക്കുള്ളിൽ നിന്ന് കുഴിച്ചെടുക്കാൻ ബെന്യാമിൻ ശ്രമിച്ചു നോക്കുന്നുണ്ട്). വിഭജന കാലത്ത് പാകിസ്ഥാനിൽ ആയ തന്റെ അമ്മാവനെ അന്വേഷിച്ച് ഉർവശി ഭൂട്ടാലിയ നടത്തുന്ന യാത്രാ പുസ്തകമാണ് (ദി അദർ സൈഡ് ഓഫ് സൈലൻസ്) എഴുത്തുകാരൻ അപ്പോൾ ഓർക്കുന്നത്. എന്നാൽ അർധ സഹോദരിയെ കണ്ടെത്താൻ ബെന്യാമിൻ തയ്യാറെടുപ്പുകൾ ഒന്നും നടത്തിയില്ല. അതിനാൽ മലയാളത്തിന് വളരെ പ്രധാനപ്പെട്ട ഒരു പുസ്തകം തന്നെ നഷ്ടപ്പെട്ടുവെന്ന ഖേദം വായനക്കാരനിൽ ഉണ്ടാകും.

മാപ്പിള ഡയസ്പോറ

21 വർഷം ബഹ്റൈനിൽ ജീവിക്കുകയും മലയാളി ഡയസ്പോറ എഴുത്തിൽ തന്റേതായ ഇടം സ്ഥാപിക്കുകയും ചെയ്ത ഈ എഴുത്തുകാരൻ കറാച്ചിയിൽ മലയാളി മാപ്പിള ഡയസ്പോറയെ അന്വേഷിക്കുന്നുണ്ട്. രണ്ടു പേരെ നേരിൽ കാണുന്നുമുണ്ട്. പിതാവ് മലപ്പുറത്തുകാരനായ അബ്ദുൽ റഊഫിനേയും പാനൂർ സ്വദേശി യൂസഫിനേയും. അബ്ദുൽ റഊഫിന് മലയാളം കേട്ടാൽ അറിയാം. മാപ്പിള ഡയസ്പോറയിലെ രണ്ടാം തലമുറക്കാരനാണദ്ദേഹം. കേരളം കേട്ടറിഞ്ഞ ഒരു പ്രദേശമാണ് അദ്ദേഹത്തിന്. എന്നാൽ യൂസഫിന്റെ ഭാര്യയും രണ്ടു മക്കളും കേരളത്തിലാണ് കഴിയുന്നത്. മൂന്നു വർഷത്തിലൊരിക്കൽ വിസ നേടി കേരളത്തിൽ വന്ന് പോവുകയാണ് യൂസഫ്. സ്ഥിരമായി

കേരളത്തിലേക്കു മടങ്ങാൻ അദ്ദേഹം ആഗ്രഹിക്കുന്നു. അത് നടക്കുമെന്നതിന് ഒരുറപ്പുമില്ല താനും. പക്ഷേ ആ പ്രതീക്ഷ യിലാണ് അദ്ദേഹം ഓരോ ദിവസവും തള്ളിനീക്കുന്നത്. എല്ലാ ഡയസ്പോറയും ഇത്തരത്തിലുള്ള പ്രതീക്ഷകളുമായി കഴി യുന്നു. ഡയസ്പോറയെ മലയാളത്തിലേക്കു 'പ്രതീക്ഷാ സമൂഹം' എന്ന് വിവർത്തനം ചെയ്യാവുന്ന നിലയിൽ.

അവർ തുറന്നു പറയുന്നു

നജാം സേഥി എന്ന തലയെടുപ്പുള്ള പാക് മാധ്യമ പ്രവർ ത്തകൻ പർവേസ് മുഷറഫിന്റെ കാലത്തെ ചില സംഭവങ്ങൾ സാഹിത്യോത്സവത്തിൽ തുറന്നു പറയുന്നുണ്ട്. താലിബാനെ ഇല്ലാതാക്കാനുള്ള നീക്കത്തിന്റെ ഭാഗമായി നടന്ന ഒരു യോഗത്തിൽ മുഷറഫിനെ ചൊടിപ്പിച്ച അദ്ദേഹത്തെ യോഗത്തിൽ നിന്ന് ഇറക്കി വിട്ടു. സേഥി തന്റെ സംസാരത്തിൽ പറഞ്ഞ പിന്നാമ്പുറക്കഥകൾ മുഷറഫിന്റെ കാലത്തെ പാകിസ്ഥാന്റെ രാഷ്ട്രീയ കഥ കൂടിയായി മാറുന്നു. 'ഓഫ് ദ റെക്കോർഡ്' വിഭാഗത്തിൽ പെടുത്താവുന്ന ഇത്തരം ചില സംസാരങ്ങൾ, വെളിപ്പെടുത്തലുകൾ വായിക്കവേ ഒരു പാക് നയതന്ത്ര ജ്ഞനുമായി പന്ത്രണ്ടു വർഷം മുമ്പ് സൗദി അറേബ്യയിലെ ജിദ്ദയിൽ വെച്ച് സംസാരിച്ചത് ഓർമ വന്നു.

ഇന്ത്യൻ മത്സ്യത്തൊഴിലാളികളുടെ ഒരു സംഘത്തെ പാക് സമുദ്രാതിർത്തിയിൽ പ്രവേശിച്ചതിനെത്തുടർന്ന് അറസ്റ്റിലായ വാർത്ത വന്നതിന്റെ പിറ്റേന്നായിരുന്നു ഞങ്ങളുടെ കൂടിക്കാഴ്ച. അദ്ദേഹം ഇങ്ങിനെ പറഞ്ഞു- 'ഞങ്ങളുടെ കടലിലാണ് കൂടുതൽ മത്സ്യങ്ങളുള്ളത്, അതുകൊണ്ട് നിങ്ങളുടെയാളുകൾ ഞങ്ങളുടെ കടലിലേക്ക് അതിക്രമിച്ച് കയറുന്നു'- ഭരണകർത്താക്കളും നയതന്ത്രജ്ഞരും കാര്യങ്ങളെ എത്ര ലളിതമായാണ് കാണുന്ന തെന്നതിന്റെ ഉദാഹരണമായിരുന്നു ആ വാക്കുകൾ. സേഥി പറയുന്ന കാര്യങ്ങളും ഇത്തരമൊരവസ്ഥയെ സ്ഥിരീകരിക്കാൻ പോന്നത് തന്നെ.

അയൽക്കാരന്റെ അസൂയ, നഷ്ടപ്പെട്ട സ്വപ്നഭൂമി

മുംബൈയിൽ ടാക്സി ഡ്രൈവർമാർക്ക് നല്ല പണം കിട്ടുന്നു ണ്ടെന്നും ഒരിക്കൽ ഇന്ത്യക്കാരനായിരുന്ന തനിക്ക് നഷ്ടപ്പെട്ടു പോയ സ്വപ്നഭൂമിയാണ് ഇന്ത്യയെന്നും പറയുന്ന ഒരു ടാക്സി ഡ്രൈവറെ പുസ്തകത്തിന്റെ അവസാനത്തിൽ ബെന്യാമിൻ അവതരിപ്പിക്കുന്നു. അതിനെ അയൽക്കാരന്റെ അസൂയ മാത്രമായി കണ്ടാൽ മതിയെന്ന് ആശ്വസിക്കുകയും ചെയ്യുന്നു.

മതഭ്രാന്തും തീവ്രവാദവുമല്ല സമാധാനവും ആഹ്ലാദവുമാണ് തങ്ങൾക്ക് വേണ്ടതെന്ന് കറാച്ചി സാഹിത്യോൽസവത്തിനു വന്ന ജനക്കൂട്ടം ആവർത്തിച്ച് പ്രഖ്യാപിക്കുന്ന അനുഭവം എഴുത്തുകാരന് ലഭിക്കുന്നുണ്ട്. ലോകത്തെവിടെയും മനുഷ്യർ ഇതു തന്നെയാണ് ആഗ്രഹിക്കുന്നത്. സാഹിത്യവും കലയും മനുഷ്യദുരന്തങ്ങളെക്കുറിച്ചാണ് ഏറ്റവും കൂടുതലായി പറഞ്ഞിട്ടുള്ളത്. അതോടൊപ്പം ദുരന്തങ്ങൾ ആവർത്തിക്കരുതെന്ന് മോഹിക്കുകയും ചെയ്യുന്നു. കല സൃഷ്ടിക്കുന്നവരും അതിനെ പിന്തുടരുന്നവരും ഇത് തന്നെ ആഗ്രഹിക്കുന്നു, ലോകമെങ്ങും, പലപ്പോഴും സംഭവിക്കുന്നത് തിരിച്ചാണെങ്കിലും. ഒരു ചാവേർ വിചാരിച്ചാൽ എല്ലാം തകിടം മറിയുമെന്നിരിക്കെ പ്രത്യേകിച്ചും. ചാവേറുകൾ പാകിസ്ഥാനിൽ മാത്രമല്ല, ഇന്ത്യയിലും ഉണ്ടാകുന്നു, ഒളിപ്പോരാളികളും അങ്ങനെത്തന്നെ. അവർ എങ്ങനെയുണ്ടാകുന്നു, അവരെ ആര് സൃഷ്ടിക്കുന്നു, അങ്ങിനെയുള്ള വ്യവസ്ഥകളുടെ മൂലക്കല്ല് ആരു പാകുന്നു തുടങ്ങിയ അങ്ങേയറ്റം ഗൗരവമായ പ്രശ്നങ്ങളിലേക്ക് ബെന്യാമിൻ ഇവിടെ അധികമായി കടന്നു ചെല്ലുന്നില്ല. എന്നാൽ ഈ താളുകളിൽ കാണുന്ന ചില രൂപകങ്ങൾ, വഴിയോരക്കാഴ്ചകൾ മനുഷ്യജീവിതത്തിന്റെ തന്നെ (അതു വഴി രണ്ടു രാജ്യങ്ങളുടേയും) ഇരട്ട മുഖങ്ങളെ അനാവരണം ചെയ്യുകയാണ്. മൗലിക വാദവും ഭീകരതയും മനുഷ്യജീവിത സൗന്ദര്യ സങ്കല്പവും ഏറ്റുമുട്ടുന്നു. മനുഷ്യരെ സുന്ദരന്മാരും സുന്ദരികളുമാക്കുന്നത് കല മാത്രമാണെന്ന് (പ്രത്യേകിച്ചും സാഹിത്യം) നിസ്സംശയം ഉറപ്പിച്ചു പറഞ്ഞുകൊണ്ട് ഈ പുസ്തകം പ്രസക്തി നേടിയെടുക്കുകയും ചെയ്യുന്നു. ജയ്പ്പൂർ സാഹിത്യോത്സവം ഏതു നിലയിൽ വിജയം നേടുന്നുവോ, അതേ നിലയിൽ കറാച്ചി സാഹിത്യോത്സവവും വിജയിക്കുന്നത് സാഹിത്യത്തിലും കലയിലും മനുഷ്യനിൽ ഇന്നും നശിക്കാതെ നിൽക്കുന്ന താത്പര്യം കൊണ്ടു തന്നെയാണ്. അഥവാ കല അതിന്റെ പൂർണ്ണതയിൽ വിജയിക്കുന്ന ലോകത്തു മാത്രമേ യുദ്ധങ്ങളും വൈരങ്ങളും ഭീകരതകളും ചാവേറുകളും ഒളിപ്പോരാളികളും അതിർത്തികളും ഇല്ലാതാകൂ, കല അതിനായി മനുഷ്യനുണ്ടായ നാൾ മുതൽ ശ്രമിച്ചു കൊണ്ടേയിരിക്കുന്നു, പരാജയപ്പെടുന്നു, വീണ്ടും ശ്രമം തുടരുന്നു.

മിലിട്ടറിസത്തിലുള്ള വിശ്വാസം

മനുഷ്യജീവിത സന്ദർഭങ്ങളെ ഉപയോഗപ്പെടുത്തി ഒരിന്ത്യൻ എഴുത്തുകാരൻ നടത്തുന്ന പാക്കിസ്ഥാൻ ആഖ്യാനം ഒരിടത്ത് കെണിയിൽ ചെന്നു ചാടുന്നുണ്ട്. സർക്കാരിന്റെ അയഞ്ഞ ഭാവം തീവ്രവാദത്തെ വളർത്തുന്നു എന്ന് പരാമർശിക്കുന്ന

സന്ദർഭമാണിത്. മിലിട്ടറിസത്തിനാണ് തീവ്രവാദത്തെ നേരിടാൻ കഴിയുക എന്ന ഒരു സമീപനം ഈ വരികളിലുണ്ട്. എന്നു മാത്രമല്ല അതൊരു ഇന്ത്യൻ പക്ഷപാതിത്വമായി എളുപ്പത്തിൽ വ്യാഖ്യാനിക്കാൻ കൂടി കഴിഞ്ഞേക്കും. പട്ടാള ഭരണം വന്നാലേ നാട് നന്നാകൂവെന്ന് ചില കാരണവന്മാർ ഇന്നും വിശ്വസിക്കുന്നതിന് സമാനമായിത്തോന്നും ഈ പരമാർശം. ബെന്യാമിന്റെ കറാച്ചി യാത്രയുടെ മൊത്തം സ്പിരിറ്റിനെ ചോദ്യം ചെയ്യുന്ന സമീപനമാണിത്, എഴുത്തിന്റെ ജാഗ്രതയ്ക്കിടെ വന്നു ചേരുന്ന അലസതയുടെ കണിക വരുത്തിവെച്ച വിന!

പട്ടാളക്കാർ കഴിക്കാത്ത മധുരം, മോദിക്കുള്ള മാമ്പഴം

ഈ കുറിപ്പ് എഴുതിക്കൊണ്ടിരിക്കെ രണ്ടു പാക് വാർത്തകൾ ന്യൂസ് റൂമിലെ വയറിൽ വന്നുകൊണ്ടിരുന്നു. അതിലൊന്ന് ജൂലൈ 18ന് ചെറിയ പെരുന്നാൾ മധുരമായി നവാസ് ഷെരീഫ് നരേന്ദ്ര മോഡിക്ക് അയച്ച മാമ്പഴത്തെക്കുറിച്ചാണ്. അതിർത്തിയിൽ സംഘർഷം നില നിൽക്കുന്ന വേളയിലായിരുന്നു ഇത്. സംഘർഷാവസ്ഥ മൂലം ഇന്ത്യ-പാക് പട്ടാളക്കാർ പരസ്പരം മധുരം വിതരണം ചെയ്തിരുന്നുമില്ല. ഭരണാധികാരികൾ സൃഷ്ടിക്കുന്ന വ്യാജ മധുരങ്ങൾ സാധാരണക്കാരുടെ ജീവിതത്തിൽ കയ്പ്പായി ത്തന്നെ നിലനിൽക്കുന്നുവെന്ന് ഈ സംഭവങ്ങൾ ഓർമിപ്പിക്കുന്നു.

മറ്റൊരു വാർത്ത മുൻ പാക് പ്രസിഡണ്ട് ജനറൽ പർവേസ് മുഷറഫ് മഹാൻ എന്ന് പറയുന്ന ഭാഗം മധ്യപ്രദേശിലെ ഒരു പാഠ പുസ്തകത്തിൽ വന്നതാണ്. വലിയ വിമർശനമാണ് ഈ പാഠഭാഗം ഇന്ത്യയിൽ ഉയർത്തിയത്. പാഠപുസ്തകങ്ങൾ വലിയ തോതിൽ ഫാസിസ്റ്റവൽക്കരിക്കുന്നതിനിടെ എങ്ങനെ ഇത്തരമൊരു സംഭവമുണ്ടായി എന്നതിനെക്കുറിച്ചുള്ള വേവലാതിയും വിമർശനവുമാണ് ഉയർന്നത്. ഇത്തരത്തിൽ ലോകാവസാനം വരെ ഇരു രാജ്യങ്ങളെക്കുറിച്ചുമുള്ള വാർത്തകളും ആഖ്യാനങ്ങളും ഇനിയും തുടർന്നുകൊണ്ടേയിരിക്കുമെന്ന് ഇത്തരം വാർത്തകൾ സൂചിപ്പിക്കുന്നു.

ഭായ്, ഇനി നമുക്കിടയിൽ എന്ത്?

2012 ജൂൺ13ന് ഗസൽ ചക്രവർത്തി മെഹ്ദി ഹസൻ കറാച്ചിയിൽ മരിച്ച വിവരം വന്നതിന് തൊട്ടു പിന്നാലെ പാകിസ്ഥാനിയായ സുഹൃത്ത് ആഗാ സഫറിന്റെ ഫോൺ വന്നു. ഭായ്, ഇനി നമുക്കിടയിൽ എന്തുണ്ട് ബാക്കി എന്ന് ചോദിച്ച് അദ്ദേഹം വിതുമ്പി. ഗസലും ക്രിക്കറ്റും ബോളിവുഡും മാത്രമാണ് ഇന്ത്യയ്ക്കും പാകിസ്ഥാനും പൊതുവായി പങ്കുവെക്കാനുള്ളതെന്ന് ആഴത്തിൽ

വിശ്വസിച്ചിരുന്നു ആ പാക്കിസ്ഥാനി സുഹൃത്ത്. ഇന്ത്യയും പാകിസ്ഥാനും ക്രിക്കറ്റ് കളിക്കുമ്പോൾ യുദ്ധമാണ് നടക്കുന്ന തെന്ന മറുവാദത്തെ അദ്ദേഹം എല്ലായ്പ്പോഴും ചിരിച്ച് തോൽപ്പിച്ചു. പക്ഷേ, ക്രിക്കറ്റിൽ മാച്ച് ഫിക്സിംഗ് ഒരു പതിവു പരിപാടിയായി മാറിയപ്പോൾ ആഗാ സഫർ തന്റെ ലിസ്റ്റിൽ നിന്ന് ക്രിക്കറ്റിനെ വെട്ടിമാറ്റി. എങ്കിലും നമുക്കിടയിൽ ഗസലും ബോളിവുഡു മുണ്ടെന്ന് ആവർത്തിച്ചു.

മെഹ്ദി സാബ് മരിച്ചപ്പോൾ സംഗീതത്തിന്റെ വലിയൊരു ഭൂഖണ്ഡം അപ്രത്യക്ഷമായതായി അദ്ദേഹത്തിന്റെ എല്ലാ ആരാധകർക്കും തോന്നിയിരുന്നു. അത് വർധിച്ച തോതിൽ അനുഭവിച്ച ഒരാളായിരുന്നു ഈ പാകിസ്ഥാനി സൃഹൃത്ത്. മെഹ്ദി സാബിന്റെ സംഗീതത്തിന് അങ്ങനെ നമ്മെ വിട്ടുപോകാൻ കഴിയുമോ എന്ന് ചോദിച്ച് അദ്ദേഹത്തെ ആശ്വസിപ്പിക്കാൻ ശ്രമി ച്ചിരുന്നു. നമുക്കിടയിൽ എന്നും ആ ഗസലുകൾ പ്രവർത്തിച്ചു കൊണ്ടിരിക്കും, ഒരു പക്ഷേ ഒടുവിൽ അതു മാത്രമായിരിക്കും നിലനിൽക്കുക എന്ന് പറഞ്ഞത് അദ്ദേഹത്തിന് മനസ്സിലായെന്ന് തോന്നുന്നു. കുറച്ചു ദിവസങ്ങൾക്കു ശേഷം ആഗാ സഫർ അത് സമ്മതിച്ചു, സ്ഥിരീകരിച്ചു, ഇന്ത്യ-പാക് വൈരത്തെ എന്നും തോല്പിച്ചുകൊണ്ട് ആ പാട്ടുകൾ അതിർത്തിയെ ഭേദിച്ച് സഞ്ച രിച്ചുകൊണ്ടേയിരിക്കുമെന്ന് അദ്ദേഹം പറഞ്ഞു. അതേ സന്ദേശം ഉൾക്കൊള്ളുന്ന ബെന്യാമിന്റെ പുസ്തകത്തെക്കുറിച്ച് എഴുതു മ്പോൾ ആഗാ സഫറുമായി സംസാരിക്കണമെന്നു തോന്നി.

സൈബർ ലോകത്ത് ഗൂഗിൾ ടാക്കിൽ അയാളുടെ പേരിലുള്ള കള്ളി പച്ച കത്തി നിന്നു. (ഗൾഫിൽ മലയാളികൾ പാകിസ്ഥാനി കളെ 'പച്ചകൾ' എന്നാണ് വിളിക്കാറ്). അയാളുമായി സംസാരി ക്കാനൊത്തു. ഹെഡ്ഫോണിൽ ഇരട്ട മുഖമുള്ള നഗരത്തെക്കുറിച്ച് പറഞ്ഞപ്പോൾ, ഓ എന്റെ നഗരത്തെക്കുറിച്ച് നിന്റെ ഭാഷയിൽ ഒരു പുസ്തകം എന്നയാൾ അതിശയപ്പെട്ടു. ആ പുസ്തകത്തിൽ ചേർക്കാൻ ഒരു ചെറു ലേഖനം എഴുതുകയാണെന്ന് പറഞ്ഞ പ്പോൾ, അയാൾ അല്പനേരം മൗനത്തിലായി. പിന്നീട് പാടാൻ തുടങ്ങി...

രൻജിഷ് ഹീ സഹി, ദിൽ ഹി ദുഖാനെ കേ ലിയേ ആ
ആ ഫിർസെ മുജെ ചോഡ് കെ ജാനെ കെ ലിയേ ആ
പഹ്‌ലെ സെ മാരാസിം ന സഹി ഫിർ ഭി കഭി തോ
രസ്മ്-ഒ-രഹ്-എ ദുനിയാ ഹി നിഭാനെ കേ ലിയെ ആ
കിസ്‌കിസ് കൊ ബതായേംഗെ ജുദായി കാ സബബ് ഹം
തു മുജ്സെ ഖഫാ ഹൈ തൊ സമാനെ കെ ലിയെ ആ

അഹ്മദ് ഫറാസ് ഈ വരികൾ എഴുതുമ്പോൾ ഉള്ള

അർത്ഥമോ, ദീർഘകാലം ഉസ്താദ് മെഹ്സി ഹസൻ അതു പാടുമ്പോൾ ഉണ്ടായിരുന്ന അർത്ഥമോ ഇപ്പോൾ മാറിപ്പോയതായിത്തോന്നിയിരിക്കുന്നു, ഈ വരികൾ ഇന്ത്യയേയും പാകിസ്ഥാനേയും കുറിച്ചല്ലേ? ആഗാ സഫർ ചോദിച്ചു.

ഞാൻ ആ വരികളുടെ തനിമലയാളത്തിനായി തിരയാൻ തുടങ്ങി. സി.കെ. ഹസ്സൻകോയ എഴുതിയ 'മെഹ്ദി ഹസ്സൻ അതിരുകളില്ലാത്ത സംഗീതം' എന്ന പുസ്തകത്തിൽ നിന്ന് കെ.പി.എ. സമദിന്റെ വിവർത്തനം കണ്ടെടുത്തു- ആ വരികളുടെ അർത്ഥം ഇങ്ങനെയാണ്-

വിരോധമാണെങ്കിലാവട്ടെ, മനസ്സ്
ദുഃഖിപ്പിക്കാനായി വരിക,
വീണ്ടുമെന്നെ ഉപേക്ഷിച്ചു പോകാൻ
ഉദ്ദേശിച്ചാണെങ്കിലും വരിക
പഴയതുപോലെ അടുപ്പമില്ലായിരിക്കാം
എന്നിരുന്നാലും ഇടയ്ക്കെല്ലാം
ലോകത്തിന്റെ ഉപചാരമര്യാദകൾ
പാലിക്കാനായെങ്കിലും വരിക...

■

www.ingramcontent.com/pod-product-compliance
Lightning Source LLC
LaVergne TN
LVHW091048100526
838202LV00077B/3078